குருதேவ்

சிகரத்தின் சமவெளியில்

குருதேவ்

சிகரத்தின் சமவெளியில்

ஸ்ரீ ஸ்ரீ ரவி ஷங்கரின் வாழ்க்கை வரலாறு

பானுமதி நரசிம்மன்

WM

First published in English in 2018 by Westland Publications Private Limited

First published in Tamil in 2018 by Westland Publications Private Limited in association with Mysticswrite Private Limited

61, 2nd Floor, Silverline Building, Alapakkam Main Road, Maduravoyal, Chennai 600095

ISBN: 9789387578302

10 9 8 7 6 5 4 3 2 1

Typeset by Mysticswrite Private Limited

Printed at Manipal Technologies Limited, Manipal

பாதை தேடுவோர் நடுவே, பரமன் இவனுக்கு வகுத்த பாதை இது.
ஆனந்தத்தை நோக்கி...

பொருளடக்கம்

முன்னுரை

பரிமாணங்கள் பல கொண்டது உண்மை

கியூபாவின் நேஷனல் ஹோட்டலின் (Hotel Nacional de Cuba) நடன அறையில் ஏற்பாடு செய்யப்பட்டிருந்த பத்திரிகையாளர் சந்திப்பில் முதல் வரிசையில் அமர்ந்திருந்தேன். உணர்வுகள் புயலாகப் பொங்கிக் கொண்டிருந்தன. விடைதேடும் கேள்விகள் பல காற்றில் மிதந்து கொண்டிருந்தன. அந்தச் சூழலில் அமைதித் தீவாக அமர்ந்திருந்தேன் நான். அந்த அறையில், ஸ்பானிஷ் மொழியில் குறைந்தது நூறு உரையாடல்களாவது நடந்து கொண்டிருந்தன. அறையின் தரையெங்கும் பல்வேறு தொலைக்காட்சிகளின் வீடியோ கேமரா கேபிள்கள் பரவியிருந்தன. சிறந்த கோணத்தைத் தேடி புகைப்பட நிபுணர்கள் அங்குமிங்கும் நகர்ந்து கொண்டிருந்தனர். அந்த நிமிடம் நடக்கப்போவதை அவர்கள் எதிர்பார்த்தார்களா என்று தெரியாது. -'எஃப்ஏஆர்சி,' (FARC) என்று அழைக்கப்பட்ட கொலம்பியாவின் புரட்சிகர மக்கள் படையின் தலைவரான இவான் மார்கெஸ் (Ivan Marquez) அங்கு வந்து அமர்ந்தார். அவரைப் பின்தொடர்ந்து வந்தார் குருதேவ். நீண்ட கூந்தலும் தாடியுமாய், பளிச்சிடும் வெண்ணிற ஆடையிலிருந்த குருதேவின் துறவுத் தோற்றம் அந்த இடத்தின் பொதுவான ஆடை நெறியிலிருந்து வேறுபட்டுத் தெரிந்தது. திடீரென்று, அனைவரின் கவனமும் மேடையை நோக்கிச் சென்றது. 'மாஸ்டர் ஷங்கரின் கருத்தோடு நாம் ஒத்துப்போகிறோம்,' என்று கூறிய இவான் மார்க்கஸ், 'ஆழமாகப் பார்த்தோமானால் நாம் அனைவருமே பலியாட்கள் தான்,' என்று கூறினார். 'அந்தப் புரிதலோடு நாம் துவங்கினால், நமது கடந்த காலத்தைப் பின்தள்ளி விடலாம். வன்முறையின் அந்தச் சோகக்கதை மீண்டும் தொடரக் கூடாது. அவரது உதவியுடன், நம்முடைய இரக்கமுள்ள நாட்டுடன் சமரசத்துடனும் இணைந்தும் செயல்படுவதற்கு நமது ஆன்மாவை முன் வைப்போம். நம் நாட்டின் தலைவிதி நிச்சயம் போராக இருக்க முடியாது. நாம் எந்த அரசியல் இலக்குகளையும் மேற்கொள்ளலாம், ஆனால் அஹிம்சையே நமது புதிய நோக்கமாக இருக்க வேண்டும்.'

கடந்த ஐம்பது ஆண்டுகளில் கிட்டத்தட்ட 250,000 உயிர்கள் பலியாவதற்குக் காரணமாயிருந்த புரட்சிகர மக்கள் படை உறுப்பினர்களைக் குற்றவாளிகளாகவே பெருவாரியானவர்கள் பார்க்கிறார்கள் என்பது உண்மையே. இருந்தாலும், குருதேவின் பார்வையில், அவர்கள் உதவிகோரிக் கதறும் பலியாட்கள் என்பதும் உண்மையே. தமது ஆழ்மனதில் தமது குழந்தைகளுக்கு ஒரு சிறந்த எதிர்காலத்தைத் தேடுவது தெரியும். இம்மாதிரி ஒரு விஷயத்திற்காகப் போராடுவது குருதேவிற்கு இது முதல் தடவையல்ல. ஐ.நா. அதிகாரிகள் கூட செல்வதற்கு அஞ்சும் ஈராக்கின் ரெட் ஜோனில் (**red zone**) பயணித்தது; விடுதலைப் புலிகளுடன் (எல்டிடிஈ) தொடர்பு ஏற்படுத்திக் கொள்ளும் முயற்சியில் ஸ்ரீலங்காவின் 'யாருக்குமே சொந்தமில்லாத நிலப்பரப்பில்,' நடந்து சென்றது; போரினால் சிதைந்து போன யுக்ரேன் நாட்டிற்குச் சென்றது - ஆக, அமைதிக்காக என் சகோதரர் செய்யாத விஷயம் என்று ஏதாவது உண்டா? அதேபோன்றதொரு குறிக்கோளுக்காக அவருடன் நான் பயணிப்பது இதுவே முதல் தடவை.

கொலம்பியாவின் அதிபர் ஜுவான் மேனுவல் ஸாண்டோஸின் அழைப்பினை ஏற்று நாங்கள் 2015 ஜூன் 25ஆம் தேதி தலைநகர் போகோடா (**Bogota**) வந்திறங்கினோம். அதிபருடன் பத்து நிமிட அந்தரங்கச் சந்திப்பு என்பது ஒருமணி நேரக் கலந்துரையாடலாக மாறியது. அப்போது குருதேவ், அமைதி ஒப்பந்தம் ஒன்றை உருவாக்கத் தன்னால் இயன்ற அனைத்தையும் செய்வதாக வாக்களித்தார். அங்கிருந்து கிளம்பி (கியூபா தலைநகர்) ஹவானாவிற்குச் செல்கையில், அடுத்த சில நாட்கள் நாங்கள் 'அஞ்ஞாதவாச'த்தில் இருப்போம் - அதாவது யாருடைய தொடர்பும் இல்லாமல் மௌனமான ஓய்வில் இருப்போம் - என்று நினைத்தேன். ஆனால் எனக்காகக் காத்துக் கொண்டிருப்பது என்ன என்று எனக்கு அப்போது தெரியவில்லை. இறங்கியவுடன் ஒரு பழமையான காரில் நாங்கள் அழைத்துச் செல்லப்பட்டோம். குருதேவிற்காகப் பிரத்தியேகமாக ஏற்பாடு செய்யப்பட்ட கார் என்று நினைத்தேன். ஆனால் பிறகு தான் தெரிந்தது, கியூபாவில் அனைத்து கார்களுமே அப்படித்தான் இருக்குமென்று.

நாங்கள் தங்கிய ஹோட்டல் ஒரு பழைய விக்டோரியா காலத்துக் கட்டிடமாக இருந்தது - அலங்கரிக்கப்பட்டு, வெண்ணிறத்தில் சுத்தமாக இருந்தது. என்னுடைய அறை பெரியதாக இருந்தது. அதன் ஒரு மூலையில் படிப்பதற்கான பிரத்தியேக இடம் இருந்தது. படுக்கை அருகிலிருந்த விளக்குகள் கையினால் வரைந்த சித்திரத்துடன் அழகாக இருந்தன. மனதிற்குள் இனியதோர் உணர்வு எழுந்தது. அழகிய விடியலை மறுநாள் காணப்போகும்

ஆர்வத்துடன் நிம்மதியாக உறங்கினேன். மறுநாள் கூட்டத்திற்குத் தயாரான போது அனைவரும் உற்சாகமாயிருந்தனர். எனக்கு ஸ்பானிஷ் தெரியாது என்றாலும், 'நானும் வருகிறேன்!' என்று கிளம்பினேன். கொரில்லா போர்த்தலைவர்கள் அங்கு வருவார்கள் என்றனர். அதனால் தீவிரவாதச் சிந்தனைகளுடன் ஆக்ரோஷமாகக் காட்சியளிக்கக்கூடிய அவர்களைச் சந்திக்க மனதளவில் தயாரானேன். ஆனால் மிகவும் படித்த மனிதர்களை சந்திக்க நேர்ந்தது எனக்கு இன்ப அதிர்ச்சியாக இருந்தது. பார்ப்பதற்குப் பதற்றமாகத் தெரிந்தாலும் அவர்கள் நட்பையும் மென்மையையும் வெளிப்படுத்தினார்கள். அவர்கள் நிராயுதபாணியாக இருப்பார்கள் என்று எதிர்பார்க்கப்பட்டது. ஆனால், ஆயுதங்களை அருகில் எங்கோ தான் வைத்திருக்க வேண்டும் என்று உள்ளூர எனக்குத் தோன்றியது. அவர்கள் பெரிதும் ஈடுபாட்டுடன் பேசினார்கள். அவர்களின் உணர்வுகளை மொழி பெயர்ப்பாளர் முழுமையாக வெளிப்படுத்த விரும்பினாலும், அதில் தயக்கமும் களைப்பும் தென்பட்டது. ஏனெனில், தங்கள் சொந்தங்கள் பலரை அவர்கள் போரில் இழந்திருந்தனர். அத்தகைய முடிவில்லாத போரினால் அவர்கள் சலித்துப்போயிருந்தனர். சில பெண்களும் அங்கிருந்தனர், மக்கள் படை உறுப்பினர்களில் 40 சதம் பேர் பெண்கள் என்று கூறினார்கள். பெருவாரியான கமாண்டர்கள் ஐம்பது அறுபது வயதினைக் கடந்தவர்களாக இருந்தார்கள். அதனால் அமைதிக்காக அவர்கள் அவசரப்படுவதற்கான காரணம் புரிந்தது. அவர்களுக்குச் சொந்தமாக அச்சுக்கூடம், டிவி ஸ்டேஷன் இருந்ததோடு கிட்டத்தட்ட ஓர் இணையான அரசாங்கத்தையே அவர்கள் நடத்தி வந்தார்கள். ஆற்றல் மிக்கவர்களாயிருந்தாலும் அவர்கள் மாற்றத்தை விரும்பினார்கள். குருதேவ் ஒவ்வொருவர் பேசுவதையும் கேட்டார். அவர்களுடைய கவலைகளைப் பகிர்ந்து கொண்டு அவர்களோடு கலந்தாலோசித்தார்.

ஒவ்வொரு கணமும் உருக்கமாயிருந்தது. முதல் நாளிலேயே, ஒரு தொடர்பு ஏற்படுத்தப்பட்டு விட்டது. இரண்டாவது நாள், அவரை மாஸ்டர் என்று அடையாளம் கண்டு கொண்டனர். மக்கள் படை உறுப்பினர்களில் ஒருவரான பாஸ்டர் அலாபே (PastorAlape) 'இதற்கு முன்னால் நான் மரத்தினாலும் கருங்கல்லினாலும் செய்யப்பட்ட துறவி-உருவங்களைத்தான் பார்த்திருக்கிறேன், ஆனால் இன்று ஓர் வாழும் துறவியைப் பார்க்கிறேன்,' என்று கூறினார். அவர் குருதேவிற்கு இரண்டு கற்களைக் கொடுத்தார் - ஒன்றில் குருதேவ் தன்னுடைய சக்தியை ஏற்றித்தந்தால், மக்கள் அந்தக் கல்லைத் தொட்டு குருதேவை உணர முடியும் என்பதற்காக; மற்றொரு கல், குருதேவே வைத்துக் கொள்வதற்காக. மூன்றாவது நாளன்று, குருதேவின் கைகளைப்

பற்றிக் கொண்டு, 'மாஸ்டர், நாங்கள் காந்திஜியின் கொள்கையான அஹிம்சையைப் பின்பற்றுவோம் என்று உறுதியளிக்கிறோம்,' என்று கூறினார்கள். இந்தச் சம்பவம் என்னை நெகிழ வைத்தது. இது எப்படிச் சாத்தியமாயிற்று? வாழ்க்கை முழுவதும் ஒரு குறிப்பிட்ட கடுமையான முறையில் வாழ்ந்தவர்கள், மூன்றே நாட்களில் உருகிவிட்டனர். குருதேவ் அஹிம்சை என்பது வீரம் மிகுந்தது என்று உணர்த்திவிட்டார். குருதேவினால் மக்கள் படை உறுப்பினர்களின் மனதில் இப்படி ஒரு மிகப்பெரிய மாற்றத்தை எப்படிக் கொண்டுவர முடிந்தது என்று ஒரு பத்திரிகையாளர் கேட்டார். ஆனால் உண்மையிலேயே எது முக்கியம் - என்ன சொல்லப்பட்டது என்பதா, இல்லை, *யார்* சொன்னார்கள் என்பதா?

நாமே உண்டாக்கிக் கொண்ட குமிழிகளில் நாம் வாழ முயல்கிறோம். ஆனால் குருதேவுடன் பயணம் செய்யும் போது இந்த மாதிரிக் குமிழிகளிலிருந்து வெளியே வரமுடிவதைப் பார்க்கிறேன். காரணம், போகும் இடமெல்லாம் மக்கள் அவருக்காகக் காத்திருப்பதே. உதாரணத்திற்கு, மெக்சிகன் பாராளுமன்றத்தின் சில பிரதிநிதிகளை ஹோட்டலின் எலிவேட்டரில் நாங்கள் சந்தித்தோம். குருதேவ் அவர்களுக்கு வணக்கம் சொன்னார். அமைதிப் பேச்சுவார்த்தைக்காக வந்திருக்கிறார் குருதேவ் என்று தெரிந்ததும் அவர்கள் மிகவும் மகிழ்ச்சி அடைந்ததோடு, தம் நாட்டுப் பாராளுமன்றத்தில் உரையாற்றும்படி அழைப்பும் விடுத்தனர். கொலம்பியாவோ, தென் ஆப்பிரிக்காவோ, வட துருவமோ, விமான நிலையங்களோ, ரெயில்வே ஸ்டேஷன்களோ, அல்லது நடைபாதைகளோ, எல்லா இடத்திலும் மக்கள் அவரைப் பார்ப்பதற்காகக் காத்து நிற்கிறார்கள் *என்பது* தான் நிஜம். நான் அவருடன் தொண்ணூறு நாடுகளுக்குச் சென்றிருக்கிறேன். ஒவ்வொரு இடத்திலும் தன்னைவிட உயர்ந்த ஒன்றோடு தொடர்பு கொண்டுவிட வேண்டும் என்று ஆர்வம் கொண்ட மக்களின் இதயத்து அழுகையையும், உண்மையைத் தேடுபவர்களின் ஏக்கத்தையும், அறிஞர்களின் இறுதித் தேடலையும் தான் நான் அனுபவித்திருக்கிறேன். அவர் மூலமாக இந்தத் தொடர்பு பலருக்கு இயல்பாக ஏற்படுவதை நான் பார்த்திருக்கிறேன்.

ஊடகங்கள் இதையோர் சரித்திர நிகழ்வாகப் புகழ்ந்தன. அது என் கண் முன்னாலேயே நிகழ்வதைக் காணும் பேறு பெற்றிருக்கிறேன். குழந்தையாக, நான் கடலோரத்தில் நடக்கும் போது, கடற்சிப்பிகளைச் சேகரிப்பேன், அவைகள் மென்மையாகவும் அழகாகவும் இருக்கும், ஒவ்வொன்றையும் பொக்கிஷமாகக் கருதுவேன். இப்போதோ, வாழ்க்கையின்

விளிம்பில் நடக்கும் போது, அத்தகைய பொக்கிஷமான கணங்களை ஏராளமாகச் சேகரித்து விட்டதாகவே உணர்கிறேன். பத்திரிகையாளர் சந்திப்பு முடிந்ததும் குருதேவுடன் கடலோரத்தில் நடக்கச் சென்றோம். நிம்மதியூட்டும் கடலின் இரைச்சலை ரசித்தபடி மௌனமாக நடந்தேன். கடல் அலைகளைப்போல் என் வாழ்வின் பல நிகழ்வுகள் உயர்ந்து எழுவதையும் தணிந்து மறைவதையும் என்னால் பார்க்க முடிந்தது. ஆனாலும் கடலின் ஆழத்தில் எப்போதும் அமைதியே நிலவியது. அதுபோலவே, என்னைச் சுற்றியுள்ள அனைத்தும் மாறிவிட்ட போதும் நான் மட்டும் அப்படியே இருக்கிறேன். குருதேவும் அப்படியே இருக்கிறார். இது நிஜம் தானா என்று இன்னொரு முறை என்னை நானே கிள்ளிக் கொள்கிறேன். அவர் என் சகோதரர். என் மாஸ்டர். ஆனால் உண்மையில் அவர் *யார்*?

1

நள்ளிரவில் ஒரு சூரியோதயம்

இருண்ட நள்ளிரவில் வானிலிருந்து ஒரு நீர்த்திவலை மண்ணைத் தொடுவதற்குள் தென்னங்கீற்றில் விழுகிறது. கோடை மழைக்கு அச்சாரம். இரவின் ரகசியத்தில் ஒவ்வொரு துளியும் மண்ணோடு தொடர்பு கொள்ளும் போது, தாகமான மண்ணின் ஒவ்வொரு நரம்பிலும் புத்துணர்ச்சி தரும் சில்லிப்பு பரவுகிறது. மழை மண்ணின் மீது விழுந்தவுடன், மண்ணின் மணம் அந்தத் திறந்த முற்றம் முழுவதும் பரிமளித்தது. மழை மங்களகரமானதாகக் கருதப்படுகிறது, அது தேவர்கள் (தேவதைகள்) மகிழ்ச்சியாக இருக்கிறார்கள் என்பதற்கான அடையாளமாகக் கருதப்படுகிறது. அதை அங்கீகரிக்கும் விதமாக மேலே சொர்க்கத்தை அண்ணாந்து பார்த்த அலமேலு பெரியம்மாவின் முகத்தில் ஒரு மென்மையான புன்னகை படர்ந்தது. ஆனால் மற்றவர்களின் கவனமோ, என்னுடைய தாயாரின் பெற்றோர்வழி ஊரான பாபநாசத்தில் இருந்த சிறிய மகப்பேறு அறையின் கனமான மரக் கதவுகளையும் மீறி வெளியே வந்த ஆழ்ந்த மூச்சு மற்றும் முனகல்கள் மீதே பதிந்திருந்தது. எத்தனை அழகான பிரயாணம் ஒன்று துவங்க இருக்கிறது என்பது அங்கிருந்த யாருக்கும் தெரியவில்லை.

பாபநாசம் பற்றிய என்னுடைய நினைவுகள் இனிமையான, சாதாரணமான, அமைதியான அதே சமயம் உயிரோட்டத்துடன் கூடிய கிராமம் என்ற அளவில் இருந்தன. தஞ்சாவூர் நகரிலிருந்து இருபத்தைந்து கிலோமீட்டர் தொலைவில் உள்ள பாபநாசம் என்ற பெயரின் அர்த்தம் ‘பாவங்களை ஒழிக்க வல்லது,’ என்பதாகும். அதனுடைய புழுதி மிகுந்த தெருக்களில் தமது வழக்கமான தாழ்வாரங்கள் மற்றும் தூண்களுடன் கூடிய செட்டிநாட்டுப் பாணி வீடுகள் வரிசையாக இருக்கும். வீட்டின் வாயிலிலிருந்து வீட்டுக்குள் நுழையும் கதவு வரை செல்லும் பாதையில் அரிசிமாவினால் போடப்பட்ட, வீட்டுப் பெண்களின் திறமையைப்

பறைசாற்றும் சிக்கலான வடிவங்களுடன் கூடிய மாக்கோலங்கள் அலங்கரிக்கும். அந்த அரிசிமாவைச் சின்னஞ்சிறு அணில்கள் முன்னும் பின்னும் சென்று உண்ணும், சாரிசாரியாக எறும்புகளும் பொறுமையாகச் சின்னச்சின்ன அளவில் மாவை எடுத்துச் செல்லும்.

கிராமத்திலுள்ள பெருவாரியான வீடுகளைப் போல், எங்களுடைய வீடும், ஒருகட்டு வீடாகும். கருங்கல் தரைகள், மத்தியில் ஒரு தாழ்வாரம், சீமை ஓடு வேய்ந்த கூரை, சுண்ணாம்பினால் பூசிய சுவர்கள், விளக்கு வைப்பதற்காக முக்கோண வடிவப் பிறைகள் இருந்தன. அம்மாவின் குடும்பத்தைச் சேர்ந்த நான்கு சகோதரர்கள் மற்றும் மூன்று சகோதரிகளுக்கும் அதுவே வீடாக அமைந்தது. ஏழு நபர்களில் அலமேலு பெரியம்மா தான் எல்லோருக்கும் மூத்தவர். என்னுடைய எல்லா மாமாக்களும் மாமிகளும் ஒல்லியாகவும், தீர்க்கமானவர்களாகவும், நடுத்தர உயரத்துடனும், கோதுமை நிறத்துடனும் இருந்ததோடு தமிழில் புலமையோடும் இருந்தார்கள். மிகவும் பாசமான குடும்பம். அம்மாவுக்கு மிகவும் நெருக்கமாக இருந்தார்கள். என்னுடைய சிறிய தாத்தாவின் குடும்பமும் அந்த ஊரில் தான் வசித்தது. எனவே, பாபநாசத்திற்கு வருவதென்பது அவர்கள் அனைவருக்குமே சொந்த வீட்டிற்கு வருவது போலாகும்.

வீட்டிற்கு வெளியே குறுகலான திண்ணை இருந்தது. விருந்தாளிகள் அங்கு தான் உட்கார வைக்கப்படுவார்கள். மிகுந்த வேலைப்பாட்டுடன் கூடிய லட்சுமி உருவம் செதுக்கப்பட்ட கனமான பர்மா தேக்கினால் ஆன இரட்டைக் கதவுகள் இருந்தன. உள்ளே நுழைந்தவுடன், வீட்டினுள் நீண்ட தாழ்வாரத்தில் தூண்களுடன் கூடிய முற்றத்தைத் தொடர்ந்து தனித்தனி அறைகள் இருந்தன. திறந்த முற்றத்தில் நல்ல வெளிச்சமும் காற்றும் வந்தது. அடுத்து சமையலறை இருந்தது. அதிகாலை நேரத்து நடவடிக்கைகளின் மையமாக இருந்ததோடு, காய்களை நறுக்கும் ஓசையும், ஸ்தோத்திரங்களின் இசையும், அனைவரின் பேச்சொலியும் கலந்து ஒலிக்கும். காலை நேரங்கள் எப்போதும் கலகலப்பாக இருக்கும். வயல்வெளிகளைப் பார்த்துக் கொள்ளும் சுவாமிநாதன் வருவார். கூடைகளில் அன்று பறித்த காய்கறிகளுடன் காய்கறி விற்பவர் வருவார். வாழை நாரில் நெருக்கமாகத் தொடுத்த மல்லிகைப்பூ மாலைகளோடு பூக்காரர் வருவார். எல்லா நாளும் காலையில் நாங்கள் பூஜை செய்வதோடு அருகில் உள்ள கோயிலுக்குச் செல்வதும் வழக்கம். மதிய உணவு எப்போதும் வாழை இலையில் தான். மாலை நேரங்களில் சூடான காபியை அனைவரும் ஒன்றாக அமர்ந்து பேசியபடியே பருகுவோம். மாலையில் முற்றத்தில்

அமர்ந்தபடி பாரம்பரியக் கர்நாடக இசை பாடுவதும், வீணை வாசிப்பதும் வழக்கமான நிகழ்வுகள்.

அம்மா ஆசாரமான பிராமணக் குடும்பத்தில் வந்தவர். மத நம்பிக்கை மிகுந்தவர். எதைச் செய்தாலும் சிறப்பாகச் செய்பவர். குடும்பத்திலுள்ள அனைவரையும் சமநிலையோடும் அதேசமயம் ஒவ்வொருவரின் தனிப்பட்டத் தேவைகளையும் கவனித்துச் செயல்பட்டவர். தானே இஸ்திரிபோட்ட மடிப்பு கலையாத புடவையை அணிந்து கொண்டு, தலையில் அழகான 'பன்' வைத்த கொண்டையுடன் பூரணத்துவத்தின் வடிவமாகத் திகழ்ந்தார் என் அம்மா. ஒரு நாள் சூரியக்கதிர் ஒன்று தனக்குள் நுழைவதாக உணர்ந்ததாகவும் அன்றே தான் கர்ப்பமானதாகவும் சொல்லுவார். கர்ப்பமான பெண், தன் தாய் வீட்டில் தங்குவது வழக்கம் அல்லவா? கர்ப்பமான சில மாதங்களில், மதியம் ஓய்வெடுத்துக் கொண்டிருந்த ஒரு நாளில், 'அம்மா நலமா?' என்று கருவிலிருக்கும் குழந்தை கேட்டதாக அவர் உணர்ந்தார். அதைத் தன் மூத்த சகோதரி அலமேலுவிடம் பகிர்ந்து கொண்டார். கர்ப்பவதிகள், கருப்பையில் குழந்தை உதைப்பதை உணர முடிவது போலவே, அக்குழந்தையுடன் உரையாடவும் முடியும் என்று அலமேலு பெரியம்மா கருதினார். இந்தப் பெண்கள், யதார்த்தமானவர்களாக இருந்தாலும், அனைத்து விஷயங்களிலும் நம்பிக்கை வைத்திருந்தார்கள்.

1956 மே 13: அந்த முக்கியமான நாளும் வந்தது. என்னுடைய மாமாக்கள், பெரியம்மா, அம்மாவுடைய அம்மாவான சீதாலட்சுமிப் பாட்டி, என் தாத்தாவின் சகோதரியான சாவித்திரி அத்தைப்பாட்டி மற்றும் அவருடைய குடும்பம் என்று அனைவரும் வீட்டில் இருந்தனர். உள்ளே நுழைந்தவுடன் வலப்பக்கம் இருந்த சிறிய அறை மகப்பேறுக்காகச் சுத்தம் செய்யப்பட்டது. (அதை 'கேமிரா உள்,' என அழைப்பார்கள். பொருட்கள் வைக்கும் இடமாக இருக்கும். மருத்துவச்சி தங்கம் உதவிக்காக வரவழைக்கப்பட்டார். விசாலத்தின் (என் அம்மா) பிறக்கப்போகும் குழந்தைக்காக உற்சாகத்துடன் குடும்பம் முழுவதும் எதிர்பார்த்துக் காத்திருந்தது.

அறையில் மருத்துவச்சிக்கு உதவியாக என் பாட்டியும் இருந்தார். மாமாக்கள் சற்றே பதற்றத்துடன் அங்கும் இங்கும் நடந்து கொண்டிருந்தார்கள். அவர்களும் நல்ல செய்திக்காகக் காத்துக் கொண்டிருந்தார்கள். அந்தச் சிறிய அறையிலிருந்து அலமேலு பெரியம்மா வெளியே வருவதும் போவதுமாக இருந்ததைப் பார்த்துக் கொண்டிருந்தார்கள். 'குழந்தையின் தலை கொஞ்சம் பெரிசு,' என்று சொன்ன தங்கம், விசாலத்தை நன்றாக முக்கச் சொன்னாள். பக்கத்தில் இருந்த சிவன் கோவிலின் இரவு

ஊர்வலத்திலிருந்து எழுந்த வேத கோஷத்தோடு, மழைத்துளிகள் விழும் மெல்லிய ஓசையும், மனிதர்களின் ஆழ்ந்த பெருமூச்சும் கலந்து வந்தது. கோவிலிலிருந்து உற்சவர் ஊர்வலம் தங்கள் வீட்டைக் கடந்து செல்லும் போது அந்த வீட்டைச் சேர்ந்தவர்கள் பக்தியுடன் வெளியே நிற்பது வழக்கம் என்பதால் என் மாமாக்கள் வெளியே வந்தனர். ஊர்வலம் வீட்டைக் கடந்த அதே நேரத்தில் மகிழ்ச்சியின் மொத்த வடிவமான குழந்தை ஜனித்தது. பிறந்த குழந்தை தனது முதல் மூச்சைவிட்டு அழத் துவங்கும் வரையில் மொத்தக் குடும்பத்தினரும் தங்கள் மூச்சை இழுத்துப் பிடித்து வைத்துக் கொண்டிருந்தனர். குழந்தையை முதலில் கையில் ஏந்திக் கொண்ட அலமேலு பெரியம்மாவுக்கு, குழந்தையின் பளபளக்கும் அதிக சிவப்பில்லாத முகத்தையும், அடர்த்தியான சுருள்முடியையும் பார்த்ததும் மெய்சிலிர்த்தது. மகிழ்ச்சியில் திளைத்துக் கொண்டிருந்த குடும்பத்தினரிடம் ''ஆண் குழந்தை,'' என்று அறிவித்தார்.

எல்லாக் கடவுள்களுக்கும் நன்றி சொல்லப்பட்டது. தங்களுடைய அன்புக்குப் பாத்திரமான சகோதரியின் குழந்தையைப் பெருமையுடனும் மகிழ்ச்சியுடனும் வரவேற்றனர். பெங்களூரில் இருந்த என் தந்தைக்கு காலையில் தந்தி அடித்தார், என் மாமாக்களில் ஒருவர். அப்போதெல்லாம் ரயில் தான் வேகமான வாகனம். பிதாஜி திருச்சி வரை ரயிலில் வந்து அங்கிருந்து பஸ்ஸில் பாபநாசம் வந்தார். இன்னும் குழந்தையைப் பார்க்கவில்லை என்றாலும் குழந்தை பிறந்த நேரம் அவருக்குப் பல செய்திகளைச் சொல்லாமல் சொல்லியது.

பிதாஜி ஜோதிடமும் ஆயுர்வேதமும் படித்தவர். அவர் குழந்தையின் ஜாதகத்தைக் கணித்து அதன் தனித்தன்மையை அனைவருக்கும் கூறினார். நான்கு கிரகங்கள் உச்சத்தில் இருந்தன. இன்னும் சில கிரகங்கள் சிறப்பான இடங்களில் இருந்தன.

இது குழந்தையின் எதிர்காலம் மிகப் பிரமாதமாக இருக்கும் என்பதைக் குறிப்பாக உணர்த்தியது. அன்றைய தினம் தான், ஸ்ரீ ஆதிசங்கரரும், ஸ்ரீ ராமானுஜரும் அவதரித்த தினமாகும். ஆதிசங்கரர் அத்வைத தத்துவத்தையும் ஸ்ரீவைஷ்ணவ பாரம்பரியத்தின் முக்கியமான துறவிகளுள் ஒருவரான ஸ்ரீ ராமானுஜர் விசிஷ்டாத்வைத தத்துவத்தையும் போதித்தவர்கள். எங்கள் குடும்பம் பழமையின் மீது அதீத நம்பிக்கையும் மரியாதையும் வைத்திருந்ததாலும் துறவிகளின் மீது அதீத பக்தி கொண்டிருந்ததாலும் இவர்களின் பிறந்த நாளோடு எங்கள் இல்லத்துக் குழந்தையின் பிறந்த நாளும் அமைந்தது எங்களுக்குக் கொண்டாட வேண்டிய விஷயமாக இருந்தது. இந்த விஷயங்கள்

குழந்தையின் பெயரைத் தேர்ந்தெடுப்பதில் பெரும் பங்கு வகித்தன எனலாம்.

என் பாட்டி (தகப்பனாரின் அம்மா) குறிசொல்பவர். அவர் நீண்ட நாட்களுக்கு முன்னரே பிதாஜிக்கு ஓர் ஆண் குழந்தையும் ஒரு பெண் குழந்தையும் பிறக்கும் என்று சொல்லியிருந்தார். 'அவன் உலகம் முழுவதற்கும் ஒளி கொண்டு வருவான். அவனுக்கு ரவி என்று பெயர் சூட்டுங்கள்,' என்று கூறியிருந்தார். 'ரவி' என்றால் சூரியன் என்று பொருள். அத்துடன், யதேச்சையாகக் குழந்தை ஞாயிறன்று பிறந்திருந்தது. எனக்கும் 'பானு' என்று பெயர் வைக்கும்படி அவர் சொல்லியிருந்தார். பானு என்றாலும் சூரியன் என்றே அர்த்தம். அவருடைய சொற்களுக்கு மதிப்பு கொடுக்கும் வகையில் 'ரவி' என்ற பெயரோடு ஆதிசங்கரருக்கு மரியாதை செலுத்தும் விதத்தில் 'ஷங்கர்' என்ற பெயரும் இணைக்கப்பட்டது. ராமானுஜர் தொடர்புக்காக 'நாராயணா'வையும் சேர்க்கும் யோசனை இருந்தது ஆனால் 'ரவி ஷங்கர் நாராயணா' என்ற பெயர் மிகவும் நீளமாகி விடும் என்பதால் அந்த எண்ணத்தைக் கைவிட்டனர். குழந்தை பிறந்த மங்களகரமான பதினோராம் நாளன்று குழந்தையின் காதுகளில் 'ரவி ஷங்கர்' என்ற பெயர் என்னுடைய தகப்பனாரால் முணமுணுக்கப்பட்டது.

சில நாட்கள் சென்ற பிறகு, வழக்கம் போல், மதிய நேரங்களில், அம்மா தாழ்வாரத்திற்கு அருகில் உள்ள அறையில் குழந்தையுடன் ஓய்வெடுத்துக் கொள்வார். ஒரு நாள், சூடான ஒளி அறையை நிரப்பியது. குழந்தை, அம்மாவின் அருகில், மென்மையான வெண்ணிறத் துணியின் மீது படுத்திருந்தது. ஒளி எங்கிருந்து வருகிறது என்பதைக் காணும் பொருட்டு அம்மா எழுந்த போது, பல துறவிகள் குழந்தையை ஆசீர்வதிப்பதை அவரால் மனக்கண்ணால் காண முடிந்தது. இந்தச் சம்பவம் நடந்து சில நாட்களுக்குப் பிறகு, கர்நாடகாவிலுள்ள சிவகங்காவைச் சேர்ந்த சங்கராச்சாரியார் எங்களுடைய இல்லத்திற்கு வருகை தந்தார்.அம்மா அவரிடம் குழந்தையை ஆசீர்வதிக்கச் சொன்னார். சங்கராச்சார்யார் குழந்தையின் அழகிய முகத்தைப் பார்த்ததோடு அதன் முதுகில் ஒரு சிறப்பு மச்சம் இருப்பதையும் கவனித்தார். அவர் கண்கள் மகிழ்ச்சியில் பளபளக்க, 'இந்தக் குழந்தையின் தாயாக இருப்பது உங்களுடைய பாக்கியம்,' என்று கூறினார்.

பின்னர், சங்கராச்சார்யார் பக்தியுடன் குழந்தையின் முன்னால் கை கூப்பியதாக அம்மா கூறினார். ஓர் இளம் தாய்க்கு இது சற்றும் எதிர்பாராத தருணம். குழந்தைகளை ஆசீர்வாதத்திற்காகத் துறவிகளிடம் அழைத்துச் செல்லும் பழக்கம் இந்தியாவில் தொன்று தொட்டு இருந்து வந்திருக்கிறது. மிகவும் மரியாதைக்குரிய

துறவிகளான சிருங்கேரி மற்றும் காஞ்சி சங்கராச்சாரியார்களும் குழந்தையின் கண்களில் ஒரு திவ்ய ஒளியைக் கண்டனர். இம்மாதிரி மரியாதைக்குரிய மனிதர்களால் அடையாளம் காட்டப்படுவது மகிழ்ச்சி தரக்கூடிய விஷயம் தான் என்றாலும், இவற்றால் என்னுடைய அம்மாவின் மனத்தில் தன் குழந்தையின் எதிர்காலத்தைக் குறித்து சில கேள்விகள் எழுந்தன.

பிதாஜி கூட, குழந்தையை இறையருள் பல சமயங்களில் பாதுகாத்த செய்திகளை அடிக்கடி சொன்னதுண்டு. அந்த நாட்களில் பெருவாரியான கிராமிய வீடுகளில் தாயும் சேயும் தூங்கக் கூடிய அளவிற்குப் பெரிய தொட்டில்கள் இருக்கும். தாழ்வாரத்தை ஒட்டிய ஹாலில் இரும்புச் சங்கிலிகளால் கனமான மரத்தூணில் இணைக்கப்பட்ட மரத்தொட்டில் ஒன்று இருந்தது. ஒரு நாள், அம்மா தொட்டிலை ஆட்டிக் குழந்தையை உறங்க வைக்க முயற்சித்த போது பிதாஜி வீட்டிற்கு வந்தார். அவரை வரவேற்க அம்மா சென்ற அந்த நேரத்தில், தொட்டிலோடு இணைக்கப்பட்ட இரும்புச் சங்கிலி அறுந்து, தொட்டில் பலத்த சப்தத்துடன் கீழே விழுந்தது. அதிர்ச்சியில் அம்மா மூர்ச்சையடைந்தார். உடைந்த தொட்டிலைப் பார்த்த பிதாஜி அம்மாவைப் பிடித்துக் கொண்டார், அவருடைய மனதிலும் குழந்தையின் உயிரைக் குறித்து பயம் இருந்தது. ஆனால், உடைந்த தொட்டிலின் உள்ளே குழந்தை எதுவும் ஆகாமல் விளையாடிக் கொண்டிருந்ததைப் பார்த்து அவருக்கு அதிர்ச்சியும் ஆச்சரியமும் ஏற்பட்டது. இயற்பியலின் சட்டத்திற்கு மாறாக, கனமான இரும்புச் சங்கிலி வெளியில் விழுந்து கிடந்தது. அலமேலு பெரியம்மா தொட்டிலின் அருகே ஓடோடி வந்து, குழந்தையை வெளியே எடுத்து, சப்தமாக 'குழந்தை பத்திரமாக இருக்கிறது!' என்றார். சில வினாடிகள் சென்ற பிறகு, அம்மாவின் மனநிலை சாந்தமான பிறகு, குழந்தையைத் தன் மார்போடு அணைத்துக் கொண்டார், மகிழ்ச்சியின் உச்சத்தில் சிரிப்பும் அழுகையும் கலந்த கண்ணீர் அவருடைய கன்னத்தில் வழிந்தோடியது. 'கடவுள் நம் குழந்தையைக் காப்பாற்றிவிட்டார்,' என்று கூறியபடியே கைகள் நடுங்க கண்களில் கண்ணீர் மல்கக் குழந்தையைப் பிதாஜியிடம் கொடுத்தார்.

இன்னொரு சந்தர்ப்பத்தில், என் தாயார் குழந்தையுடன் மாட்டு வண்டியில் சுவாமிமலைக்குச் சென்று கொண்டிருந்தார். அவருடைய சகோதரிகள், சகோதரர் மற்றும் அவருடைய மனைவி உடன் சென்றிருந்தனர். அது பத்து கிலோமீட்டர் தூரப் பயணம். அவர்கள் செல்ல வேண்டிய இடத்தை அடைந்தவுடன், வண்டியிலிருந்து ஒவ்வொருவராக இறங்கத் துவங்கினார்கள். கடைசியாக அம்மா இறங்கினார். குழந்தையை வண்டியிலிருந்து அம்மா எடுத்த அந்த வினாடி, மாட்டுவண்டியின் சக்கரம்

கழன்று மொத்த வண்டியும் அப்படியே நிலைகுலைந்து கீழே விழுந்தது. பின்னர் தான் தெரிய வந்தது, வண்டியின் அச்சாணி மூன்று கிலோமீட்டர்களுக்கு முன்னாலேயே எங்கோ கழன்று விழுந்துவிட்டது என்று. அனைவரும் ஆச்சரியத்தில் மூழ்கினர். அச்சாணி கழன்று விழுந்த பிறகும் வண்டி சரியாமல் எப்படி இத்தனை தூரம் பயணம் செய்தது? குழந்தையை அம்மா கையில் எடுத்த பிறகே ஏன் வண்டி சரிந்தது? இதற்கு தர்க்க ரீதியான விளக்கம் இல்லை என்பதால் அனைவரும் அபார தெய்வீக சக்திக்கு நன்றி சொன்னார்கள். என் தாயார் பதற்றம் அடைந்தார், என் தந்தை அவரின் உணர்வுகளைப் புரிந்து கொண்டாலும், மனித வாழ்க்கையில் இம்மாதிரியான சவால்கள் தவிர்க்க முடியாதவைகள் என்றும் இந்தச் சம்பவம் மூலம் தங்களுடைய மகனை மேலே உள்ள சக்தி காப்பாற்றி வருகிறது என்பதையும் உணர்ந்து கொண்டார்.

2

இட்லிகள், மாடுகள், கோயில்கள் மற்றும் விளையாட்டுக்கள்

ரவிக்குச் சில மாதங்களே ஆன நிலையில், அம்மா பெங்களூருக்கு வந்தார். பிதாஜி கார் தயாரிப்புத் துறையில் பணியாற்றி வந்ததோடு, எரிபொருள் குறைவாகப் பயன்படுத்தும் காரைத் தயாரிக்கும் பணியில் ஈடுபட்டுக் கொண்டிருந்தார். எங்களுடன் பிதாஜியின் அம்மா, சிருங்காரம்மாவும் (அவரை அத்தையம்மா என்று அழைத்தோம்), பிதாஜியின் தம்பி சுப்ரமணியம் மற்றும் சகோதரி வசந்தாவும் வசித்து வந்தனர். பெங்களூரில் எங்களுடைய முதல் வீடு மினர்வா சர்க்கிளில் ஒரு வாடகை வீடாகும். பின்னர், எங்களுடைய அழகிய, சொந்த வீடான, 'மஞ்சுளா'விற்குக் குடிபெயர்ந்தோம். எங்களுடைய புது வீட்டிற்கு மஞ்சுளா என்ற பெயரை அத்தையம்மா தான் தேர்ந்தெடுத்தார். பளிச்சென்ற வட்டவடிமான முகம், நீண்ட முடி, அழகிய பிரகாசமான புன்னகை ஆகியவைகளுடன் அழகான பெண்மணியான அத்தையம்மா மிகவும் புத்திசாலியாகவும் இருந்தார். என் தந்தையார் சொந்த வீடு வாங்குவது என்று முடிவு செய்தவுடன் அவர் பெங்களூரு ஜெயநகரில் ஒரே தெருவில் இரண்டு வீடுகளைத் தேர்வு செய்து வைத்திருந்தார். ஒன்று தெருக்கோடியில் இருந்த பெரிய வீடு, மற்றொன்று அதைவிடச் சிறியதான 'மஞ்சுளா'வாகும். இரண்டில் எதை வாங்குவது என்று அத்தையம்மாவுடன் ஆலோசிக்கையில், அத்தையம்மா சிறிய வீட்டைத் தேர்வு செய்தார். காரணம், 'சிறிய வீட்டில் நாம் ஒருவருக்கொருவர் நெருக்கமாக இருக்கலாம். இது நமக்குப் போதும்!' என்றார். அவருடைய உள்மனம் சொன்னது சரியாகவே இருந்தது. நாங்கள் மஞ்ளாவிற்குள் குடிவந்தபோது எனக்குச் சுமார் நான்கு வயதிருக்கும். எங்கள் வாழ்க்கையின் விலைமதிப்புமிக்க வளரும் பருவத்தின் அரங்கமாக இருந்த இந்த

வீடு, எப்போதும் நண்பர்களாலும் உறவினர்களாலும் நிறைந்து காணப்பட்டது. மஞ்சுளாவின் சூழல் அரவணைப்பும் குடும்பப் பாதுகாப்பும் கொண்டதாக இருந்தது. இதற்கு மாறாக, அந்தக் கோடி வீட்டில் இத்தனை ஆண்டுகளில் எப்போதாவது மட்டுமே யாராவது வசிப்பார்கள். தொடர்ந்து யாரும் வசித்ததேயில்லை.

அந்த இடம் முழுவதும் மரங்களும் பறவைகளும் நிறைந்து இருந்தன. வீட்டைச் சுற்றி மா, கொய்யா, தென்னை மற்றும் வேறு சில மரங்களும் இருந்தன. என் ஒரு வயது அண்ணனுக்கு தோட்டத்திலுள்ள பறவைகளையும் சின்னச்சின்ன மிருகங்களையும் அம்மா காண்பித்துக் கொடுப்பார் என்று பிதாஜி சொன்னதுண்டு. காற்றின் அலைகளோடும் கதிரவனோடும் இணைந்து மிருகங்களும் பாடி ஆடுவதைக் கண்டு சிறுவனான ரவி மலர்ந்த கண்களோடு கைதட்டிச் சிரித்து மகிழ்வராம்.

ரவி பிறந்த இரண்டு வருடங்களுக்குள்ளேயே 1958 ஜனவரி 11ஆம் நாள் நான் பிறந்தேன். அது தியாகராஜ ஆராதனை காலமாதலால் என் தாயாரையும் பாட்டியையும் தவிர, குடும்பத்தினர் அனைவரும் அந்த விழாக்களில் பங்கெடுத்துக் கொள்ள, பாபநாசத்திலிருந்து இருபது கிலோமீட்டர் தொலைவிலுள்ள திருவையாறுக்குச் சென்றிருந்தனர். அங்கு பெரிய சங்கீத வித்வான் ஒருவரின் வீட்டில் தங்கியிருந்தனர். ஆனால், மதியத்திற்கு மேல், என் தாயாருக்கு இடுப்பு வலி எடுக்கத் துவங்கியது. பாட்டி பஸ் டிப்போவிற்கு ஓடிச்சென்று, திருவையாறுக்குச் செல்லும் பஸ்ஸை பிடித்து அதன் டிரைவரிடம் ‘அவர்களை உடனடியாக வீட்டிற்கு வரச் சொல்லுங்கள்,’ என்ற விபரத்தைச் சொல்லி அனுப்பினார். பஸ் டிரைவர் அந்த சங்கீத வித்வானின் வீட்டிற்குச் சென்று அலமேலு பெரியம்மாவிடம் அந்தச் செய்தியைச் சொன்னார். சீக்கிரமே, குடும்பம் முழுவதும் பாபநாசத்திற்கு திரும்பி வந்து ரவியைப் பார்த்துக் கொண்டு என்னுடைய வரவுக்காகக் காத்திருந்தனர்.

குழந்தைப் பருவத்திலிருந்து நான் என் சகோதரரிடம் மிகுந்த பாசத்துடன் இருந்தேன். என் சகோதரர் ஒன்றரை வயதாக இருக்கும் போதே அவர் என் மேல் மிகுந்த அக்கறையுடன் இருந்ததாக அம்மா சொல்லுவார். என் சித்திகள் அவரை இப்படிக் கிண்டல் செய்வார்களாம், ‘உன் தங்கை பொம்மை போல் இருக்கிறாள், அதனால் பக்கத்து வீட்டுக்காரர்கள் அவளைக் கேட்கிறார்கள்,’ என்று. அதைக் கேட்டதும் எந்த விருந்தினரையும் என்னைத் தொடக் கூட அனுமதிக்காததோடு என்னை அதிக கவனத்துடனும் மென்மையுடனும் பார்த்துக் கொள்வாராம். தன்னுடைய சுண்டு

விரலை என்னுடைய இளம் கைகளில் நுழைத்து, என்னுடைய விரல்கள் அந்தச் சுண்டுவிரலைச் சுற்றிக்கொள்வதை ரசிப்பாராம்.

மகிழ்ச்சியாக இருக்கும் போது நேரம் போவதே தெரியாது. என்னுடைய சகோதரருக்கு நான்கு வயதும் எனக்கு இரண்டு வயதும் இருக்கும் போதே மற்றவர்கள் பார்த்து ஆச்சரியப்படும் அளவிற்கு அவர் மந்திரங்கள் சொல்லவும் பிரார்த்தனை செய்யவும் ஆரம்பித்திருந்தார். நான் அவரைப் பார்த்து அவர் போலவே செய்வேன். அவரிடம் நீ எதற்காகப் பிரார்த்தனை செய்தாய் என்று கேட்டால், 'அனைவரும் மகிழ்ச்சியாக இருக்கப் பிரார்த்தனை செய்தேன்,' என்று சொல்வார். நாங்கள் மேகக்கூட்டங்களை, வானத்தை, நட்சத்திரங்களை, சூரியனை, நிலவை அனைத்தையும் பார்ப்பதோடு அவைகளிடம் பிரார்த்தனையும் செய்வோம். அவர் தன் இரண்டு கண்களையும் மூடிக் கொண்டு பிரார்த்தனை செய்வார், நான் ஒரு கண்ணை மட்டும் மூடிக் கொண்டு இன்னொரு கண்ணால் அவர் அடுத்து என்ன செய்யப் போகிறார் என்பதைப் பார்த்துக் கொண்டிருப்பேன். பழைய பழக்கங்களுக்கு மரணமில்லை என்பார்கள். இப்போதும் நான் அவரை இரண்டு கண்களையும் மூடிக் கொண்டோ அல்லது இரண்டையும் திறந்துகொண்டோதான் பார்ப்பேன். நான் வணங்குவது அவர் ஒருவரைத்தான். பிரார்த்தனை செய்துகொண்டிருப்பவர்களைக் கண்டால் அவர் மகிழ்ச்சி அடைவார்.

பிரார்த்தனைகள் தாமாக நிகழ்பவையாகும். அதனுடன் சேர்ந்த சடங்குகள் நம் வாழ்க்கைக்கு வண்ணம் சேர்க்கின்றன. எண்ணெய்விட்டு விளக்கேற்றுவது, விக்ரகங்களை அலங்கரிப்பது, மணமுள்ள சந்தனம் அரைப்பது, மணிகளை ஒலிப்பது - இப்படிப்பட்ட சிறுசிறு செய்கைகள் குடும்பம் முழுவதிலும் ஒரு விதமான பக்தி மற்றும் கொண்டாட்டத்திற்கான சூழலை உருவாக்குகின்றன. கோடைகாலங்களில், சுவாமிமலை சுப்ரமண்ய சுவாமி கோவிலில் காவடி எடுப்பதாக வேண்டிக் கொள்வது அம்மா வழக்கமாக செய்யும் சம்பிரதாயம் ஆகும். கோவில் ஒரு சிறு குன்றின் மேல் இருந்தது. அம்மா பால்குடத்தைத் தலையில் ஏந்திக்கொண்டு கோவில் பிரகாரத்தைச் சுற்றிவருவார். அந்த மாதிரி நேரங்களில் அம்மா பக்தியில் ஒருவிதமான பரவசநிலைக்கே சென்று விடுவார். என் சகோதரர் அம்மாவுக்கு வழி காட்டியபடி, மெல்ல நடப்பார். அவர்களுடன் நானும் நடப்பேன். அம்மா கண்களை மூடிக் கொண்டு நடக்கும் போது, பானையிலிருந்து பால் வழிந்து அவருடைய சேலையை ஈரமாக்கிவிடும். ஆனால், சன்னதிக்கு வந்து, நாங்கள் சுப்ரமண்ய சுவாமிக்கு அபிஷேகத்திற்காகப் பாலை வழங்கும் போது, பானையில் பால் நிறைந்தே இருக்கும்.

எப்போது சுவாமிமலை கோவிலுக்குப் போனாலும், கும்பகோணத்தில் நாங்கள் அலமேலு பெரியம்மா வீட்டில் தான் தங்குவோம். ஒருமுறை பெரியம்மா வீட்டிற்குப் பக்கத்து வீட்டுக்காரர் வந்து ஸ்ரீ முத்துசுவாமி தீக்ஷிதர் வழி வந்தவரும், சுப்ரமண்ய சுவாமியின் அடியவருமான குரு வந்திருப்பதாகச் சொன்னார். அம்மா, சிறுவன் ரவியுடன் அந்த குருவிடம் ஆசி பெறுவதற்காகச் சென்றார். சிறுவன் ரவி இந்தக் குழந்தைப் பருவத்திலேயே அடிக்கடி தியானத்தில் அமர்ந்து கொள்வதாக அந்த குருவிடம் கூறப்பட்டது. அவர் சிறுவனுக்கு ஒரு பரிசளிக்க விரும்பி, அந்த அறைக்குள் ஒரு வெள்ளிக் கிண்ணத்தில் பல பொருட்களை நிரப்பிக் கொண்டு வந்தார். அதிலிருந்த ஒவ்வொரு பொருளையும் என் அண்ணாவின் முன்னால் தரையில் பரப்பி விருப்பமானதை எடுத்துக்கொள்ளச் சொன்னார். எவ்விதமான தயக்கமும் இன்றி, மரகதத்தினால் ஆன சிவலிங்கத்தைத் தேர்வு செய்து அதன் மேல் ஒரு வெள்ளி நாகத்தை வைத்தார் ரவி. குரு உற்சாகத்தில் துள்ளிக் குதித்தார், ‘நான் இந்த நாளுக்காகத்தான் காத்துக் கொண்டிருந்தேன்,’ என்றார். பதினெட்டாம் நூற்றாண்டைச் சேர்ந்த கவிஞரும் சன்னியாசியும் கர்னாடக இசை விற்பன்னருமான ஸ்ரீ முத்துஸ்வாமி தீக்ஷிதர் தீர்க்க தரிசனமாகச் சொல்லியிருந்தாராம்: அதாவது, இந்த உலகில் தர்மத்தை மீண்டும் நிலைநிறுத்தப் போகிறவர் யாரோ, அவர், லிங்கத்தையும் நாகத்தையும் தேர்ந்தெடுப்பார் என்று. என்னையும் ஒன்றைத் தேர்ந்தெடுக்கச் சொன்னார், நான் சிறிய விஷ்ணு-பாதத்தைத் தேர்ந்தெடுத்தேன். இச்சந்திப்புக்குப் பிறகு வீடு திரும்பிய அம்மாவின் சிந்தனைக்கு இந்நிகழ்ச்சி மேலும் தீனி போட்டது. இம்மாதிரி பல்வேறு கணிப்புகள் வந்த போதிலும், சீக்கிரமே அது பின்னுக்குத் தள்ளப்பட்டு அம்மா, பெரியம்மா, பாட்டி ஆகியோர் இரண்டு குழந்தைகளைப் பார்த்துக் கொள்ளும் தங்களுடைய அன்றாட வாழ்க்கைக்குத் திரும்பிவிடுவார்கள்.

சைக்கிளில் எப்போதாவது செல்லும் நபர், ஸ்ரீனிவாசப் பெருமாள் கோவிலில் இருந்து விட்டுவிட்டு வரும் மணியோசை, இடைவிடாது ஒலிக்கும் குருவிகளின் கீச்சொலி, பசுக்கள் மற்றும் கன்றுகளின் திருப்தியுடன் ஒலிக்கும் அம்மா என்ற குரல் - இவைகளால் ஆனதே கிராமத்தின் ஒருநாளாகும். வீட்டிற்குள்ளோ, புதிதாகத் தயாரிக்கப்பட்ட காபியின் மணம், ஆவி பறக்கும் இட்லிகள் மற்றும் நெய் கலந்த சூடான ரசஞ்சாதம் எங்களுக்காகக் காத்திருந்தது. வீட்டருகே சிறிய மாட்டுத் தொழுவம் இருந்தது. நானும் என் சகோதரரும் அந்தத் தொழுவத்திற்குச் சென்று கன்றுகளோடு வார்த்தையாடுவோம். எல்லாப் பாலையும் நாமே குடித்து விடுவதால் கன்றுகள் பட்டினி கிடப்பதாகச் சிறுவன்

ரவிக்குத் தோன்றியது. அதனால் கன்றுகள் தாயிடம் பால் குடிக்கும் போது எங்களை அங்கே அழைத்துச் சென்று காட்டுவார் பாட்டி. பசுக்களின் உணவு உட்கொள்ளும் முறையைப் பற்றி விளக்குவார். என் சகோதரர் பசுக்களை மிகவும் நேசித்ததோடு தனக்குப் பசிக்கும் போதெல்லாம் அவற்றுக்கும் தீனி போடுவார். இதுவும் எங்கள் பொழுதுபோக்கின் ஓர் அம்சமாக இருந்தது. குழந்தைகளுக்கென்று தனியான பொம்மைகள் தேவையில்லை. அவர்கள் செய்யும் அனைத்துமே விளையாட்டுத்தனமானது தான். ஒருவர் வளரும் போது, புத்திசாலித்தனம் தோன்றி, ஞானமாக மலர்கிறது. அதன் பிறகு, வாழ்க்கையை ஒரு தெய்வீக விளையாட்டின் பகுதியாக நாம் உணரத் தொடங்குகிறோம்.

எங்களுடைய பொழுதுபோக்கு அட்டவணையில் பக்கத்திலுள்ள கோவில்களுக்குச் செல்வதும் அடங்கியிருந்தது. நான் என் ஒன்றுவிட்ட சகோதரி ஹேமா, அவளுடைய சகோதரன் சங்கர், மற்றும் சில அண்டைவீட்டுக் குழந்தைகளுடன் விளையாடுவேன். என் சகோதரரிடம் இயல்பாகவே தலைமை தாங்கும் பண்பு இருந்ததால், நாங்கள் அடுத்து என்ன செய்யவேண்டும், எப்படிச் செய்ய வேண்டும் என்பதை அவரே முடிவு செய்வார். பிள்ளையார் கோவிலில் எங்களைக் காதுகளைப் பிடித்துக் கொண்டு உட்கார்ந்து எழுந்திருக்கச் சொல்வார். (தோப்புக்கரணம்.) இந்தப் பழமையான பழக்கம் இப்போது மூளை வளர்ச்சியில் பெரும் பங்கு வகிப்பதாகச் சொல்லப்படுவதோடு இதை ‘சூப்பர் ப்ரெயின்-யோகா,’ என்று சில ஆராய்ச்சியாளர்கள் அழைக்கிறார்கள். ஸ்ரீனிவாசர் (விஷ்ணு) கோவிலில் குருக்கள் எங்கள் தலைகளில் கிரீடத்தை வைப்பார். கர்ப்பக்கிரகத்திற்குச் செல்லும் பாதையில் கற்களாலான கைப்பிடிச்சுவர் இருந்ததால் சறுக்குவது சுலபமாக இருந்தது. மேலேறும் போது படிகள் வழியாக கர்ப்பக்கிரகம் வரை ஓட்டமாகச் சென்று, பின் அங்கிருந்து சிரித்தபடியே கைப்பிடிச்சுவரில் சறுக்கிக் கொண்டு கீழே வருவோம். அதுவே எங்களின் மகிழ்ச்சியான விளையாட்டாக இருந்தது. சிவன் கோவிலில், 108 சிவலிங்கங்கள் இருந்தன. என் சகோதரர் ‘*ஓம் நமச்சிவாய,*’ என்று கூறிக் கொண்டே ஒவ்வொரு சிவலிங்கத்தையும் சுற்றி வருவார். நானும் அவரைத் தொடர்வேன். அவருடைய பாதங்கள் சிறியவை, ஆனால் என்னுடையவை இன்னும் சிறியவை. சில சமயங்களில் அவருடன் சேர்ந்து சுற்ற வேண்டும் என்பதற்காக நான் ஏதாவது ஒரு லிங்கத்தைச் சுற்றாமல் விட்டுவிட்டு அவரோடு வந்து இணைந்து கொள்வேன், ஆனால் அவர் அதைச் சுட்டிக்காட்டி என்னைச் சுற்றிவிட்டு வரச் சொல்வார்.இப்போது யோசிக்கும் போது நான் ஒவ்வொரு முறை விட்டதை எப்படி அவர் கண்டுபிடித்தார் என்பது

வியப்பாக இருகிறது. ஆனால், அப்போதெல்லாம் அவருடைய கட்டளைகளை அப்பாவித்தனமாகச் செய்து வந்தேன்.

என் சகோதரர் தான் விளையாடும் எல்லா விளையாட்டுக்களிலும் என்னையும் சேர்த்துக் கொண்டார். கிராமத்தில் அதிகளவில் கிடைத்த மணலில் தன்னுடைய சிறிய கைகளைக் கொண்டு சிவலிங்கத்தை உருவாக்குவார். வடிவம் ஒழுங்காக இருப்பதோடு, எந்த இடத்தில் மணலை வைத்து அழுத்தினாரோ அது அப்படியே இருக்கும். மலர்கள், இலைகள், தண்ணீர் மற்றும் பிரார்த்தனைக்குத் தேவையான அனைத்துப் பொருட்களையும் சேகரிப்போம் - ஹேமாவும் நானும் அவருடைய உதவியாளர்களாக இருந்தோம். அனைவரும் சேர்ந்து பூஜை செய்வோம். இலைகளும், மலர்களும் பக்தியுடனும் அழகுடனும் சிவலிங்கத்தின் மேல் வைப்போம். அவர் எந்த மலரை எங்கு வைக்க வேண்டும் என்றோ அல்லது அவைகளை எப்படி அடுக்க வேண்டும் என்றோ யோசிக்க மாட்டார். தன்னிச்சையாக ஒன்றன் மேல் ஒன்றாக மலர்களை வைத்துக்கொண்டே வருவார். அவர் செய்து முடித்தவுடன், அது பார்க்க எளிமையாக இருந்தாலும் மிகச் சரியாகவும் அழகாகவும் இருக்கும். சிறுவன் ரவி தான் பூசாரி. நாங்கள் அனைவரும் அவருடைய கட்டளைகளைப் பின்பற்றுவோம். அவர் எங்களைப் பார்த்து, ‘கண்களை மூடிக் கொண்டு புன்னகை செய்யுங்கள்,’ என்பார். பூஜையைத் துவங்குவதற்கு முன்னால் அவர் இடும் பிரியமான கட்டளை இதுதான்.

ஒரு நாள் மதியம், எங்கள் அண்டைவீட்டார்களில் ஒருவர் எங்கள் வீட்டிற்கு வந்து அம்மாளு அம்மா வந்திருக்கும் செய்தியைக் கூறினார். கிருஷ்ணரைப் பற்றிய பக்திப் பாடல்களை அவர் பாட, மக்கள் அந்தப் பாடல்களுக்கு நடனம் ஆடினார்கள். பழமையான தென்னிந்தியாவில் இந்தப் பழக்கம் அதிகமாக நடப்பதில்லை. ஆகவே, ஆவலால் உந்தப்பட்டு நாங்கள் அவருடைய சத்சங்கத்திற்குச் சென்றோம். மக்கள் கைகளை உயரத் தூக்கியபடி நடன அசைவுகளைச் செய்து கொண்டே சன்னியாசியைத் தொடர்ந்து *‘ராதே கோவிந்தா...’* என்று பாடினார்கள்.

வீட்டிற்கு வந்தபிறகு, சிறுவன் ரவி எங்கள் அனைவரையும் (நான், ஹேமா, ஷங்கர் மற்றும் அக்கம்பக்கத்துக் குழந்தைகள்) முற்றத்திற்கு அழைத்துச் சென்றார். நாங்கள் எங்கள் கண்களில் கண்ட பாத்திரங்களில் தண்ணீரை நிரப்பி அதில் சந்தனத்துகள்களைச் சேர்த்து அதன்மீது சில மலர்களையும் இதழ்களையும் தூவினோம். சிறிய பாத்திரங்களில் தண்ணீரை நிரப்பினோம், அவைகள் எங்களுடைய குவளைகளாக மாறின

- என் சகோதரர் இசையமைத்த *'ராதே கோவிந்தா'* வைப் பாடியபடியே நாங்கள் ஒருவர் மீது ஒருவர் தண்ணீரைத் தெளித்துக் கொண்டோம். எங்களுடைய பாட்டில் எங்களுடைய சிரிப்பொலியும் நாலா திசைகளிலிருந்து வந்த குளிர்ச்சியான நீரும் தான் குறுக்கிட்டன. அன்றைக்குச் சொல்ல முடியாத மகிழ்ச்சியை நாங்கள் அனுபவித்தோம். அம்மா,பெரியம்மா மற்றும் மற்ற பெரியவர்கள் ஓய்வாக நின்று கொண்டு சமையலறைப் பக்கத்தில் கை முறுக்கைக் கொரித்துக் கொண்டும் பேசிக் கொண்டும் ஃபில்டர் காபி பருகிக் கொண்டிருந்தனர். முற்றத்திலிருந்து வந்த சப்தம் அங்கு என்ன நடக்கிறது என்று அவர்களை யோசிக்க வைத்தது. சீக்கிரமே எங்களைச் சோதிக்க வந்த அம்மாவுக்கு ஒரே ஆச்சரியம். நாங்கள் அனைவரும், தலை முதல் கால்வரை முழுமையாக நனைந்து, பெரிய புன்னகையுடன் அவர் முன்னால் நின்றுகொண்டு மகிழ்ச்சியுடன் நாங்கள் புதிதாகக் கண்டுபிடித்துள்ள விளையாட்டை விளக்கினோம். அந்த நேரத்தில் அவர் அந்த விளையாட்டைக் குறித்து மகிழ்ச்சி அடைந்தாரா என்று எனக்கு நிச்சயமாகத் தெரியவில்லை, ஆனால் நிச்சயமாகப் பின்னாளில் நாங்கள் குருதேவுடன் ஹோலி விளையாடிய போது இந்த விளையாட்டை நினைவு கூர்ந்திருப்பார்.

பாபநாசமாக இருந்தாலும் பெங்களூராக இருந்தாலும் நாங்கள் விளையாடிய எல்லா விளையாட்டுகளிலும் ஒரு பக்தித்தன்மை இருந்தது. நேர்த்தியாக அலங்கரிக்கப்பட்ட கிருஷ்ணர் சிலைக்கு முன்னால் வரிசையாக வைக்கப்பட்டிருக்கும் இனிப்புகளுக்கு அருகில் நாங்கள் கால்களைக் குறுக்காகப் போட்டபடி அமர்ந்திருப்போம். என் சகோதரர் கைகளைக் கூப்பிக்கொண்டு கண்களை மூடியபடி ஏதாவது முணுமுணுத்துக் கொண்டிருப்பார். அந்த நேரம் நானும் அவரைப் போலவே செய்ய முயற்சி செய்வேன். ஆனால் தொடர்ந்து கண்களை லேசாகத் திறந்து அவரையும் இனிப்புகளையும் பார்ப்பேன். ஒருமுறை யாருக்கும் தெரியாமல் நான் பாத்திரத்திலிருந்து சிறுதுண்டு இனிப்பை எடுத்து என்னுடைய வாயில் போட்டுக் கொண்டேன். அடுத்த வினாடியே என் சகோதரர் தன்னுடைய பெரிய விழிகளால் என்னைப் பார்க்க நான் எதுவும் பேசாமல் வாயிலிருந்து இனிப்புத்துண்டை எடுத்து பாத்திரத்தில் வைத்து விட்டேன். 'கடவுள் அதைச் சாப்பிடாத போது நாம் ஏன் கடவுளுக்கு அதை நைவேத்யம் செய்ய வேண்டும்,' என்று கேட்டேன். 'அவர் அதை மேலும் இனிப்பாக்கி நம்மிடம் தருவார்,' என்று உடனே பதில் வந்தது அவரிடமிருந்து.

மந்திரங்களும் தியானங்களும் எங்கள் வாழ்வின் முறையான அங்கங்களாக இருந்தன. எங்கள் தகப்பனார் எதையும் உன்னிப்பாகக் கவனிப்பார், எங்களைப் பேச்சில் ஆழ்த்தி

சிந்திக்கும்படி உற்சாகப்படுத்துவார். ஒரு முறை பிதாஜி தன் மனதில் ஆழமான பாதிப்பை ஏற்படுத்திய ஒரு விஷயத்தை எங்களுடன் பகிர்ந்து கொண்டார். நான்கு வயதாக இருக்கும் போது 'ஒரு நாள் திடீரென்று, சிறுவன் ரவி மற்றக் குழந்தைகள் விளையாடுவதைப் பார்த்துக் கொண்டேயிருந்தான், பின், ''மக்கள் எனக்காகக் காத்திருக்கிறார்கள், நான் அவர்களிடம் செல்ல வேண்டும்,'' என்றான்' - என்ற விஷயத்தை நினைவு கூர்ந்தார். 'அந்தச் சிறு குழந்தை இந்த வார்த்தைகளைச் சொன்னதுமே அவனுக்குள் இருக்கும் ஆத்மா வேலை செய்யத் துவங்கிவிட்டது என்பது எனக்குப் புரிந்தது.'

அந்தக் காலக்கட்டத்தில் தான் பிதாஜி எங்களைத் தங்கம்மா என்கின்ற சம்ஸ்கிருத ஆசிரியையிடம் அழைத்துச் சென்றார். தங்கம்மா தினமும் பகவத்கீதை வகுப்புகளை நடத்திக் கொண்டிருந்தார். அவர் மகாத்மா காந்தியுடன் அவரது ஆசிரமத்தில் தங்கியிருந்ததற்காகப் புகழ் பெற்றவர். வகுப்பின் போது, அவர் '*பார்த்தாய பிரதிபோதிதாம்*,' என்று முழக்கமிட்டுவிட்டு என் சகோரதர் அதைத் திருப்பிச் சொல்வதற்காகக் காத்திருந்தார். அதற்கு மாறாக, சிறுவன் ரவி, '*பகவாதம் நாராயணேன ஸ்வயம்*,' என்று அந்த வரிகளை முடித்து ஆசிரியரை ஆச்சரியத்தில் ஆழ்த்தினார். தங்கம்மா அவரைப் பல்வேறு அத்தியாயங்களில் இருந்து வசனங்களைக் கேட்டார். அவை அனைத்தும் என் சகோதரருக்குத் தெரிந்திருந்தன. சம்ஸ்கிருத ஆசிரியர் என் தகப்பனாரிடம் இவன் ஒரு மேதை என்று உறுதியாகக் கூறினார்.

தங்கம்மா தன் மாணவர்களை நாட்டுப்பற்றை வளர்த்துக்கொள்ளுமாறு உற்சாகப்படுத்தினார். இந்தியா சுதந்திரம் அடைந்த மாதமான ஆகஸ்டில், நானும் என் சகோதரரும் காலை ஆறு மணிக்குத் துயில் எழுந்து, 'பிரபாத் ஃபேரி' (prabhat pheri) என்று சொல்லக் கூடிய காலை நடைபயிற்சியில் '*வந்தே மாதரம்*' மற்றும் '*ஜண்டா ஊஞ்ச்சா ரஹே ஹமாரா*' போன்ற தேசபக்திப் பாடல்களைப் பாடிக் கொண்டே தெருக்களைச் சுற்றி வருவோம்.

எங்கள் குடும்பத்திலும் எங்கள் குழந்தைப் பருவத்தின் மீதும் மகாத்மா காந்தியின் பாதிப்பு நிறையவே இருந்தது. என்னுடைய தந்தைவழிப் பாட்டனார் சபர்மதி ஆசிரமத்தில் தங்கி மகாத்மா காந்திக்கு இருபதாண்டுகள் சேவை செய்தார். அத்தையம்மா தன் குழந்தைகளைத் தன்னுடைய தாய் வீட்டிற்கு அழைத்துச்சென்று, பின் தன்னுடைய பத்தரை கிலோ தங்க நகைகளை காந்திஜியின் ஆசிரமத்திற்கு தானம் செய்தார். 'நான் குழந்தைகளை கவனித்துக்

கொள்கிறேன். நீங்கள் நாட்டிற்குச் சேவை செய்யப் போங்கள்,' என்று தாத்தாவிடம் கூறினார்.

மகாத்மா காந்தியுடன் நெருங்கிய தொடர்புடைய சுதாகர் சதுர்வேதி என்ற வேத பண்டிதர், பெங்களூரில் எங்கள் வீட்டிற்கு அடுத்த வீட்டில் தான் இருந்தார். 1897ல் பிறந்த அவர், காந்திஜிக்கு பகவத் கீதையைக் கற்றுக் கொடுத்தவர். அவர் பெங்களூரைச் சேர்ந்தவராக இருந்ததால் மகாத்மா அவரை பெங்களூரி என்றுதான் அழைப்பார். கஸ்தூரிபா மரணப்படுக்கையில் இருந்த போது, காந்திஜிக்கு அன்றைய பொழுதைக் கூட அவர் தாண்ட மாட்டார் என்பது புரிந்தவுடன், பண்டித சதுர்வேதியை பகவத்கீதையின் இரண்டாவது அத்தியாயத்தைப் படிக்கச் சொன்னார். அதில் 'ஸ்திதப்பிரக்ஞன்' யார் என்பதை விளக்கும் ஒரு செய்யுள் இருந்தது. ஞானத்தில் தெளிந்தவனாகி, அதன் மையத்திலேயே வாழும் மனிதனே ஸ்திதப்பிரக்ஞன் ஆவான். 'பெங்களூரு, இன்றைக்கு உங்களுடைய பாபுவுக்கு ஒரு சோதனை இருக்கிறது,' என்று காந்திஜி கூறினார். 'இன்று என்னால் மன அமைதி காக்க முடிகிறதா என்று பார்ப்போம். ஐம்பது ஆண்டுகளாக என் மனைவியாகவும் தோழியாகவும் இருந்தவள் இன்று தன் சரீரத்தை விட்டுச் செல்லப்போகிறாள். எப்போதுமே நான் என்னுடைய சிந்தனையை அவள் மீது திணித்திருக்கிறேன், ஆனால் அவளோ தன் கடைசி மூச்சுவரை என்னுடன் இருப்பதையே தேர்ந்தெடுத்தாள். அவள் உண்மையான சந்நியாசியாவாள்.' கஸ்தூரிபாவின் கடைசி நிமிடங்களில் காந்திஜி இப்படி ஒப்புக்கொண்டார்.

இன்னொரு முறை, டார்ஜிலிங்கில் அவர் காந்திஜியுடன் ரயிலில் பிரயாணம் செய்து கொண்டிருந்த போது, அவர்கள் பயணித்த ரயில்பெட்டி தனியாகக் கழன்று பள்ளத்தாக்கில் உருள ஆரம்பித்தது. அந்த வினாடியில், பிரயாணிகளின் உயிர் பேராபத்தில் இருந்த போது, காந்திஜி அவரிடம் அந்தச் சம்பவத்தைக் குறித்துக் கடிதம் எழுதச் சொன்னார். அதைக் கேட்டு அதிர்ச்சியடைந்த பண்டிதர் சதுர்வேதி இவ்வாறு சொன்னார், 'நாம் யாரும் தப்பிக்கவில்லை என்றால், யாரும் அதைப் படிக்கமாட்டார்கள்!' என்று. அதற்கு காந்திஜி, 'ஒருவேளை நாம் பிழைத்துக்கொண்டுவிட்டால், இந்தக் கடிதம் எழுதாவிட்டால், இந்த நேரத்தை நாம் வீணடித்தவர்களாகி விடுவோம்,' என்றார். இம்மாதிரி மகாத்மாவுடன் தனக்கு ஏற்பட்ட பல சுவையான மறக்க முடியாத நிகழ்வுகளை பகிர்ந்து கொள்வார் சதுர்வேதி. அவற்றை, எங்களிடம் பகிர்ந்து கொள்வார் என் சகோதரர்.

ஆகஸ்ட் 1947இல் இந்தியா பிளவுண்ட போது காந்திஜி மிகுந்த மன வருத்தத்தில் இருந்தார். தன்னுடைய நெருங்கிய

நண்பர்கள் மீது வைத்திருந்த நம்பிக்கையைக்கூட அவர் இழந்து கொண்டிருந்தார். இந்துக்களும் இஸ்லாமியர்களும் ஒருவரை ஒருவர் வெட்டிச் சாய்த்துக் கொள்கிறார்கள் என்ற செய்தியைக் கேள்விப்பட்ட போது, அவர் அதை நம்ப மறுத்தார். அங்கு உண்மையில் என்ன நடக்கிறது என்பதைத் தெரிந்து கொள்ள, அவர் பண்டிதர் சதுர்வேதியை லாகூருக்கு அனுப்பிவைத்தார். அந்த நகரத்திற்குச் சென்ற பிறகு, அந்த இடத்தில் இந்துக்கள் தான் இஸ்லாமியர்களால் கொடுமைப்படுத்தப்பட்டும் கொல்லப்பட்டும் வருவதைக் கண்டார். அவரே பல முறைகள் தாக்கப்பட்டார், கத்தியால் குத்தப்பட்டார், மணல்குழியில் கழுத்துவரை புதைக்கப்பட்டார், அதிர்ஷ்டவசமாக ஒரு ராணுவ அதிகாரியினால் காப்பாற்றப்பட்டார். இந்தச் சம்பவத்தை அவர் காந்திஜியிடம் விவரித்த போது, மகாத்மா அதனை நம்ப மறுத்துவிட்டார். பண்டிதர் இந்துவாக இருப்பதால் அவர் ஒருதலைப்பட்சமாகப் பேசுவதாகக் கூறினார். காந்திஜிக்குத் தன் மீதிருந்த நம்பிக்கை போய்விட்டதை நினைத்து பண்டிதர் சதுர்வேதி மனதில் வேதனை உண்டாயிற்று. அதே வருத்தத்துடன், அவர் பெங்களூருக்குத் திரும்பினார். சரியாக மூன்று நாட்கள் கழித்து, ஜனவரி 30, 1947இல் காந்திஜி சுட்டுக் கொல்லப்பட்டார். இந்தச் சம்பவம் பற்றிச் சொல்லும் பண்டிதர் அதைக் கூறும் போது காந்திஜியின் கடைசி காலத்தில் அவருடைய நம்பிக்கையை இழந்து விட்டதை எண்ணி வருத்தப்படுவார்.

என்னுடைய சகோதரர் வரும் வரை அவர் யாருக்கும் முறையாகப் பாடம் கற்பித்ததில்லை. சிறுவன் ரவிக்கு வேதங்களில் இருந்த ஆர்வத்தைப் பார்த்து தான் அறிந்த அனைத்தையும் அவருக்குக் கற்பித்தார். இதுவரையில், பூஜை செய்வதே என் சகோதரருக்குப் பிடித்த பொழுது போக்காக இருந்தது. இந்தக் காலக்கட்டத்தில் தான் வேதங்களின்பால் அவருக்கிருந்த ஈர்ப்பையும் உருவமற்ற வெளிப்படாத இறைசக்தியின் மீது அவருக்கு இருந்த நாட்டத்தையும் நாங்கள் பார்க்க ஆரம்பித்தோம்.

எங்கள் வீட்டில் காந்திஜியின் சிறிய சிலை ஒன்று இருந்தது. ஒரு நாள், என் சகோதரர் பிதாஜியைக் கேட்டார், ‘காந்திஜி எங்கே?’ என்று. தந்தையார் அதற்கு, ‘அவர் கடவுளுடன் ஒன்றாகிவிட்டார்,’ என்று கூறினார்.

‘காந்திஜி கடவுளோடு ஒன்றாகி விட்டார் என்றால் மற்ற கடவுள்களைப் போல் அவருக்கும் பூ வைக்க வேண்டும் அல்லவா?’

பிறகு என் சகோதரர் சில மலர்களை சிலையின் மீது தூவிவிட்டு அந்தச் சிலையை மற்ற விக்ரகங்களுடன் வைக்க விரும்பினார். 'நீங்கள் ஏன் அங்கு இருக்க வேண்டும் என்று தெரிந்து கொள்ள விரும்புகிறீர்களா? நீங்கள் கடவுளுடன் இணைந்து விட்டதாக பிதாஜி கூறினாரே!' என்று காந்திஜி சிலையிடம் பேசினார். அந்தச் சிலை சற்றே கனமாக இருந்ததால் அதைத் தூக்குவதற்கு என்னுடைய உதவியை நாடினார். ஆனால் நாங்கள் அதை நகர்த்த முயன்றபோது காந்திஜியின் கைத்தடி முறிந்து விட்டது. மற்ற விக்ரகங்களின் முன்னால் அந்தச் சிலையை முன்பாக வைத்தோம். சிறுவன் ரவி காந்திஜியிடம் ஒரு புன்னகையுடன், 'எப்படி இருந்தாலும் உங்களுடைய தடி பலவீனமாகத்தான் இருந்தது, ஆனால் நீங்கள் கவலைப்படாதீர்கள், நான் உங்களுக்கு பலமான ஒரு தடியைத் தருகிறேன்,' என்று சொன்னார். வயதான ஒருவர், சுவாமி சிலைகளுக்கு மத்தியில் காந்திஜியின் சிலையை வைப்பதற்குக் காரணம் கேட்டபோது ரவி, ' எவர் ஒருவர் கடவுளை அடைந்துவிட்டாரோ அவரும் கடவுளுக்கு இணையானவர்தான்,' என்றார்.

3

காலத்தின் விளிம்பில் முத்துக்கள்

எனக்கு எப்போதுமே கடல் பிடிக்கும். அது எனக்கு அனந்தத்தை, முடிவற்ற பெருவெளியை நினைவுப்படுத்துகிறது. ஒவ்வொரு அலையும் சக்திவாய்ந்ததாக, கடலின் ஒரு பகுதியாக இருந்தாலும், அதே சமயம் கடலிலிருந்து வேறுபட்டதாகவும் தோன்றுகிறது. எழும் போது மட்டுமே தான் 'அலை' என்று அதற்குத் தெரிகிறது, ஆனால், அடங்கும் போது கடலோடு சங்கமித்து விடுகிறது. நம் வாழ்க்கையும் அதேபோல் தான். மனிதன் என்ற இந்த வடிவில் அது எழும்பியிருந்தாலும் தெய்வீகத்தின் ஒரு பகுதியாகத் தான் அது எப்பொழுதுமே இருக்கிறது.

சிறிய பாலகனாக இருந்த போது, என் சகோதரருக்கு நம்முடைய பண்டைய கலாச்சாரத்தின் மீது அதிக ஆர்வம் இருந்தது. அனைத்துக் கடவுள்கள் மற்றும் அவர்களுக்குச் செய்யப்படும் சம்பிரதாயங்கள், அவற்றின் முக்கியத்துவம் ஆகியவற்றை அறிந்து கொள்வதில் அதிக ஆர்வம் இருந்தது. அவர் அனைத்து விளக்கங்களையும் சிறப்பாகப் புரிந்து கொண்டு பின்னர் அவற்றை என்னுடன் பகிர்ந்து கொள்வார். அவருடைய எளிமையான நேரிடையான வர்ணனை என்னுடைய ஆர்வத்தைத் தூண்டியது. இயல்பிலேயே எதையும் அறிந்து கொள்ள வேண்டும் என்ற ஆவல் உள்ள நான் அவரிடம் தர்க்கரீதியான பதில்களை எதிர்பார்த்து நூற்றுக்கணக்கான கேள்விகளைக் கேட்பேன். என்னைத் திருப்திப்படுத்துவது எளிதான காரியம் இல்லை என்றாலும், என்னுடைய சகோதரர் விஷயம் என்று வந்துவிட்டால் நான் எப்போதுமே அவருடைய வாதங்களை ஏற்றுக் கொள்வேன். எங்கள் வீட்டில் ஒரு சிறிய வாடகை நூலகம் இருந்தது. பக்கத்துவீட்டுக் குழந்தைகள் புத்தகங்களைக் கடன் வாங்கிச் செல்லும் போது அதைக் குறித்துக் கொள்ள ஒரு கணக்குப் புத்தகம் வைத்திருந்தோம். அந்த வகையில், பிதாஜி குழந்தைகளைத்

தங்கள் நாடு, அதன் மக்கள், மற்றும் பாரம்பரியத்தைப் பற்றி அறிந்து கொள்வதை உற்சாகப்படுத்தினார்.

பிதாஜி எங்களுக்கு சன்னியாசிகளின் கதைகளைச் சொல்லுவார், பின்னர் நாங்கள் அவற்றை நாடகமாக்கி மகிழ்வோம். அந்த சன்னியாசிகளைப் பற்றி எங்களுடைய சிறிய நூலகத்தில் ஆராய்ச்சி செய்வோம், அந்த நேரத்தில் என் சகோதரர் கதாபாத்திரங்களை முடிவு செய்து, வசனங்களை எழுதுவார். பெரியவர்கள் மதிய நேரத்தில் கீழே உறங்கும் போது நாங்கள் எங்கள் ஜெயநகர் வீட்டின் மாடியில் இந்த நாடகங்களை நடத்துவோம். 'நாங்கள் உங்களை மேலே அனுப்பியதே வீட்டில் சற்று அமைதி நிலவட்டுமே என்பதற்காகத்தான், ஆனால் நீங்கள் அங்கு செய்யும் சப்தத்தில் எங்களால் சிறிது கூட கண்ணயர முடியவில்லை. நீங்கள் என்ன தான் செய்து கொண்டிருந்தீர்கள்?' என்று அம்மா கேட்பார்.

மேல்தளத்தில் இருந்த வெய்யிலின் தாக்கம் எங்களைச் சிறிதும் பாதிக்கவில்லை. அங்கு காய்ந்து கொண்டிருக்கும் துவாலைகளை எடுத்து எங்களுக்கான உடைகளைத் தயார் செய்து கொள்வோம். என் சகோதரர் புத்தராக ஆடை அணிந்து கொள்வார். நானும் பக்கத்து வீட்டு நண்பர்களும் அவர் பின்னால் '*புத்தம் சரணம் கச்சாமி*,' என்று சொல்லிக்கொண்டே செல்வோம். நாங்கள் இதைச் சொல்லும் போது எந்தளவு சிரிப்போம் என்றால் அதைப் பார்த்து புத்தராலேயே கூட சிரிப்பை அடக்க முடியாது! மற்ற நேரங்களில், அவர் தன்னுடைய தலையைச் சுற்றி ஆரஞ்சு வண்ணத் துவாலை அணிந்து கையில் ஒரு தடியை வைத்துக்கொண்டு ஆதிசங்கரரைப் போல் நகல் செய்வார். அப்போது நாங்கள் அவர் பின்னால் '*ஹர ஹர சங்கர, ஜெய ஜெய சங்கர*,' என்று முழங்கிக் கொண்டே செல்வோம். நான் 'சங்கரரிடம்' ஞானம் தேடிச் செல்வேன் - எனக்கு கிடைப்பதெல்லாம் அவர் கையில் வைத்திருக்கும் தடியினால் ஒரு சின்னத் தட்டு அவ்வளவு தான். இந்த மாதிரி சின்னச்சின்ன விளையாட்டுகள் எங்களுக்கு மகிழ்ச்சியைத் தந்ததோடு பல சன்னியாசிகளைப் பற்றி நிறைய விஷயங்களைக் கற்றுக் கொள்ள உதவியது. இந்த சன்னியாசிகள் ஒவ்வொருவரின் பிறந்தநாளையும் என் சகோதரர் நினைவு வைத்துக் கொண்டு அந்த நாளைக் கொண்டாட விசேஷமாக ஏதாவது ஏற்பாடு செய்வார். அந்தப் பழக்கம் இப்போதும் தொடர்கிறது, அவர் வருடம் முழுவதிலும் ஒவ்வொரு நாளும் யாருடைய பிறந்தநாளையாவது கொண்டாடிக் கொண்டு தான் இருக்கிறார். சன்னியாசிகளைத் தவிர, நாங்கள் ராஜாக்கள், ராணிகள், தேவி மற்றும் தேவர்களின் வாழ்க்கையையும் நாடகமாக்குவோம். எங்களுடைய அத்தை வசந்தா மிகவும் சிரத்தை எடுத்துக் கொண்டு எங்களுக்காகத் தைத்துக் கொடுத்த ஆடைகளை அணிந்து கொள்வதில்

எங்களுக்கு அளவற்ற ஆனந்தம் ஏற்பட்டது. அவர் எங்களை அலங்கரிப்பதை மிகவும் விரும்பியதோடு அங்கேயே நின்று தன்னுடைய கைவண்ணத்தில் உருவான ஆடைகளைப் பார்த்து ரசிப்பார். நானும் என் சகோதரரும் எங்கள் பாகங்களை நடிப்பதில் அதிக மகிழ்ச்சி அடைந்தோம். நாடகம் முடிந்த வெகுநேரம் கழித்தும் அந்தக் கதாபாத்திரத்தின் தன்மையோடு இருப்போம். பிறகு எங்களுடைய நடிப்பை நினைத்து நாங்களே சிரிப்போம். ஒரு முறை சிறுவன் ரவிக்கு எட்டு வயது இருக்கும் போது ஒரு கன்னட நாட்டுப்பாடலுக்கு நாட்டிய அசைவுகளை வடிவமைத்தார். காந்தி ஜெயந்தி கொண்டாட்டங்களின் ஒரு பகுதியாக எங்களில் பத்து நபர்கள் அந்தப் பாடலுக்குத் தங்கம்மா ஆசிரியையின் வீட்டில் நடனமாடினோம். '*மூடல மனய முத்தின நீரின எரக்கவ ஹோய்தா...*' என்ற அந்த பாடலின் அர்த்தம், கடவுள் எப்போது சிப்பியின் ஓட்டிற்குள் தண்ணீரை வைத்து ஒழுங்கான முத்தாக மாற்றினார்' என்பதேயாகும்! அந்த நேரத்தில் அந்த அர்த்தம் எனக்குப் புரியவில்லை - அந்த நடன அசைவுகளைச் செய்வதில் எனக்கு மிகுந்த மகிழ்ச்சியாக இருந்தது. அவ்வளவே - ஆனால் என் சகோதரருக்கு நம்மைச் சுற்றியுள்ள சின்னச்சின்ன அதிசயங்களைப் பார்க்கவும் அவற்றைச் சிறப்பிக்கும் ஆற்றலும் இருந்தது. '*விஸ்மயோ யோக பூமிகா,*' என்று யோக சூத்திரங்கள் சொல்கின்றன, அப்படியென்றால் யோகத்தின் முன்னோடி ஆச்சரிய உணர்வு தான் என்பதாகும். அப்போதைய எங்களுடைய நாட்கள் ஆச்சரியமாகவே இருந்தன, இப்போதும் அந்த நாட்களைத் திரும்பப் பார்க்கும் போது, அதே அற்புத உணர்வு என்னுள் எழுவதை என்னால் தடுக்க முடியவில்லை.

விரும்பியதைச் செய்யும் போதெல்லாம் நாங்கள் சிரித்தோம். ஏன், விரும்பாததைச் செய்ய நேர்ந்த போதும் சிரித்தோம். உதாரணத்திற்கு விளக்கெண்ணெய் குடிக்கும் போதும் சிரித்தோம். இது ஞாயிறுதோறும் நடக்கும் ஒரு சம்பிரதாயம். எங்களுடைய வயிற்றைச் சுத்தம் செய்வதற்காக ஒரு ஸ்பூன் நிறைய அந்த வழுவழுப்பான திரவத்தை எடுத்துக்கொண்டு எங்களைத் தேடுவதுபோல் பாசாங்கு செய்வார் பிதாஜி. நாங்கள் வீடு முழுவதும் ஓடிக் கடைசியில் கட்டிலுக்கு அடியில் ஒளிந்து கொள்வோம். பிதாஜி சப்தம் போட்டு அனைவரையும் கேட்பார், 'நீங்கள் குழந்தைகளைப் பார்த்தீர்களா?' என்று. வழக்கம்போல், நான் சிரித்துவிடுவேன். பிதாஜி எங்களைக் கண்டுபிடித்துவிடுவார். 'எல்லாம் நீ சிரிப்பதால் தான் வருகிறது,' என்று என் சகோதரர் என்னைக் கோபித்துக் கொள்வார். 'நான் உன்னை பேசாமல் இருக்கச் சொன்னேனே!' பிதாஜியின் இனிமையான உற்சாகமளிக்கும் குரலின் பலத்தில் அந்த மருந்து

எங்கள் தொண்டையின் கீழே சென்றுவிடும். எங்கள் தகப்பனார் எதையும் எங்கள் மீது வலுக்கட்டாயமாகத் திணித்ததில்லை. எல்லாம் மிகவும் மென்மையாகவும் மகிழ்ச்சியாகவுமே எங்களுக்குக் கொடுக்கப்பட்டு வந்தன. அவைகள் முக்கியமான விளக்கெண்ணெய் நாட்கள்!

நாங்கள் விழுங்கியது விளக்கெண்ணெய் மட்டுமல்ல. எந்த நேரத்திலும் எங்கள் வீட்டிற்கு விருந்தினர்கள் வருவது வாடிக்கையான ஒன்று. அதனால், அம்மா எப்போதுமே வீட்டில் திடீர் பால்பவுடர் போன்ற பொருட்களை வைத்திருப்பார். காரணம் அவசர நேரத்தில் யாரும் திண்டாடக்கூடாது என்பதால். எனக்கும் என் சகோதரருக்கும் பால்பவுடரின் சுவை பிடித்திருந்தாலும் எங்களுக்குச் சுத்தமான கறந்த பசும்பாலே கொடுக்கப்பட்டது. அதனால், அம்மா மதிய நேரத்தில் தூங்கும் போது, நாங்கள் சமையலறையில் சென்று, குறிப்பாகப் பால்பவுடர் எந்த டின்னில் இருக்கிறது என்று தேடுவோம். ஆனால் அம்மா எப்போதுமே எங்களைவிட இரண்டடி முன்னால் இருந்தார். அவர் அந்த பால்பவுடர் டின்னை எங்கள் கைகள் எட்டாத உயரத்தில் உள்ள அலமாரியில் வைத்திருப்பார். எவ்வளவு தான் ரகசியமாக வைத்திருக்க முயற்சி செய்தாலும் அம்மாவுக்கு எங்கள் எண்ணம் தெரிந்திருந்தது. நாங்கள் ஒருவருக்கொருவர் சைகை பாஷையில் பேசிக் கொள்வதோடு எங்களுடைய புதுப்புது திட்டங்கள் குறித்து நாங்களே சிரிப்போம். அம்மா தெரியாதது போல் நடந்து கொள்வதோடு எங்களை ரகசிய விளையாட்டு விளையாட விட்டுவிடுவார். நாங்கள் எந்த வினாடி ஏறி அந்த டின்னைத் தொடுகிறோமோ, அம்மா மந்திரம் போட்டது போல் சரியாக அந்த நேரம் அங்கு வந்துவிடுவார். நாங்கள் அவரிடம் கெஞ்சுவோம், ஆனால் பலன் எதுவும் இருக்காது. ‘உடல் நலனுக்கு இது நல்லது அல்ல,’ என்ற ஒரே வாக்கியத்தில் எங்கள் வாயை அடைத்துவிடுவார். ஆனால் அத்தையம்மா குறுக்கிட்டு, ‘ஒரே ஒரு ஸ்பூன் கொடேன். ஒன்றும் ஆகாது!’ என்பார். அப்போது அம்மாவினால் மறுத்துப்பேச இயலாது. அதனால் மாமியாருடன் ஒரு மௌனமான போராட்டம் தொடங்கும். அம்மா அவர் மீது நிறைய மரியாதை வைத்திருந்தாலும், அவர் தன்னுடைய வாதத்தில் தோற்க விரும்பவில்லை. எப்படியிருந்தாலும், எங்களுக்கு என்ன தேவையோ அது கிடைத்துவிடும். சின்னச்சின்ன விஷயங்கள் மாமியாருக்கும் மருமகளுக்கும் இடையே சில உரசல்களை ஏற்படுத்தும். ஆனால் என்னுடைய சகோதரர் அத்தையம்மாவிடம் அம்மா அவரைப் பாராட்டியதாகவும் அதேபோல் அம்மாவிடம் அத்தையம்மா அவரைப் பாராட்டியதாகவும் சொல்லி அவர்களுக்கிடையே வரக்கூடிய உரசல்களைத் தவிர்த்திருக்கிறார்.

தற்போது கலிஃபோர்னியாவில் என்னுடைய தேவைக்காக வைக்கப்பட்டிருக்கும் நெஸ்லே மில்க் பவுடரைப் பார்க்கும் போது எனக்கு அந்த நாட்கள் நினைவுக்கு வருகின்றன. கடலைப் பார்த்தபடி அமர்ந்து கொண்டு என்னுடைய தேநீரைப் பருகுகிறேன். சுவைகளும் முக்கியத்துவங்களும் மாறுகின்றன. இப்போது எந்த நேரமும் நான் மில்க் பவுடரின் முழு டப்பாவையும் சாப்பிட முடியும். ஆனால் அந்த ஆசை இப்போது எனக்கில்லை. வாழ்க்கை அலைகள் போல் எப்போதும் மாற்றத்திற்குரியது. இருந்தாலும், சில விஷயங்கள் மாறுவதேயில்லை.

கடலுடன் எனக்கான உறவு நான் இராமேஸ்வரத்தில் புனித நீராடச் சென்றபோது துவங்கியது. என் தகப்பனார் இன்று மங்களகரமான நாள் என்று கூறியபடியே என்னைக் கடல் நீரில் மூழ்கவைத்து எடுத்தார். எனக்கு அப்போது மூச்சுத் திணறியது. ஆனால் தகப்பனாரின் கைகளில் நான் பத்திரமாக உணர்ந்தேன், மற்றும் என்னையே பார்த்துக் கொண்டிருக்கும் அவருடைய கண்களும் புன்னகையும் எனக்கு எல்லாம் சரியாக நடக்கும் என்பதை வலியுறுத்திச் சொல்வது போலிருந்தது. நானும் அவரைப் பார்த்துப் புன்னகைத்தேன். இன்றும் எனக்கு அந்த நாள் நினைவில் இருக்கிறது. அப்போது நான் ஒரு சிறு குழந்தை, இரண்டரை வயது இருந்திருக்கலாம். அந்த நேரமும் சந்தேகமில்லாமல் என் சகோதரர் என்னுடன் இருந்தார். பிதாஜி அவரையும் தண்ணீரில் முக்கி எடுத்தார்.

எங்களுக்கு நான்கு அல்லது ஐந்து வயது ஆவதற்குள்ளேயே தகப்பனார் எங்களை ராமேஸ்வரம், காசி, மதுரை மீனாட்சி கோவில் என்று பிரம்மாண்டமான கோவில்கள் அனைத்துக்கும் அழைத்துச் சென்றார். அந்தக் கோவில்களின் கட்டிட அமைப்பும் பிரம்மாண்டமும் எங்களை வியக்க வைத்தன. என் சகோதரர் கர்ப்பக்கிரகத்தில் இறைவனை வழிபடும் போது நான் அலங்காரத்திற்காகப் பயன்படுத்தப்பட்டிருந்த நகைகளைப் பார்த்துக் கொண்டிருப்பேன். முழுவதுமாக அலங்கரிக்கப்பட்ட மீனாட்சியைப் பார்த்து அவர் கடவுளாக இருந்ததால் தான் இவ்வளவு கனமான நகைகளை அவரால் சுமக்க முடிகிறது என்று நான் யோசித்தேன். என் சகோதரர் பேச்சு கூட வராத குழந்தைப் பருவத்தில் இருந்த போது அம்பாளின் இந்த வடிவத்தை மிகவும் விரும்பினார். ‘மீனாட்சி’ என்று சொல்லும் முயற்சியில் ‘மிச்சினி’ என்று சொல்லும் என் சகோதரர் மிகவும் பாசத்துடன் தன்னுடைய பிஞ்சுக் கைகளில் மீனாட்சி அம்மனின் சிறிய விக்ரகத்தைப் பிடித்துக் கொண்டிருப்பார். அதேபோல் ’கணேசா’வின் தமிழ்ப் பெயரான ‘பிள்ளையார்’ அவருடைய மழலை மொழியில் ‘புராரு’ ஆகியது. ஒவ்வொரு ஆண்டும், ஆகஸ்ட் அல்லது செப்டம்பர்

மாதங்களில் வரும் பிள்ளையார் சதுர்த்தியின் போது வழிபாட்டிற்கு ஒரு களிமண் பிள்ளையார் வாங்கி வரப்படும். பூஜை முடிந்தவுடன், அந்த விக்கிரகத்தைத் தண்ணீரில் கரைத்துவிடுவார்கள். அப்போது நான்கு வயதாகியிருந்த என் சகோதரர் மலர்களால் அலங்கரிக்கப்பட்ட சிறிய கணேச விக்கிரகத்தைக் கூடையில் வைத்துத் தன் மடியில் வைத்துக்கொண்டார். அந்த விக்கிரகத்தை மிகவும் பாசத்துடன் அணைத்துக்கொண்ட என் சகோதரருக்கு அதைப் பிரியவே மனமில்லை. அவர் அம்மாவிடம் தன்னுடைய 'புராரு' வை தன்னிடமே வைத்துக்கொள்வதற்கான சம்மதம் கேட்டுக் கெஞ்சினார். அம்மா தன் மகன் அந்த விக்கிரகத்தோடு உணர்வுபூர்வமாக இணைந்ததைப் பார்த்து உணர்ச்சிவசப்பட்ட அதே நேரம் பாரம்பரியத்தைக் காப்பாற்ற வேண்டும் என்பதிலும் உறுதியாக இருந்தார். ஆனால் இந்த சம்பிரதாயம் எதனால் செய்யப்படுகிறது என்பதை விளக்குவது அவ்வளவு எளிதாக இருக்கவில்லை. சிறுவன் ரவியிடம் அம்மா, 'இந்த வருடம் 'புராரு' வை அனுப்பி வைத்தால் தான் அடுத்த வருடம் அவர் மீண்டும் வருவார்,' என்று விளக்குவார். பின்னால், தெய்வீகம் நம்முள் வசித்தாலும், நம்முடைய மனம் எப்படி இருக்கிறது என்றால் அதற்குத் தன்னுடைய உணர்வுகளை வெளிப்படுத்த ஒரு வெளிப்புற வடிவம் தேவைப்படுகிறது. நம்முடைய நன்றியை வெளிப்படுத்தும் விதமாக விக்கிரகத்தில் தெய்வீகத்தன்மை இருப்பதாக நம்பி அதற்கு மலர்கள், பழங்கள், ஊதுபத்தி மற்றும் பிரசாதத்தை வழங்குகிறோம். பூஜை முடிந்தவுடன், தெய்வீகத்தை மீண்டும் நம்முடைய இதயத்துக்குள் அழைத்துக் கொண்டு விக்கிரகத்தைத் தண்ணீரில் கரைக்கிறோம். நிச்சயமாக, தெய்வீகத்திற்குச் சிறந்த இடம் நம்முடைய மனம் தான்!

என்னுடய சகோதரரிடம் வீட்டில் ஐந்து அல்லது ஆறு கடவுள்கள் மற்றும் அம்மன்களின் விக்கிரகங்கள் இருந்தன. அவைகள் தான் அவருக்கு மிகவும் பிடித்தமான விளையாட்டு பொம்மைகள். தென்னிந்தியாவில் பெரிய கோவில்களின் வெளிப்புறத்தில் இருந்த கடைகளில் கோவிலோடு தொடர்புடைய பொருட்கள் - அதாவது ஸ்லோக புத்தகங்கள், ஊதுபத்தி மற்றும் நறுமணப் பொருட்கள், மலர்கள், பூஜை சாமான்கள் மற்றும் விக்ரகங்கள் ஆகியவற்றை விற்றனர். நாங்கள் கும்பகோணத்திலுள்ள கும்பேஸ்வரர் கோவிலுக்குச் சென்ற போது, சிறுவன் ரவி ஓர் அழகான நளினமான பித்தளையினாலான நடராஜர் சிலையை வீட்டுக்கு எடுத்துச்செல்ல விரும்பினார். அது பெரியதாக இருந்ததால் அம்மாவும் பிதாஜியும் தங்களுடைய ஏழு வயது மகனிடம் அதை எடுத்துச்செல்வது இயலாத காரியம் என்பதை எப்படிப் புரிய வைப்பது என்று தெரியாமல் விழித்தனர்.

அதிர்ஷ்டவசமாக, அந்தப் பாலகன் அதே விக்கிரகத்தின் சிறிய வடிவத்தைப் பார்க்க, அதையே வாங்க முடிவு செய்தனர். வீட்டில், அனைத்து விக்கிரகங்களும் மிகவும் ஜாக்கிரதையுடன் தனித்தனி பாத்திரங்களில் எடுத்துவரப்பட்டு, சந்தனம் மற்றும் மலர்களால் அலங்கரிக்கப்பட்டு, எப்போதும் தண்ணீரால் நிரம்பியிருக்கும் சமையலறை தொட்டியில் மிதக்க விடப்படும். கோவில்களில் 'தெப்ப உற்சவம்' நேரத்தில் கடவுள்களின் விக்கிரகங்கள் அலங்கரிக்கப்பட்டு கோவிலின் குளத்தில் படகில் எடுத்துச் செல்லப்படும். பாபநாசத்திலுள்ள எங்கள் வீட்டில் எங்களுக்கென்று சிறிய 'தெப்பம்' இருந்தது. குடும்பம் முழுவதும் இந்த மனதுக்கு இதம் அளிக்கும் சம்பிரதாயத்தினால் மகிழ்ந்தோம்.

நான் என் சகோதரருடன் செலவிட்ட நாட்கள் விலை மதிப்பற்றவை. குட்டைகள், குளங்கள் அல்லது கடல்கள் அனைத்தும் தண்ணீரால் ஆனது தான் என்றாலும், அவைகள் ஒன்றுக்கொன்று வேறுபட்டவை. நாம் வளர வளர, எல்லாம் ஒன்றாகத் தெரிகின்றன, ஆனால் ரசிப்பவரின் மனதில் அந்த ரசிப்புத் தன்மையில் மிகப் பெரிய மாற்றம் ஏற்படும். நாங்கள் குழந்தைகளாக இருந்த போது, சென்னை மெரீனா கடற்கரைக்குச் சென்று அங்கு கிடைக்கும் '*தேங்காய் மாங்காய் பட்டாணி சுண்டல்*' சாப்பிட்டபடி எங்கள் கால்களை அலைகளில் நனைப்போம். ஆனால் கடலை நான் பார்க்கும்விதம் மாறிவிட்டது. இப்போது அலைகளைப் பார்க்கும் போது நான் மிக அதிக அமைதித் தன்மையை ரசிக்கிறேன். எத்தனை அதிகமான அலைகள்- சிறிய, பெரிய, மென்மையான மற்றும் ஆக்ரோஷமான அலைகள்- நம் மனத்தில் இருக்கும் நினைவுகளைப் போலவே. சில நேரங்களில் அவை தொடர்ச்சியாகக் கிளம்பி வந்து பின்னால் செல்லும் போது, அவை தியானம் செய்வது போலிருக்கும். அதாவது தன்னுடைய ஆரம்ப நிலைக்கே செல்லுவது போலாகும். என்னுடைய குரு எனக்கு என்ன மாதிரியான வாழ்க்கையைத் தந்துள்ளார்! என்னுடைய அதிர்ஷடத்தை எண்ணி நானே வியந்து போகிறேன். குரு ஒரு பிரம்மாண்டமான கடலைப் போல், வெளியிலிருந்து பார்ப்பதற்கு அமைதியாக, ஆனால் சுறுசுறுப்பு நிறைந்தவராக இருக்கிறார்.

என் சகோதரர், ஒரு முறை குறும்பு செய்யும் எண்ணத்துடன், பிதாஜியின் கைப்பெட்டியில் கோப்புகளுக்குப் பதிலாக பொம்மைகளை வைத்துவிட்டார். அதன் பிறகு அவர் தொடர்ந்து இளித்துக் கொண்டே இருந்தாலும் யாரும் அவர் குறும்பு செய்திருப்பார் என்று சந்தேகம் கொள்ளவில்லை. பிதாஜி தன்னுடைய அலுவலகத்தில் கான்ஃபரன்ஸ் நடக்கும் இடத்தில் தன் பெட்டியைத் திறந்த போது கோப்புகளுக்குப் பதிலாக பொம்மைகள்

வந்து விழுந்தன. அவர் அன்று மாலை வீட்டிற்கு முகத்தில் பெரிய புன்னகையுடன் வந்து, வீட்டிலுள்ள அனைவரிடமும் எப்படி சிறுவன் அலுவலகச் சூழல் முழுவதையும் தன்னுடைய குறும்பினால் பிரகாசிக்க வைத்தான் என்று கூறினார். இப்போது நினைத்துப் பார்க்கும் போது, என் தந்தையார் எப்படித் துளிக்கூட கோபம் கொள்ளாமல் இருந்தார் என்றும் எங்களைக் குறும்புத்தனம் செய்ய உற்சாகப்படுத்தினார் என்பதும் எனக்கு ஆச்சரியமாக இருக்கிறது.

எங்களுக்கும் பிதாஜிக்கும் இடையே இருந்த பிணைப்பைப் பற்றி நினைக்கையில் அவர் கதை சொல்லும் விதத்தைத்தான் நான் மிகவும் நெகிழ்ச்சியுடன் நினைத்துக் கொள்கிறேன். என் சகோதரர் குழந்தையாக இருந்த போது, என் தகப்பனாரின் தோள்மீது தாவி ஏறி உட்கார்ந்து 'அப்பா எனக்கு ஒரு கதை சொல்லுங்கள்,' என்பார். நான் அப்பாவின் இன்னொரு தோளின் மீது ஏறிக்கொள்வேன். தகப்பனார் எங்களுக்கு நூற்றுக்கணக்கான கதைகளைச் சொல்லியிருப்பார். குருதேவ் அனைத்துக் கதைகளையும் எப்போதும் நினைவில் வைத்துக்கொண்டிருந்தார். பல ஆண்டுகள் கழித்து, பல சந்தர்ப்பங்களில், பிதாஜி அவருடன் பயணம் செய்த நேரங்களில், குருதேவ் அவரிடம் மீண்டும் அந்தக் கதைகளைத் திரும்பச் சொல்லச் சொல்லுவார். பிதாஜியும் வேதங்களிலிருந்து கதைகளைச் சொல்லுவார். குருதேவ் அந்தக் கதைகளில் பொதிந்துள்ள ஆழமான, காலத்தை வென்ற அர்த்தங்களைச் சொல்லி எங்கள் அறிவுக் கண்களைத் திறப்பார்.

என்னுடைய மனநிலையை மாற்றக் கதைகள் மிக எளிதான வழியாக இருந்தது. மல்லிகை பூக்கும் பருவத்தில் வசந்தா அத்தை, என்னுடைய நீண்ட பின்னலில் மல்லிகைப் பூவைச் சரமாகக்கட்டி, சூட்டி அழகு பார்ப்பார். நான் தகப்பனார் வேலையிலிருந்து வீட்டிற்குத் திரும்பும் நேரத்தை எதிர்பார்த்துக் காத்திருப்பேன், அவருடைய அன்பைப் பெறுவதற்காக. அவர் என்னை எப்பொழுதும் வானளாவ புகழ்வார். அது என்னை முக்கியமாக உணரச் செய்ததோடு மிகவும் மகிழ்ச்சி அடையவும் செய்யும். சில நேரங்களில் அவர் வேலையிலிருந்து காலம் தாழ்ந்து வருவார், அம்மாதிரி நேரங்களில் நான் பூச்சூடிய பின்னலுடனேயே தூங்கிவிடுவேன். அடுத்தநாள் அவரிடம் பேசாமல் முகத்தைக் கோபமாக வைத்துக்கொள்வேன். ஆனால் அவர் எனக்கு ராஜாராணிக் கதைகளைச் சொல்லியே என்னைப் புன்னகைக்க வைத்துவிடுவார். நடனமாடுதல், நாடகம்- நடித்தல், சித்திரம் தீட்டுதல், பொம்மைகள் செய்தல், வீணை வாசித்தல், பாடுதல் - இம்மாதிரி நாங்கள் மூழ்கிய அனைத்து நடவடிக்கைகளும்

எங்களை நாள் முழுவதும் சுறுசுறுப்புடன் இயங்குவதற்கு உதவியது.

வசந்தா அத்தை தான் எங்களுடைய முதல் பாட்டு வாத்தியார். அவர் எங்களைத் தன் முன்னால் உட்கார வைத்து, தான் பாடிய வரிகளை எங்களை மீண்டும் பாடச் சொல்லுவார். அவர் 'ஸ ரி க ம ப த நீ ஸ...' என்று பாடியவுடன் அந்த இசை எங்கிருந்து வந்தது என்று நாங்கள் அவருடைய வாயையே ஆச்சரியத்துடன் பார்த்துக் கொண்டிருப்போம். என் சகோதரர் இசையின் குறிப்புகளைவிட அந்த நாதம் எங்கிருந்து வந்தது என்பதில் அதிக ஆர்வம் காட்டினார். சில நேரங்களில் வசந்தா அத்தை என் சகோதரரைத் தன்னுடன் இசைக்கச்சேரிக்கு அழைத்துச் செல்வார், ஆனால் பல சந்தர்ப்பங்களில் என் சகோதரர் பாதிக் கச்சேரியிலேயே அத்தையின் மடியில் படுத்து உறங்கிவிடுவார். அதேபோல் பிதாஜி நகரத்திற்கு வருகை தரும் பண்டிதர்களின் வேதச் சொற்பொழிவுகளுக்கு அழைத்துச் செல்வார். அங்கும் இதே போல் நாங்கள் பாதியிலேயே உறங்கிவிடுவோம். இம்மாதிரி கூட்டங்களில் வந்திருப்பவர்களில் குழந்தைகள் நாங்கள் மட்டுமே இருப்போம். சொற்பொழிவுகள் துவங்கிய சில நிமிடங்களிலேயே நாங்கள் ஆழ்ந்த உறக்கத்தில் இருப்போம்! பிதாஜியைப் பொறுத்த வரையில் நாங்கள் விழித்திருந்தாலும், உறங்கினாலும் அந்த மாதிரியான நேர்மறையான இடங்களின் அதிர்வலைகளில் எங்களை வைத்திருப்பது எங்களுக்கு நன்மை செய்யும் என்று நம்பினார். இன்று நான் சத்சங்கங்களில் நிறைய குழந்தைகளைப் பார்க்கும்போது, புதிய தலைமுறை அறிவு மற்றும் தியானம் ஆகிய சூழலில் வளருவது எனக்கு மிகுந்த மகிழ்ச்சியையும் மனத்திருப்தியையும் அளிக்கிறது.

இரந்து உண்பவர்களைப் பார்க்கும் போது, எங்களுக்குள் எப்போதுமே ஒரு வியப்பு மேலிடும். சிறுவன் ரவி ஒருமுறை அம்மாவிடம் 'அவர்கள் ஏன் பிச்சை எடுக்கிறார்கள்,' என்று வினவினான். 'காரணம் அவர்கள் ஏழைகள்,' என்று அம்மா பதிலுரைத்தார். 'ஆனால் அவர்கள் ஏன் ஏழைகளாக இருக்கிறார்கள்?' என் சகோதரர் விடாமல் கேட்டார். 'கடவுள் அவர்களை ஏழைகளாகப் படைத்துவிட்டார்,' அப்பா குறுக்கிட்டுக் கூறினார். அதற்குச் சிறுவன் ரவி, 'நான் கடவுளிடம் பிச்சைக்காரர்களைப் படைக்க வேண்டாம் என்று சொல்வேன்,' என்று கூறினான். இந்த உரையாடலைப் பிதாஜி அடிக்கடி நினைவு கூர்வார். 'ஒரு குழந்தை இதயத்திலிருந்து என்ன ஒரு முதிர்ச்சியான தீர்வு,' என்று அன்புடன் கூறுவார்.

என் சகோதரரின் பாச உணர்வும், பரிவும், இன்னார் என்ற பேதமில்லாமல் அனைத்து மனிதர்கள், விலங்குகள், செடி

கொடிகள் என்று முழுவதுமாக வியாபித்து இருந்தது. அவர் மிக எளிதாக மிருகங்களிடையே நெருங்கி விடுவார். அவருக்கு நாய்கள், பூனைகளில் தொடங்கி யானை வரை அனைத்து மிருகங்களையும் பிடிக்கும். அது இப்போதும் வெளிப்படுகிறது. அவர் பெங்களூரு ஆசிரமத்திலுள்ள மகேஷ்வரா என்ற யானையுடன் விளையாடுவதைப் பார்த்தால் அவர்கள் ஒருவர் மற்றவருடன் எத்தனை நெருங்கிய தொடர்புடன் இருக்கிறார்கள் என்பதைப் பார்த்து ஆச்சரியம் ஏற்படும்! குருதேவின் பாவங்களைப் பார்ப்பதற்கே மகிழ்ச்சியாக இருக்கும். நாங்கள் சிறுவர்களாக இருந்த போது, தகப்பனார் எங்களை யானைகள் இருந்த பெரிய கோவில்களுக்கு அழைத்துச் செல்வார். என் சகோதரர் அந்த யானைகளைத் தொட விரும்புவார், ஆனால் நான் அந்த எண்ணத்தை நினைத்தாலே அலறிவிடுவேன்! அப்படியும் என் தகப்பனார் யானை என்னை ஆசீர்வதிக்கிறதா என்று நிச்சயம் செய்துகொள்வார். இல்லாவிட்டால் பின்னால் நான் அவரைத் தொல்லை செய்வேன் என்று அவருக்குத் தெரியும். என் சகோதரர் என்ன செய்கிறாரோ அதை *நான்* செய்தே ஆக வேண்டும். இது போட்டி மனப்பான்மை கிடையாது எங்களுக்குள் இருந்த இணைபிரியாத பந்தம். என் சகோதரரைப் பொருத்தவரையில் அதற்கான அர்த்தத்தையோ அல்லது உணர்வையோ வர்ணிக்க எனக்கு வார்த்தைகள் தெரியவில்லை. எங்களுக்குள் சகோதரர்களுக்கு ஏற்படும் சகோதரச்சண்டை என்றுமே இருந்ததில்லை. நாங்கள் அந்த வார்த்தையைக் கேட்டதும் இல்லை. அதன் அர்த்தம் கூட எங்களுக்குப் புரிந்ததுமில்லை.

ஒரு நாள், என் சகோதரருக்கு எட்டு வயதிருக்கும் போது, அவர் பள்ளியிலிருந்து வந்து நேராக ஸ்டோர் அறைக்குச் சென்றார். அவர் எதையோ மறைத்தார். உடனே என் தாயார் ஏதோ நிகழ்கிறது என்று யூகித்து விட்டார் - அவரிடமிருந்து எங்களால் எதையும் மறைக்க முடியாது. நான் மிகுந்த உற்சாக மடைந்து என் சகோதரரைப் பின்தொடர்ந்து ஸ்டோர் அறைக்குச் சென்றேன். என் தாயார் எங்களிடம் நாங்கள் என்ன செய்கிறோம் என்று வினவினார். என் சகோதரர் எதையும் வெளிப்படுத்தி விடக்கூடாது என்ற நோக்கத்தில் என் அம்மாவை குழந்தை போன்று கள்ளங்கபடமில்லாமல் பார்த்தார். என் தாயாருக்குத் தெரிந்து கொள்ள வேண்டும் என்ற ஆர்வம் இருந்தாலும், வீட்டு வேலைகளில் அவர் ஈடுபட்டிருந்ததால் அப்போதைக்கு விஷயத்தை அத்தோடு விட்டுவிட்டார். சிறிது நேரம் கழித்து, என் சகோதரரின் பள்ளிக்கூடப் பையிலிருந்து - காதுகளை விடைத்தபடி பளபளக்கும் கண்களுடன் ‘மியாவ்’ என்று சப்தமிட்டபடி எட்டிப்பார்த்தது புத்தகங்களுக்கு இடையில் பத்திரமாக உட்கார்ந்திருந்த அந்தப்

பூனைக்குட்டி! மிகுந்த அழகாக இருந்தது. என் தாயார் கடிந்து கொள்ளும் மனநிலைக்கு வருவதற்கு முன்னால் அவர் முகத்திலும் ஒரு வினாடிக்கு பிரகாசம் தோன்றி மறைந்தது. அந்த ஒரு வினாடி எங்களுக்குப் போதுமானதாக இருந்தது, நாங்கள் எங்கள் தாயாரை எப்படியோ பேசி அந்தப் பூனைக்குட்டியை வீட்டில் வைத்துக் கொள்ளச் சம்மதம் வாங்கினோம். நாங்கள் உற்சாகத்துடன் ஒரு இங்க்-ஃபில்லரின் மூலம் அதற்கு பால் புகட்டினோம். நாங்கள் ஒருவேளை அதற்குத் தேவைக்கு அதிகமாகக் கூட பால் புகட்டியிருப்போம். நாங்கள் அடிக்கடி பூனைக்குட்டி தூங்குகிறதா அல்லது விழித்திருக்கிறதா என்று பார்த்துக் கொண்டேயிருப்போம். இரவு வந்ததும் பூனைக்குட்டி தனியாக விடப்பட்டவுடன், அது அதிகமாக சப்தமிட ஆரம்பித்தது! நாங்கள் அவ்வப்போது எழுந்திருக்க வேண்டியதாக இருந்ததால் அம்மாவுக்கு லேசாக எரிச்சலாக இருந்தது. சந்தேகமில்லாமல், நாள் முழுவதும் வேலை செய்து களைத்திருந்த என் தாயாருக்கு ஓய்வு அவசியம் தேவைப்பட்டது.

மறுநாள் காலை முதல் வேலையாக, அந்தக் குட்டியின் தாயைத் தேடிச் சென்றோம். நல்லவேளையாக, அந்தத் தாய்ப்பூனை அருகில் இருந்தது - இரவு முழுவதும் குட்டி செய்த சப்தத்தினால் அது தன் குட்டியைக் கண்டுபிடிக்க முடிந்திருக்கிறது. ஆனால் அன்றைய நாள் முழுவதும் நாங்கள் அந்தப் பூனைக்குட்டியையே நினைத்துக் கொண்டிருந்தோம். நான் என்னை ஒரு பூனைக்குட்டியாகக் கற்பனை செய்து கொண்டு மியாவ் என்று கத்திக் கொண்டே வீடு முழுவதும் சென்றேன், அதைப் பார்த்து என்னால் பூனை மாதிரி நடிக்க முடியாதது குறித்து என் சகோதரர் சிரித்தார். குறைந்தபட்சம், என்னால் அவரைச் சிரிக்க வைக்க முடிந்ததை நினைத்து மகிழ்ச்சி ஏற்பட்டது. எப்போதுமே அவர்தான் என்னுடைய முகத்தில் ஏற்படும் புன்னகைக்குக் காரணமாக இருப்பார். பார்க்கப்போனால், அதுதான் எங்களுடைய முதல் பூனைக்குட்டி, ஆனால் இப்போது ஆசிரமத்தில் ஷங்கரி குடும்பத்தைச் சேர்ந்த பல்வேறு பூனைக்குட்டிகள் உள்ளன. ஐந்து தலைமுறைகளாக இங்கு வாழ்ந்து வரும் இந்தப் பூனைக்குட்டிகள் பார்க்க ஒரே அச்சாக இருக்கும்! குருதேவ் எப்போது உணவருந்த அமர்ந்தாலும் வந்துவிடும், தான் வந்து விட்டதற்கு அடையாளமாக மியாவ் சப்தங்களைக் கொடுக்கும். குருதேவ் அவளுக்குச் சிறிது தயிர்சாதம் அளிப்பார், அதைச் சாப்பிட்டுவிட்டு மகிழ்ச்சியுடன் ஷங்கரி போய்விடுவாள். குருதேவ் வெளியூர் செல்லும் காலங்களில் ஷங்கரி கண்களில் தென்படவே மாட்டாள். எவ்வளவு விந்தையானது இது!

குழந்தைகளாக இருந்த காலத்தில் நாங்கள் தீப்பெட்டிகளைக் கொண்டு பட்டாம்பூச்சிகள், கம்பளிப்பூச்சிகள், தவளைகள் மற்றும்

புழுக்களுக்காகத் தற்காலிக வீடுகளை அமைத்தோம். எப்போதும் ஆர்வமாக இருக்கும் நான், அடிக்கடி அதனுள் எட்டிப்பார்ப்பேன், அவைகள் அங்கு தான் இருக்கின்றனவா என்று பார்ப்பதற்காக, அம்மாதிரி செய்யும் போது அவைகளை சில நேரம் விடுதலையும் செய்து விடுவேன்! நாள் முழுவதும் புதிய கண்டுபிடிப்புகள், பயணங்கள் மற்றும் விளையாட்டுகளுக்கிடையே, நாங்கள் ஓய்வெடுக்காமல் கதைகள் கேட்பதற்காகப் பிதாஜியின் வருகைக்காகக் காத்திருப்போம். அவர் எங்களை சொந்தமாகக் கதை புனையச் சொல்லி உற்சாகப்படுத்தினார். நான் ஒருமுறை ஓர் அழகான மகாராணி பாத்திரம் கழுவுவது போன்ற ஒரு கதையைச் சொன்னேன். 'ஒரு ராணி எப்படி பாத்திரம் கழுவுவார்?' என்று என் சகோதரர் என்னைக் கேலி செய்தார். நாங்கள் இதைக் குறித்து விவாதம் செய்தோம், கடைசியில், சந்தேகமில்லாமல், அவர் தான் ஜெயித்தார், ஆனால் அவரிடம் தோற்பதில் எனக்கு மகிழ்ச்சியே. பின்னாளில், குருதேவ் என் கதையை நிஜமாக்கினார். ஆசிரமத்திற்கு வரும் அனைவரும், அவர்கள் எப்பேர்பட்ட உயர்ந்த பதவியில் இருந்தாலும், உயர்ந்த நிகழ்ச்சிகளில் பங்கேற்கும் போது சேவை செய்ய வேண்டும் என்பது கட்டாயமானது. நம்முடைய மகிழ்ச்சி அதிகம் ஆக வேண்டுமானால், அதை நாம் மற்றவர்களுடன் பகிர்ந்து கொள்ள வேண்டும். ஆன்மீக வளர்ச்சிக்குக் கொடுப்பது என்பது அவசியமாகிறது. நம்மிடம் இருப்பதை அடுத்தவர்களுடன் பகிர்ந்து கொள்வதற்கான விருப்பம் மற்றும் அடுத்தவர்களுக்கு உதவுவதுமே சேவையாகும். வாழ்வின் நிலையான குணத்தை மற்றவர்களுக்குப் புரிய வைப்பதே மிகச் சிறந்த சேவை என்று குருதேவ் சொல்லுவார்.

ஒரு நாள், சிறுவன் ரவி, மனிதர்கள் வயதானால் மரணம் அடைகிறார்கள் என்பதைப் புரிந்து கொண்டான். குடும்பத்தில் அனைவரையும் விட மூத்தவர் அத்தையம்மா என்பதால் அவர் தான் முதலில் மரணிப்பார் என்று சிறுவன் ரவி நினைத்தான். அவன் அத்தையம்மாவிடம் மிகவும் நெருக்கமாக இருந்ததால் இந்த உணர்வு அவனுள் ஒரு பதற்றத்தை ஏற்படுத்தியது. அத்தையம்மாவுடன் ஒரே அறையைப் பகிர்ந்து கொண்ட ரவி, அனைவரும் உறங்கிய போது, தான் மட்டும் விழித்துக் கொண்டு அத்தையம்மா மூச்சு விடுவதைக் கவனிப்பார். அத்தையம்மாவின் பெரிய வயிறு மேலும் கீழும் போய்விட்டு வருவதையும் அவர் சப்தமாகக் குறட்டை விடுவதையும் பார்த்து மகிழ்வார். அவர் எப்போதெல்லாம் குறட்டை விடுவதை நிறுத்துகிறாரோ அப்போது அவரை எழுப்பி விட்டுவிடுவார். இதனால் பல மணி நேரங்கள் ஆகிவிடும். கிட்டத்தட்ட விடியற்காலை நான்கு மணிக்கு ரவி தூங்கச் செல்வார். ஒருவேளை அத்தையம்மா

இறந்தாலும், தன்னுடைய ஸ்பரிசம் பட்டவுடன் அவர் விழித்துக் கொள்வது போல் கனவு காண்பார் ரவி. இது பல மாதங்களாகத் தொடர்ந்தது, அதனால் அவர் அடிக்கடி பகலில் தூங்கி விடுவார். அத்தையம்மா கடைசியில் இறந்துபோன போது, எங்களுடைய பரீட்சை நடந்து கொண்டிருந்ததோடு நான் ஏழாம் வகுப்பு படித்துக் கொண்டிருந்தேன். அவர் ஒரு வேளை உயிருடன் வந்துவிடுவாரோ என்ற பயத்தில் என் சகோதரர் அவரைத் தொடவில்லை என்பது எனக்கு இன்னும் நினைவிருக்கிறது.

நாங்கள் அத்தையம்மாவிடமிருந்து பல விஷயங்கள் கற்றுக் கொண்டோம். வீட்டில் ஏதாவது மளிகைப் பொருள் காலியாகிவிட்டது என்றால் உதாரணத்திற்கு, 'வீடு நிறைய சர்க்கரை இருக்கிறது நாம் கடையிலிருந்து இன்னும் கொஞ்சம் வாங்க வேண்டும்,' என்பார். அவர் எப்பவுமே ஏதாவது ஒன்று காலி என்றோ இல்லை என்றோ சொல்லவே மாட்டார். அவர் நம்மைச் சுற்றி தேவதைகள் இருப்பதாகவும் அவைகள் எப்போதும் 'ததாஸ்து' அதாவது 'அப்படியே நடக்கட்டும்,' என்று சொல்வதாகவும் நம்பினார்! அதனால் எப்போதுமே அனைவரும் அனைத்து நேரங்களிலும் நேர்மறையாகப் பேசுவதையே விரும்பினார். நான் சில நேரங்களில் பள்ளியிலிருந்து சலிப்புடன் வருவேன் (பசிதான் காரணம், என் அம்மா கட்டிக் கொடுத்த பெரும்பான்மையான உணவை மற்றவர்களுக்குக் கொடுத்து விடுவேன்). அத்தையம்மா என்னிடம், 'அந்த மூலைக்குச் சென்று உன் கோபத்தை தேவதையிடம் விட்டுவிட்டு பின் திரும்பி வா,' என்று கூறுவார். இந்த வகையில், குழந்தைகளான எங்களுக்குக் கோபம் மற்றும் எதிர்மறையான உணர்வுகளைக் கையாள்வது எப்படி என்பது கற்றுக் கொடுக்கப்பட்டது. இப்போது 'விழுந்து வணங்குதல்,' என்ற முறையை வாழும் கலை நிகழ்ச்சிகளில் செய்யும் போது நம்முடைய உணர்வுகளிலிருந்து நம்மை நாமே சுதந்திரம் ஆக்கிக் கொள்ளும் இந்த அனுபவம் இப்போது இன்னும் பலமாகி விட்டது. ஒவ்வொரு திசைக்கும் ஒரு முக்கிய தெய்வம் இருப்பதோடு அதனுடன் பல குணங்களும் இணைந்து இருக்கின்றன. உதாரணத்திற்கு, வடக்குப் பகுதி தேவதையுடன், கோபம் இணைந்திருக்கிறது. நம்முடைய குணம் கோபம் இல்லை என்பது புரிந்து விட்டால் நாம் நம்முடைய கோப உணர்வை வடக்கு பக்கம் இருக்கும் தேவதையிடம் சரணடைந்துவிட்டுச் சுதந்திரம் ஆகிவிடலாம்.

அத்தையம்மா வசதியானவர்கள், ஏழைகள் என்ற பாகுபாடெல்லாம் பார்த்ததே கிடையாது. அவரைப் பொறுத்த வரையில் எங்களுடைய உறவினர்களுக்கும் எங்கள் வீட்டில் பணி செய்தவர்களின் உறவினர்களுக்குமிடையே எந்த வேறுபாடும்

கிடையாது. அவர்களையும் சகல மரியாதைகளுடன் வரவேற்று போண்டாவும் கேசரிபாத்தும் பரிமாறுவார். வீட்டிற்கு வந்த யாரும் வயிறு நிறைய சுவையான உணவை சாப்பிடாமல் போகவே முடியாது. 'சிவருத்ரப்பாவின் அப்பா வந்திருக்கிறார், அவருக்கு கேசரிபாத் எடுத்து வாருங்கள்,' என்று சொல்ல என் தாயாரோ அல்லது வசந்தா அத்தையோ உடனடியாக அதைத் தயாரிக்க ஆரம்பித்து விடுவார்கள். அவர் யார் மீதும் எதன் மீதும் குறை கண்டுபிடித்து நான் பார்த்ததேயில்லை. அவர் முகத்தை எப்போதும் புன்னகை அலங்கரித்தது.

அத்தையம்மா நகைச்சுவை உணர்வு நிறைந்த பலமான பெண்மணியாக இருந்தார். அவர் சராசரியான பெண்களை விடவும் பெரிய அளவில் இருந்ததால், சில நேரங்களில், நிலை தடுமாறிக் கீழே விழுந்துவிடுவார். ஆனால் அவர் தன்னைப் பார்த்துத் தானே சிரித்துவிட்டு உடனடியாக எழுந்து நின்றுவிடுவார். இது எனக்குப் பெரும் ஆச்சரியத்தை எழுப்பியது. ஒருவரால் கீழே விழுந்துவிட்டுப் பின்னர் அதைப் பார்த்து எப்படிச் சிரிக்க முடியும்? தன்னைத் தானே பார்த்துச் சிரிப்பதற்கு ஒருவருக்கு நிறைய சக்தி வேண்டும். ஆனால் அதை ஒருவரால் செய்ய முடியும் என்றால், அவருடைய முகத்திலிருக்கும் புன்னகையை யாராலும் எடுத்துவிட முடியாது. பிதாஜி ஒரு விஷயத்தைச் சொல்லுவார், அதாவது பாட்டியின் கைகளைப் பிடித்துக் கொண்டு செல்லும் போது சிறுவன் ரவி அவரிடம், 'பாட்டி, நீங்கள் விழமாட்டீர்கள். நான் உங்கள் கையைப் பற்றிக் கொண்டிருக்கிறேன்,' என்பாராம். அந்த நேரத்தில் அவருக்கு மூன்றே வயது தான்! எங்களுடைய குழந்தைப் பருவத்தில் அத்தையம்மா முக்கியமான பங்கு வகித்தார். அவர் வெள்ளிக்கிழமை தோறும் மாலை ஆறிலிருந்து ஏழுவரை ஒருமணி நேரம் விளக்கேற்றி வைத்துவிட்டு எங்கள் இல்லத்தின் வாசல் பகுதியில் மகாலட்சுமியின் வருகைக்காகக் காத்திருப்பார். ஒவ்வொரு வெள்ளிக்கிழமையும் லட்சுமி பூஜை செய்வதன் மூலமாக இந்தப் பாரம்பரியம் இப்போதும் தொடர்கிறது.

என்னுடைய தாய்வழிப் பாட்டி மிகவும் ஆசாரமானவர். ஆனால் என் சகோதரர் விஷயம் என்று வந்துவிட்டால், அவருடைய கருத்துக்களைக் கேட்கத் தயாராக இருந்ததோடு அவர் சொல்லும் மாற்றங்களையும் ஏற்றுக்கொள்ளத் தயாராக இருந்தார். அன்றைய காலக்கட்டத்தில் தீண்டாமை என்ற பழக்கம் இருந்து வந்தது. சிலரை, அவர்கள் அசைவம் சாப்பிடுபவர்களாக இருந்தால், வீட்டுக்குள் நுழைய விட மாட்டார்கள். எங்களுடைய வயல்களைப் பார்த்துக் கொண்டிருந்த சுவாமிநாதன் அதில் ஒருவர். என் சகோதரர் இந்தப் பழக்கம் குறித்துக் கேள்வி எழுப்பினார். மக்களின் பின்புலம் உண்மையில் எந்த வித்தியாசத்தையும்

ஏற்படுத்தாது என்பது அவருடைய வாதம். அவருக்கு ஏழு வயதாக இருக்கும் போது, தன் பாட்டியிடம் உத்தரவு வாங்கிக் கொண்டு, பழமையில் ஊறிய அண்டை அயலாருக்கு அதிர்ச்சி ஏற்படுத்தும் வகையில், சுவாமிநாதனுடன் தன் சைக்கிளில் பயணம் செய்தார்.

எங்களுடைய பெங்களூரு வீட்டில், உதவிக்கிருந்த பெண்மணியின் மகள் பள்ளிக்குச் செல்லவில்லை. அம்மாதிரிப் பல குடும்பங்களில் பெண் குழந்தைகளுக்குப் படிப்பு அவசியம் என்று கருதப்படவில்லை. ஆனால் சிறுவன் ரவி இதைப் பற்றிக் கேள்வி கேட்டான். 'பானு பள்ளிக்குச் செல்ல முடியும் என்றால், அவள் ஏன் போகக் கூடாது,' என்று கேட்டான். அந்த நேரத்தில் என்ன விளக்கம் கொடுத்தார்கள் என்று எனக்குத் தெரியாது, ஆனால் பெண் குழந்தைகளுக்குக் கல்வி புகட்ட வேண்டும் என்ற என்னுடைய எண்ணத்திற்கான விதை என் மனதில் விதைக்கப்பட்டது அந்த நேரத்தில் தான். இன்று குருதேவ், இந்தியாவின் மூலை முடுக்குகளிலெல்லாம் சமுதாயத்தின் விளிம்பில் இருக்கும் குழந்தைகளுக்கு முழுமையான கல்வி என்ற பரிசை அளிக்கச் சுமார் நானூறு இலவசப் பள்ளிகள் ஆரம்பித்துள்ளார். இந்தப் பள்ளிகளில் சுமார் ஐம்பத்திரண்டாயிரத்து இரண்டு குழந்தைகள் படிக்கின்றனர், அதில் பாதிக்கும் மேல் பெண் குழந்தைகள்.

4

தேநீர்க் கோப்பையில் கடலை அடைத்தல்

எங்களுடைய படிப்பை, எங்கள் வீடு இருந்த அதே மினர்வா சர்க்கிள் வளாகத்தில் இருந்த ஒரு சிறிய மாண்டிஸோரி பள்ளியில் துவக்கினோம். என் சகோதரர் பள்ளிக்குச் செல்ல ஆரம்பித்த போது, நான் வயதில் சிறியவளாக இருந்ததால் வீட்டிலேயே இருக்க வேண்டியதாயிற்று. எனக்கு இது ஏற்றுக் கொள்ளக்கூடிய விஷயமாக இல்லாததால் நான் கலாட்டா செய்ய ஆரம்பித்தேன். அதே சமயம், எங்களுடைய பொழுது போக்கைத் தொடர்வதற்காக அவர் வரும் நேரத்தை எதிர்பார்த்துக் காத்திருப்பேன். அவர் முதல் நாள் பள்ளிக்குச் சென்ற போது, அத்தையம்மா அவருடன் சென்றிருந்தார். அவரைப் பள்ளியில் விட்டுவிட்டு, அத்தையம்மா வீட்டிற்குத் திரும்பி வந்து கொண்டிருந்தார், ஆனால் அவருக்குத் தெரியாமல் அவர் பின்னாலேயே என் சகோதரரும் வீட்டிற்கு திரும்பிக் கொண்டிருந்தார்! அம்மா இதைப் பார்த்து நகைத்தார். என் சகோதரருடைய வாதம் என்னவென்றால் அத்தையம்மா அவரைப் பள்ளியில் விட்ட பிறகு தனியாக வீடு திரும்ப வேண்டுமே, அதனால் அவருக்குத் துணையாக இவரும் கூட வந்ததாகச் சொன்னார். 'ஒரு வேளை அவர் வழி தெரியாமல் தொலைந்து போய்விட்டால்?' அவர் அவ்வாறு சொன்னது பள்ளிக்கூடத்திற்கு மட்டம் போட வேண்டும் என்பதற்காக அல்ல, அவர் உண்மையிலேயே அத்தையம்மாவிற்காகக் கவலைப்பட்டார்.

நாங்கள் ஜெயநகருக்கு இடம் பெயர்ந்தவுடன், எங்கள் பள்ளியான மாடல் எஜுகேஷன் சொசைட்டி, எங்கள் வீடு இருந்த தெருவிலேயே இருந்தது. அது சுமார் நானூறு மீட்டர் தொலைவில் இருந்தது, நாங்கள் எல்லா நாட்களும் பள்ளிக்கு நடந்தே

செல்வோம். எங்கள் பள்ளிக்கூடக் கட்டிடம் மிகச் சாதாரணமான தொரு கூரையுடன் கூடியதாக இருந்தது. அத்தையம்மா எங்கள் கைகளைப் பிடித்துக் கொண்டு நடந்து செல்வார். அந்த நாட்களில் இவ்வளவு வண்டிகள் கிடையாது. சில சைக்கிள்களும் எப்போதாவது செல்லும் கார் மட்டுமே வாகனங்களாக இருந்தன. எங்களை எப்போதுமே தன்னருகில் வைத்துக்கொள்ள அத்தையம்மா விரும்பினார். ஒவ்வொரு திங்கட்கிழமையும் நாங்கள் பள்ளிக்குச் செல்ல வேண்டியதை நினைத்து அவர் வருத்தப்படுவார். நாங்கள் வீட்டில் இல்லாத நேரத்தில் ஏதாவது சாக்லேட் வீட்டிற்கு வந்தால் அதை வீட்டில் உள்ள ஏழு நபர்களுக்கு சரி சமமாக பிரித்துக் கொடுக்கப்படும் - பிதாஜி, அம்மா, எங்கள் பாட்டி, சித்தப்பா சுப்ரமணியம், வசந்தா அத்தை, என் சகோதரர் மற்றும் நான்- நாங்கள் பள்ளியிலிருந்து திரும்பி வரும் வரை எங்களுக்காகத் தனியாக எடுத்து வைக்கப்பட்டிருக்கும். அவர் சாக்லேட்டுகளைப் பகிர்ந்து கொடுக்கும் போது, தன்னுடைய பங்கையும் எங்களுக்கே கொடுப்பார்.

என் சகோதரர் தன்னுடைய நண்பர்கள் மற்றும் ஆசிரியர்களிடையே மிகவும் பிரபலமானவராக இருந்தார். அவர் மிகவும் மென்மையாகப் பேசும் குழந்தையாக இருந்தார். பள்ளி அவருடைய அபரிதமான அறிவை அறிந்து கொண்டு அவருக்கு ஒன்றாம் வகுப்பிலிருந்து மூன்றாம் வகுப்பிற்கு நேரிடையாக உயர்வு செய்தது. ஆனால், அவரால் மற்றக் குழந்தைகளுக்கு ஆர்வம் உள்ள விஷயங்கள் பற்றிப் பேச முடியவில்லை. விளையாட்டும் திரைப்படங்களும் அவருக்கு முக்கியமான விஷயங்களாகத் தோன்றியதில்லை. வாழ்க்கையின் அர்த்தம் மற்றும் நோக்கம், இந்த உலகம், மற்றும் தெய்வீகத்தன்மை பற்றி மற்றவர்கள் ஏன் யோசிக்க மாட்டேன் என்கிறார்கள் என்று அவருக்கு விந்தையாக இருந்தது. 'நான் மற்றக் குழந்தைகள் விளையாடுவதையும் சண்டையிடுவதையும் பார்த்திருக்கிறேன் - என்னுடைய பெரும்பாலான நேரம் அவர்கள் சண்டையைத் தீர்த்து வைப்பதிலேயே கழிந்தது.'

சிறுவன் ரவியினால் கால்பந்து விளையாட முடியவில்லை. 'நான் பந்தைப் பார்ப்பேன், என்னுடைய கால்களைப் பார்ப்பேன், பின் யோசிப்பேன்-என்னுடைய இந்தக் கால்களினால் எந்தப் பொருளையும் எட்டி உதைக்க முடியாது - என்னுடைய கால்கள் நகரவே நகராது.' என் சகோதரருக்கு விளையாட்டுகளில் ஆர்வம் இல்லாதது குறித்து அம்மாவிற்குக் கவலையாக இருந்தது. ஆனால் அவர் தன் தாயாரிடம், 'நான் வெற்றி பெறுவதில் அதிக ஆனந்தம் கொள்வதில்லை,' என்று கூறினார். 'அதேசமயம் மற்றவர்கள் தோல்வி அடைவதையும் பார்க்க எனக்கு மகிழ்ச்சியாக இல்லை.

யாராவது தோல்வி அடைவதைப் பார்த்தால், எனக்கு மகிழ்ச்சியாக இருக்காது. எனக்கு மற்றவர்கள் மகிழ்ச்சியாக இருப்பதைப் பார்க்கவே மகிழ்ச்சியாக இருக்கிறது.'

பள்ளியில், ஆசிரியர்களும் மாணவர்களும் ஆலோசனைக் காகவும் ஆறுதலுக்காகவும் என் சகோதரரை நாடினார்கள். 'எப்படியாவது ரவி எங்களுடைய கவலைகளையும் பிரச்சினை களையும் தீர்த்துவிடுகிறான். அவனிடம் இருப்பதே எங்களை லேசாக உணர வைக்கிறது,' என்று அவர்கள் சொல்வார்கள். அவருடைய அருகாமையில் தனக்கு மன அமைதி கிடைத்தது என்பதால் எங்களுடைய ஆசிரியைகளில் ஒருவரான திருமதி சாந்தி என்பவர் சில நேரங்களில் என் சகோதரரைச் சந்திக்க வீட்டிற்கு வருவார். என் சகோதரருடைய நண்பர்கள் - சிலர் அவருடைய வகுப்பில் படிப்பவர்கள், சிலர் அவரைவிட பெரிய வகுப்பில் படித்தவர்கள் - பள்ளியிலிருந்து திரும்பும் போது எங்களுடன் நடந்து வருவார்கள், எங்களுடன் இணைந்து வர வேண்டும் என்பதற்காக. அம்மாதிரி நடந்து வந்த போது, நிகழ்ந்த, ஒரு சுவையான சம்பவத்தை குருதேவ் பகிர்ந்து கொண்டார். 'அப்போது எனக்கு ஏழு அல்லது எட்டு வயதிருக்கும். நான் நண்பர்களுடன் நடைபாதையில் நடந்து வந்து கொண்டிருந்த போது, கல் தடுக்கிக் கீழே விழுந்து விட்டேன். அந்தப் பாதிப்பினால் நான் சில வினாடிகள் சுயநினைவில்லாமல் இருந்தேன். அந்த நேரத்தில், நீல நிறத்து சக்தி ஒன்று ஆத்மாவாகச் சுருங்கும் காட்சியை நான் கண்டேன். என் அம்மா கும்பகோணத்திலுள்ள ஒரு தேவி கோவிலின் ஸ்தலவிருட்சத்தைச் சுற்றி வருவதைக் கண்டேன். மிகவும் பக்தியானவரும் பரிசுத்தமானவருமாக இருந்த அந்தப் பெண் தான் என்னுடைய அம்மாவாக இருக்க வேண்டும் என்று நான் முடிவு செய்தேன். அதன் பிறகு நான் ஓர் ஒற்றை அரிசியை, மிக மிகச் சுத்தமான தானியத்தைப் பார்த்தேன். என் முன்னால் அது ஒரு மலை போல் இருந்தது. நான் அதனுள் நுழைந்தேன். அந்த தானியம் அம்மா கோவிலிலிருந்து வீட்டிற்கு கொண்டு வந்த பிரசாதத்தின் ஒரு பகுதியாகும். அவர் அதை பிதாஜிக்கு வழங்கினார், நான் அந்த தானியம் வழியாக அவருக்குள் நுழைந்தேன். அந்த ஆத்மா தகப்பனாரிடம் கிட்டத்தட்ட மூன்று மாதங்கள் தங்கிவிட்டுப் பின்னர் தாயாரினுள் சென்றது.' என்று தன் பிறப்பின் ரஹஸ்யத்தைப் பற்றி சொன்னார்.

தன்னுடைய இளம் பாலகன் எப்போதும் தியானம் செய்வது அல்லது தத்துவார்த்தமாகப் பேசுவது குறித்து அம்மாவுக்குக் கவலையாக இருந்தது. பிதாஜி தான் அம்மாவிற்கு ஆறுதல் கூறி எல்லாம் சரியாக இருக்கும் என்று அமைதிப்படுத்தினார். என் சகோதரருக்குச் சுமார் ஏழு வயதிருக்கும் போது, உபநயனம்,

அதாவது பூணூல் அணிவிக்கும் சடங்கு செய்யப்பட்டது. இந்தச் சடங்கின் போதுதான் பிரம்மத்தின் உச்சபட்ச அறிவானது குழந்தையின் காதுகளில் போதிக்கப்படும். குழந்தையிடம் புத்திசாலித்தனத்தையும் உண்மையையும் விழிப்படையச் செய்வதற்காகவே அந்த காயத்ரி மந்திரம் சொல்லிக் கொடுக்கப்படும். என் சகோதரர் சந்தியாவந்தனம் செய்யும் போது அவர் ஒன்றரை மணி நேரத்திற்கு மேல் எடுத்துக் கொள்வார், அதேசமயம் அவருடைய ஒன்றுவிட்ட சகோதரர்கள் பத்தே நிமிடங்கள்தான் எடுத்துக் கொள்வார்கள். குழந்தையாக இருக்கையிலேயே, அவர் புனிதமான பழக்கங்களை மதிப்பதில் மிகவும் உண்மையாக இருந்தார். இன்று, உலகம் முழுவதிலிருந்தும் ஆயிரக்கணக்கானோர் வந்து சந்தியாவந்தனம் செய்வது எப்படி என்பதைக் கற்றுக் கொள்கின்றனர். குருதேவ் விளக்கப்படி 'விழித்திருத்தல், கனவு காணுதல் மற்றும் உறங்குதல் - ஆகிய மூன்று வகையான நிலைகள் உணர்வுக்கு இருக்கின்றன. ஒரு நிலை முடிந்து இன்னொரு நிலை ஆரம்பிக்கும் காலக்கட்டத்தில் மிகப் பிரமாதமாக ஏதாவது நடைபெறும். இந்த மூன்று நிலைகளுக்கும் அப்பால் ஒன்று உங்கள் முன்னால் தோன்றி மறையும். அதுவே தெய்வீகமாகும். எல்லாப் படைப்புகளுக்கும் இதுவே ஆதாரமாகும். இது அனைத்து பயங்களையும் போக்குவதோடு வாழ்க்கைக்குப் புதிய பரிமாணத்தைக் கொடுக்கிறது. எண்ணங்களையும் உணர்வுகளையும் கடந்து மேலானதொரு நிலையை அடையும் போது அதனை சந்தியா என்பர். வந்தனம் என்பது அந்த உணர்வு நிலையை வணங்குதலாகும்.'

'உங்கள் மகனை அதிகம் பூஜை செய்யச் சொல்லாதீர்கள்; அவன் சரியாகப் படிக்கமாட்டான்,' என்று அம்மாவுக்கு யோசனை சொல்வார்கள். ஆதலால், அவர் எப்போதெல்லாம் தியானம் செய்ய உட்கிறாரோ அப்போதெல்லாம் அம்மா அவரை அவசரப்படுத்துவார். 'இன்னும் முடியவில்லையா? நீ அதிக நேரம் எடுத்துக் கொள்கிறாய். சீக்கிரம்! நீ படிக்க வேண்டும்!' பல ஆண்டுகளுக்குப் பிறகு, குருதேவின் ஓய்வில்லாத வெளியூர் பயணங்களைப் பார்த்து, அம்மா இப்படி சொன்னார், 'நீ எப்போதும் ஹரி (hurry)யில் இருந்தாய்... நான் சிவனில் இருக்கிறேன்!' தெய்வீகச் சக்தியில் ஹரி விளையாட்டுத்தனத்தின் வெளிப்பாடாகவும், சிவம் அசையாமலிருக்கும் தியானத்தின் அமைப்பாகவும் கருதப்படுகிறது.

பூணூல் பண்டிகை முடிந்த சில நாட்களில் தன் நண்பர்களுடன் என் சகோதரர் நீச்சல் கற்றுக்கொள்ளச் சென்றார். ஒரு நண்பரின் தகப்பனார் அவர்களுக்குச் சொல்லிக் கொடுப்பதாக இருந்தது. அவர்கள் ஒரு பெரிய கிராமக் கிணற்றை நீச்சல் பழகத் தேர்வு

செய்து வைத்திருந்தனர். இந்த கிணறுகள் சாதாரணமாகப் பல நூறு அடிகள் ஆழமானதாக இருக்கும். அவருடைய பெருவாரியான நண்பர்களுக்கு ஓரளவு நீச்சல் தெரிந்திருந்தது. அவர் ஒரு வினாடி நண்பரின் தகப்பனாரிடமிருந்து கட்டளைகளை வாங்கிக் கொண்டு பயம் என்பது அறவே இல்லாமல் உடனடியாகத் தண்ணீரில் குதித்துவிட்டார். முதலில், அவர் முகத்தை ஈரக்காற்று கடந்து சென்றது, தொடர்ந்து சில நொடிகளில் மேற்பரப்பிலிருந்து பல அடிகள் கீழே சென்றுவிட்டார். காற்று, வெளிச்சம் எதுவுமில்லாமல், சுற்றிலும் நீர் சூழ்ந்து இருந்ததோடு பாதாளத்தை நோக்கிப் பாய்வது போன்ற உணர்வு ஏற்பட்டது. மற்ற உணர்ச்சிகளெல்லாம் மங்க ஆரம்பத்திருந்த நிலையில், திடீரென்று பூணூல் அவருடைய மேனியோடு அழுத்தமாக ஒட்டிக் கொண்டது. அவ்வளவில், ஏதோ ஒரு சக்தி அவருடைய உடலை மேலே இழுத்தது. அவருக்கு மீண்டும் நினைவு வந்த போது, தன் வீட்டில் பாதுகாப்பாக இருந்தார். அவருடைய நண்பரின் தகப்பனார் பின்னாலேயே குதித்து, சிரமப்பட்டு, பூணூலைப் பிடித்து அவரைத் தண்ணீருக்கு மேலே இழுத்துவிட்டார். அவர் உண்மையிலேயே ஒரு நூலால் காப்பாற்றப்பட்டுவிட்டார்! என்னுடைய தாயாருக்கு விவரிக்க முடியாத வருத்தம். பிதாஜியின் முகத்திலும் கவலை தெரிந்தாலும் அதே நேரத்தில் ஒரு நிம்மதியும் தெரிந்தது. அவர் என் சகோதரரின் ஜாதகத்தில் தண்ணீரோடு தொடர்புடைய கெட்டது ஏதோ நடப்பதாகப் பார்த்திருந்ததால் அவருக்கு ஏதோ கெட்டது நடக்கும் என்று உள்ளுணர்வு சொல்லியது. அதனால் அவர் தண்ணீருடன் தொடர்புடைய எந்த இடத்திற்குச் செல்வதையும் தவிர்த்து வந்தார். ஆனால் இப்போது அந்தக் கண்டம் முடிந்துவிட்டதால் அவருக்கு நிம்மதியாக இருந்தது.

காலம் பல விஷயங்களை மாற்றக்கூடியது. சில ஆண்டுகள் கழித்து என் சகோதரர் மிக லாவகமாக கங்கை நதியில் நீந்திக் கொண்டிருந்தார். அவருக்குப் பாரம்பரிய நதிகளில் குளிப்பதற்கும், அவற்றின் கரையோரம் நடப்பதற்கும், மற்றவர்களை உடன் அழைத்துச் செல்லவும் அதிக விருப்பம். கங்கை நதியோரம் செல்லும் போது அவர் ஒரு வேறுபட்ட தளத்திற்குச் சென்றுவிடுவார். கரையோரம் அவர் நிற்பதைப் பார்க்கும் போது, காலம் அப்படியே ஸ்தம்பித்துவிட்டது போல் தோன்றும். ‘காலம் உறைந்து போகும்போது, முடிவற்ற நிலையின் கணநேரக் காட்சி கிடைக்கும்,’ என்று குருதேவ் அடிக்கடி சொல்லுவார்.

‘அனந்தா’ என்றால் முடிவில்லாதது, அந்தமில்லாதது. கர்நாடகாவில் குறிப்பாக மாத்வர்கள் மத்தியில் கணேஷ் சதுர்த்தி முடிந்த பத்தாம் நாள் ‘அனந்தன ஹப்பா’ கொண்டாடப்படும். அந்த நாளில் பூஜைக்குப் பின்னர் கையில் பதினான்கு முடிச்சு

களுடன் கூடிய சிவப்புக் கயிறு கட்டப்படும். சேது பாய், என்ற மிகவும் பக்தியான மாத்வப் பெண்மணி எங்கள் வீட்டிற்குப் பின்னால் வசித்து வந்தார். இந்தக் குறிப்பிட்ட பூஜை நாளன்று சேது பாய் பக்தர்களுக்கு பிரசாதமாக வழங்க சுவையான பூரணப் போளிகளைத் தயார் செய்திருந்தார். பூஜைக்குத் தேவையான புனிதமான கயிறுகளுடன் என் சகோதரருக்கும் எனக்கும் இரண்டு கூடுதலான பூரணப் போளிகளை வைத்திருந்தார். நாங்கள் காம்பவுண்ட் சுவர் ஏறிக் குதித்து அவர் வீட்டிற்குக் கயிறுகளைக் கட்டிக் கொள்வதற்காக பூஜைக்கான சரியான நேரத்தில் சென்றோம். திரும்பி வீட்டிற்கு வந்து, பெருமையுடன் அனந்தா (மகாவிஷ்ணு)வின் அடையாளத்தைக் கையில் காண்பித்தோம். கயிறுகளை எங்களுக்காக மட்டும் வைத்திருந்தாலும், சேது பாய் பூரணப் போளிகளை எங்கள் குடும்பம் முழுவதற்கும் கொடுத்தார். பதிலுக்கு, என்னுடைய தாயாரும் இனிப்புகளை அவருடன் பகிர்ந்து கொண்டார்.

சேது பாய் மட்டுமல்லாமல், எங்கள் வீட்டிற்கு நேர் பின் எதிரில் வசித்து வந்த சரோஜாம்மா ஆகியரோடு எங்கள் அருகில் வசித்து வந்த வீடுகளுக்குள் ஏதாவது உணவுப்பொருளைப் பகிர்ந்து கொள்வது தினசரி வழக்கமாக இருந்தது. ஒவ்வொருவரும் ஏதாவதொரு புதுப்பண்டத்தைச் செய்து, அதை மற்றவர்களுடன் பகிர்ந்து கொள்வார்கள். எங்கள் வீட்டில் தாயார் எப்போதும் தேவையைவிட அதிக உணவைச் சமைப்பார். ‘இது சேது பாய்க்கு, இது சரோஜாம்மாவிற்கு, இது *பக்கத்தாத்து மாமி*க்கு’ என்று கூறுவார். அவைகள் சிறிய பாத்திரங்களாக இருக்காது, ஆனால் பெரிய பாத்திரங்கள் வழிய இருக்கும், காரணம் அப்போது கூட்டுக் குடும்பமாக இருந்ததால் அனைவரும் பகிர்ந்து உண்பதற்கு ஏற்ப நிறைய வழங்கப்படும். எங்களுடைய வீட்டருகில் இருந்த அனைவருக்கும் என் அம்மாவின் சமையல் ருசி மிகவும் பிடிக்கும். ஆதலால் தினந்தோறும் சுவையான ரசம் எங்களுடைய வீட்டுச் சமையலறையிலிருந்து சுவர் தாண்டி அடுத்த வீட்டிற்குச் செல்லும். சரோஜாம்மாவிற்கு என்னையும் என் சகோதரரையும் தன்னுடன் வைத்துக்கொள்ள விருப்பம். ஆதலால், எங்களை அடிக்கடித் தங்கள் வீட்டிற்கு அழைப்பார். எங்களுடன் பேசிக்கொண்டோ அல்லது இசைக் கேட்டுக்கொண்டோ அவர் ‘ஸ்ரீராமஜெயம்,’ எழுதிக் கொண்டேயிருப்பார். அது அவருக்கு இயல்பான செயலாக இருந்தது.

ஜெபம், செய்வதற்கும் தியானத்தின் போது குரு மந்திரத்தைச் சொல்வதற்கும் உள்ள வித்தியாசங்களை என்னிடம் யாராவது கேட்டால் எனக்கு அவர் நினைவுதான் வரும். மனித மூளை புதிய விஷயங்களை எப்படி நாடுகிறதோ, அதே

வேகத்தில், திரும்பத்திரும்பச் செய்யும் காரியங்களை சீக்கிரமே கற்றுக்கொள்ளவும் செய்கிறது. மனித மூளையின் குணம் எப்போதும் ஓடிக்கொண்டேயிருப்பது தான். ஆனால், நிரந்தரமாக நிகழ்காலத்தில் நிலைபெற்று நின்று கொண்டிருக்கும் மனத்திற்கு என்ன ஆகும்? அந்த மாதிரியான மனத்தை நீங்கள் அடையாளம் காணவில்லையென்றால், கடைசியில் இவ்வாறு தான் சொல்ல நேரிடும், 'இது வித்தியாசமானது!'

சிறுவன் ரவி மற்றவர்களிடமிருந்து வித்தியாசமாக இருந்தாலும் அவர் எந்த இடத்திலேயும் தன்னை வேற்றாளாக எண்ணிக்கொள்ளமாட்டார். அவருக்கு மக்களுடன் இணைந்து செயல்படுவது என்பது தெரிந்திருந்ததால் அவர் அனைவரின் அன்பிற்கும் பாத்திரமானவராக விளங்கினார். ஒருமுறை, பள்ளியில் ஒரு நிகழ்ச்சியின் போது, ஒரு சிறு பெண், துர்காதேவி நடனம் ஆடினார். அந்தப் பெண்ணின் வசீகரமான வட்ட முகம் தெளிவாகவும் பாவங்களைக் காட்டக்கூடியதாகவும் இருந்தது. அந்தப் பெண், தன்னுடைய அழகிய நீண்ட கூந்தலைப் பின்னலிட்டு ஒரு பிரகாசமான பொட்டை மட்டும் வைத்திருந்தாள். அவள் அநாவசியமாக அதிக ஒப்பனை செய்து கொள்ளாமல், ஆடம்பரமான அணிகலன்களை அணியாமல் இருந்தாலும், பார்க்கப் பிரகாசமாகவும் அழகாகவும் இருந்தாள். அவள் ஒரு சிறந்த நடனமணியாக இருந்தாள். அந்த நடனத்தை மிகவும் உன்னிப்பாகக் கவனித்து வந்த என் சகோதரர் ஒரு குறிப்பிட்ட நேரத்தில், மின்னலடித்தது போல், தனக்கு மேலிடத்திலிருந்து அழைப்பு வந்திருப்பதை உணர்ந்தார். 'அந்த வினாடிப் பொழுதில், ஒவ்வொரு நாட்டிலும் உள்ள ஒவ்வொரு மனிதரும் அதாவது என்னுடன் இந்த பூமிக்கு வந்தவர்கள் எனக்காக எதிர்பார்ப்புடன் காத்திருப்பதை என்னால் உணர முடிந்தது. எனக்கு எல்லா இடங்களிலும் குடும்பம் இருப்பது எனக்கு தெரியும்' என பின்னர் அதை எங்களிடம் பகிர்ந்து கொண்டார்.

எங்கள் வகுப்பில் இருந்த மாணவர்களுள் ஒருவர் ஸ்டாம்புகளைத் திரட்டுவதில் ஈடுபட்டு வந்தார். ஒரு நாள் அவர் வகுப்பிற்கு மெக்சிகன் நாட்டு ஸ்டாம்பைக் கொண்டுவந்தார். அந்தக் காலக்கட்டத்தில் மற்ற நாடுகளின் ஸ்டாம்புகளைப் பார்ப்பது என்பது அரிதான விஷயமாக இருந்தது. அதனால் இயற்கையாக அனைவரும் அதைப் பார்க்கவும் அதைப் பற்றி அறிந்து கொள்ளளவும் ஆர்வமாக இருந்தனர். 'என்னால் உங்களுக்கு நிறைய ஸ்டாம்புகளைக் கொண்டு வரமுடியும்,' என்று என் சகோதரர் அவர்களிடம் கூறினார். 'எனக்கு அங்கு குடும்பம் இருப்பதால், நான் விடுமுறைக்கு அங்கு செல்வேன்.' விடுமுறை வந்தது. பின் அடுத்த விடுமுறையும் வந்தது, ஆனால் நாங்கள்

பாபநாசத்தைத் தவிர வேறு எந்த ஊருக்கும் சென்றதில்லை. அவர்கள் என் சகோதரரை நம்புவதையே நிறுத்தினார்கள். அவர்கள் 'லண்டன்,' 'அமெரிக்கா' மற்றும் 'ஸவிட்சர்லாந்து' என்று பள்ளியின் கழிப்பறைகளில் எழுதி அவரை 'பாருங்கள், அவர் லண்டனுக்குச் சென்று திரும்பிவிட்டார்,' என்று கேலி செய்தார்கள். 'எனக்கு எந்த உறவினர்களும் வெளிநாடுகளில் இல்லாததால் அவர்கள் என்னைப் பார்த்துச் சிரிக்கிறார்கள்,' என்று என் சகோதரர் விளக்கம் அளிப்பார். அவர் எப்போதுமே அடுத்தவரின் செய்கைகளை மோசமாகவோ கெட்ட எண்ணம் நிறைந்ததாகவோ நினைத்ததேயில்லை. இருந்தாலும், இந்தக் காரணத்தினால் அவர் பள்ளிக் கழிப்பறையைப் பயன்படுத்தவே இல்லை. என்னுடைய சகோதரர் பொய் பேச மாட்டார் என்று என்னுடைய தாயாருக்குத் தெரியும். ஆதலால் அவர் ஏன் அப்படிப் பேசினார் என்று யோசித்தார்.

நான் குருதேவுடன் வெளிநாடுகளுக்குப் பயணம் செய்த போது, ஒவ்வொரு நாட்டிலும் நாங்கள் சந்தித்த முதல் நபர் 'நாங்கள் இவருக்காகப் பல ஆண்டுகளாக காத்திருக்கிறோம்,' என்று கூறினார். ஒவ்வொரு தடவை இது நடக்கும் போதும், எனக்கு அது புதிய வெளிப்பாடாக இருந்தது. நான் மகிழ்ச்சியும் ஆச்சரியமும் கலந்த குரலில் கேட்டேன் '*யார் அவர்*?' என்று 'எந்த வெளிநாட்டிலும் நான் என்னை வெளியாளாக நினைத்ததேயில்லை,' என்று குருதேவ் சொல்லியிருக்கிறார். எல்லா இடங்களும் எனக்கு வீட்டில் இருப்பது போன்ற உணர்வையே ஏற்படுத்தியதோடு எனக்கு எல்லோரையும் தெரியும் என்ற உணர்வையும் ஏற்படுத்தியது. எனக்கு தெரிந்த, தெரியாத அல்லது புதிய மக்கள் என்று இவர்களுக்கிடையே நான் எந்த வித்தியாசங்களையும் பார்ப்பதில்லை. யாரும் எனக்கு அறிமுகமில்லாதவராகத் தெரியவில்லை.' என்று சொல்வார்.

என்னுடைய பள்ளி நாட்களில் நானும் ஸ்டாம்ப் சேகரித்து வந்தேன், அப்போது குருதேவ் என்னிடம் தான் வெளிநாடு சென்றால் புதிய ஸ்டாம்புகள் வாங்கி வருவதாக உறுதி அளித்தார். பல ஆண்டுகளுக்குப் பிறகு, அவர் முதன்முறையாக ஸ்விட்சர்லாந்து சென்ற போது, எனக்கு ஒரு கடிதமும் பாக்கெட் நிரம்ப ஸ்டாம்புகளையும் அனுப்பியிருந்தார். நான் அதை இன்றும் பாதுகாப்பாக வைத்திருக்கிறேன். பல ஆண்டுகள் முன்னால் தெரிவித்த சின்ன ஆசையைக் கூட அவர் நினைவில் வைத்திருந்தார். அவர் கடிதங்களுடன் நிறைய ஸ்டாம்புகளை அனுப்பினார், சில நேரங்களில் போஸ்ட் செய்வதற்கான தேவையைவிட அதிகமாக அனுப்புவார். நான் அவற்றைச் சேமித்து வைத்தேன்.

ஸ்டாம்ப் சேகரிப்பதைவிட நான் புத்தகங்கள் படிக்கவும் விரும்பினேன். சில நேரங்களில் நான் இடைவெளியே இல்லாமல் மாலை வரையில் கூட படித்திருக்கிறேன். என் தாயார் நான் படித்துக் கொண்டிருப்பதாக நினைத்துக் கொள்ளும் போது என் சகோதரர் அவரிடம், 'அம்மா, பானு படிக்கவில்லை, கதைப் புத்தகம் படிக்கிறாள்!' என்று சொல்வார். என் அம்மாவிற்கு நான் கதைப் புத்தகம் படிக்க மின்சாரத்தை வீணடிப்பது பிடிக்காததால், நான் கதைப் புத்தகத்தை மூடிவைத்து விடுவேன். என் சகோதரர் புத்தகம் படித்து அதிகம் பார்த்ததில்லை. ஆனால், அவர் பண்டைய புத்தகங்களிலிருந்து கவிதைகளை மேற்கோள் காட்டுவார், அதைப் பார்த்து அவர் எப்போது அந்தப் புத்தகங்களைப் பார்த்தார், எப்போது கடினமான அந்தச் செய்யுள்களை மனப்பாடம் செய்தார் என்று யோசிப்போம்.

பிதாஜியைப் பார்க்கப் பல பண்டிதர்கள் எங்கள் வீட்டிற்கு வருவதுண்டு. அவர்கள் அமர்ந்து வேதஞானத்தைப் பற்றி விவாதிப்பது பழக்கம். பிதாஜி எங்களையும் இந்தக் கலந்துரையாடலுக்கு அழைப்பார். அவர் 'வேத பாரதி' என்ற பெயரில் பல சொற்பொழிவுகளை நிகழ்த்தியிருக்கிறார். அதில் பங்கு பெற எல்லோரையும் அழைத்திருக்கிறார். இந்த மாதிரி அமர்வுகளில் நானும் என் சகோதரரும் கட்டாயமாகப் பங்கு பெற வேண்டிய நிலையில் இருந்தோம். பேச்சு துவங்கிய சில வினாடிகளிலேயே என் சகோதரரின் கண்கள் மெள்ள மூடிக்கொள்ளும் அவருடைய தலை முன்னால் வந்து விழும். அவர் உறங்கிவிட்டார் என்று முழுமையாக நம்பி நான் புன்னகை செய்வேன். தியானம் செய்ய அறிந்திராதவர்களுக்கு, யாராவது கண்களை மூடிக் கொண்டிருப்பதைக் கண்டால் அந்த நபர் உறங்கிவிட்டதாகத்தான் நினைப்பார்கள். உயர்ந்த ஞானத்தைக் கேட்டு ஒரு குழந்தை தியானம் செய்யும் என்று யார் தான் நம்புவார்கள்? என் சகோதரர் வளர்ந்த பிறகு, வாழ்க்கையின் ஆழமான அர்த்தங்களைப் பற்றிக் கேள்விகள் கேட்பதை அவர் உற்சாகப்படுத்துவதோடு எங்கள் ஒவ்வொருவரையும் தங்களுடைய அபிப்பிராயத்தை பகிர்ந்து கொள்ளச் சொல்லுவார். வேதங்களிலிருந்து மேற்கோள் காட்டியபடி சிறுவன் ரவி பேசுவார், நிச்சயமாக அந்தப் புத்தகங்களை அவர் படித்திருக்கக் கூட மாட்டார். ஆனால் அந்த விஷயங்கள் அவனுக்கு மிகவும் எளிதாகவும் அதே நேரம் ஆழமாகவும் இருந்தன. அவருக்கு இவ்வளவு விஷயங்கள் எப்படித் தெரிந்திருக்கின்றன என்று எனக்கு ஆச்சரியமாக இருக்கும். அவர் பதினான்கு ஆண்டுகள் பள்ளிக்கூடத்தில் எப்படிப் படித்தார் என்பதைப் பற்றி யோசிப்பது

ஒரு தேநீர் கோப்பையினுள்ளே முழுக் கடலையும் அடைத்தல் போன்றதாகும்.

ஒரு பேட்டியின் போது, குருதேவ் தன்னுடைய டீன் ஏஜ் பருவத்தில் எப்படி உணர்ந்தார் என்று கேட்கப்பட்ட போது, அதற்கு அவர், 'எனக்கு பன்னிரெண்டு அல்லது பதின்மூன்று வயதிருக்கும் போது, நான் இந்த உடலுக்குள் வருவதற்கு முன்னால், அனைத்து இடங்களிலும் முழுமையாக வியாபித்து இருந்ததாக உணர்வதுண்டு. இப்போது இங்கிருக்கிறேன்,' என்றார்.

வளரத் தொடங்கிய பிறகும், நான் எப்போதுமே என் சகோதரருடன் இருக்க விரும்பியதால், அவர் தம் வகுப்பு மாணவர்களுடன் வெளியே செல்லும் போது என்னையும் கூட அழைத்துச் செல்வதற்கான சிறப்பு அனுமதியை என் பெற்றோர்கள் கேட்டுப் பெற்றார்கள். பெரிய வகுப்பு மாணவர்கள் செல்லும் வெளியூர்களுக்கு உடன் செல்லும் சிறிய வகுப்பு மாணவி நான் ஒருத்தியாகத்தான் இருந்திருப்பேன். எல்லா அண்ணன் தங்கைகளைப் போல், சில நேரங்களில் எங்களிடையேயும் கருத்து வேறுபாடுகள் வந்துள்ளன. எப்போதாவது அவருக்கு பிடிக்காத செய்கை எதையாவது நான் செய்தால், என்னிடம் கத்தவோ சண்டையிடவோ செய்யாமல், என் சகோதரர் அமைதியாக ஒரு மூலையில் கண்களை மூடிக் கொண்டு அமர்ந்து விடுவார். அமைதியில் ஆழ்ந்து விடுவார். நான் அவரருகில் சென்று, அவரைச் சிரிக்க வைக்க என் முகத்தைக் கோணலாக்கிக் கொள்வது போன்ற செய்கைகளில் ஈடுபடுவேன். விவாதங்களில்லாமல் அமைதியின் மூலம் தான் தீர்வுகளைக் காண முடியும் என்பதை நான் உணர்ந்தேன்.

எங்கள் பள்ளியில் மூன்று மாணவர்கள் இருந்தனர், அவர்கள் மற்ற மாணவர்களை வம்புக்கிழுப்பது கிண்டல் செய்வது போன்ற செய்கைகளைச் செய்தார்கள். என் சகோதரர் அவர்களிடம் இந்த மாதிரி வம்பு செய்வதை நிறுத்தும்படி சொல்ல, அவர்கள் அதைப் பொறுத்துக்கொள்ள முடியாமல், வகுப்பு முடியும் வரை காத்திருந்து பின்னர் என் சகோதரரைப் பின் தொடர்ந்தார்கள். என் சகோதரருக்கு அவர்களுடைய எண்ணம் என்னவென்று புரிந்துவிட்டது. அவர் சற்றே நகர்ந்து, மரத்தின் பின்னால் ஒளிந்து கொள்ள, அந்த மாணவர்கள் இவரைத் தாண்டி சென்றவுடன், வீட்டிற்கு ஓடிவந்துவிடுவார். இம்மாதிரி இரண்டு நாட்கள் வரிசையாக அவர்களை அவர் புத்திசாலித்தனமாகக் கையாளவும், அவர்கள் அவரின் நண்பர்கள் ஆகித் தங்கள் செய்கைகளையும் மாற்றிக் கொண்டனர். எந்த உணர்வாக இருந்தாலும், அது நேர்மறையான எண்ணமோ அல்லது எதிர்மறையான எண்ணமோ

எதுவாக இருந்தாலும், அது அதிகபட்சம் இரண்டே கால் நாட்களுக்குத்தான் இருக்கும் என்று குருதேவ் சொல்லுவார்.

அம்மாவுக்குப் பாடத் தெரியும், வீணை வாசிப்பதில் மிகவும் திறமையானவராகவும் திகழ்ந்தார். வீணை வாசிக்கும் கலையில் அவர் சிறு வயதிலேயே தேர்ந்து விட்டார். என் சகோதரரும் நானும் சிறு வயதிலேயே அவரிடம் வீணை வாசிக்கக் கற்றுக்கொண்டோம். சில நேரங்களில், என் சகோதரர் திரைப் பாடல்களை வீணையில் வாசித்துக் கேட்டிருக்கிறோம். வீணை வாசிப்பதற்காக அவர் பல முறைகள் பரிசுகளை வென்றிருக்கிறார். ஒரு வேளை ஆன்மீகப் பாதையைத் தேர்ந்தெடுத்திருக்காவிட்டால் தான் ஒரு வீணை வித்வானாக ஆகியிருப்பேன் என்று குருதேவ் நகைச்சுவையாகச் சொல்வார். ஆனால் வீணை கூட அவருக்கு நிறைய ஞானத்தை அளித்தது. 'வீணையின் ஏழு தந்திகள் போல் நம்முடைய இருப்பில் (உடல், மூச்சு, மனம்,புத்தி, நினைவாற்றல், தான் என்ற அகந்தை மற்றும் சுயம்) ஆகியவை உள்ளன. இவை அனைத்தும் ஒன்றுக்கொன்று இசைவோடு செயல்பட்டால் வாழ்க்கை தடங்கலில்லாமல் ஓடும்.'

இளைஞர் ரவி,(பெங்களூரு செயிண்ட் ஜோஸஃப் கல்லூரியைச் சேர்ந்த) உயர்நிலைப்பள்ளியில் சேர்ந்தார். ஒரு நாள், பள்ளி முதல்வர் அவரை அழைத்து, கல்லூரிகளுக்கிடையிலான கர்னாடக இசைப் போட்டிகளில் நம் கல்லூரியிலிருந்து யாரும் ஏன் கலந்து கொள்வதில்லை என்று கேட்டார். உடனே, 'ஏன் இல்லை? நானிருக்கிறேன். நான் பங்கெடுத்துக் கொள்கிறேன்,' என்றார் என் சகோதரர். வீணையில் ஒரு பாடலை வாசிக்கக் கற்றுக் கொண்டு வாசித்து முதல்பரிசையும் வென்றார். முதல்வருக்கு மிகுந்த மகிழ்ச்சியாக இருந்தது. பரிசு பெற்ற கோப்பையோடு வீட்டிற்கு அவர் வந்த போது என் தாயாருக்குப் பெருத்த ஆச்சரியமாக இருந்தது. 'சுதாமயீ சுதாநிதி,' என்று அவர் வாசித்த பாடல் கர்னாடக ராகம் அமிர்தவர்ஷிணியில் அமைந்தது. தேன்மழை என்று ராகத்தின் பொருள். இரண்டே மாதங்கள் பயிற்சி எடுத்துக் கொண்டு அவர் பரிசு வாங்கினார், அதைவிட ஆச்சரியம் அவர் அந்த ராகத்தை வாசிக்கும் போதெல்லாம் மழைத்தூற ஆரம்பிக்கும்.

என் சகோதரர் கவிதையிலும் ஆழ்ந்த ஆர்வம் கொண்டிருந்தார். அவர் தன்னுடைய பதினான்காவது வயதில் கன்னடத்தில் எழுதிய கவிதைகள், 'மஞ்சின ஹனி' அதாவது 'பனித்துளி,' என்ற தலைப்பில் புத்தகமாக வெளியிடப்பட்டது. இந்தக் கவிதைகள் தெளிவாகவும், ஆழமானவைகளாகவும், படைப்பு மற்றும்

வாழ்க்கையின் மர்மங்கள் பற்றிய ஆழ்ந்த தியானமாகவும் இருந்தன.

இளைஞர் ரவி தனித்தன்மை வாய்ந்தவர் என்பதை நாங்கள் அனைவரும் அறிந்திருந்தாலும், என் தகப்பனாரின் இளைய சகோதரரான சுப்ரமணியம் சித்தப்பா இளைஞர் ரவியைத் தன் குருவாகவே பார்த்தார். சித்தப்பா திருமணமே செய்து கொள்ளாமல் இருந்தார், யாராவது அவரிடம் இது பற்றிக் கேட்டால், 'எனக்கு இரண்டு அற்புதமான குழந்தைகள் இருக்கின்றனர் - ரவி மற்றும் பானு,' என்று சொல்வார். அவர் இளைஞர் ரவியிடம் இருந்த தெய்வீகத் தன்மையை அடையாளம் கண்டு கொண்டு அவரைத் தன்னுடைய குருவாகவே நினைத்தார். 'நான் எப்போதெல்லாம் குருதேவைப் பற்றி நினைக்கிறேனோ, அவர் என்னிடம் *என்ன சித்தப்பா* என்று கேட்பார்,' என்று சொன்னார். 'அந்தக் குரல் என்னுள் எப்போதும் இருக்கும்.' தன்னுடைய அறுபதாவது வயதில் குருதேவின் கைகளில் தன்னுடைய உயிரை நீத்தார். என்னுடைய ஒன்றுவிட்ட சகோதரனின் திருமணத்திலிருந்து அப்போது தான் வந்திருந்தார் சித்தப்பா. மைசூரிலிருந்து இரண்டு பக்தைகளான மோகனா மற்றும் சாந்தா இருவரும், 'மஞ்சுளா'வின் வரவேற்பு அறையில் அமர்ந்து பாடிக்கொண்டிருந்தனர். குருதேவும் நானும் அங்கு இருந்தோம். சித்தப்பா குளியலறையிலிருந்து சுவறைப் பிடித்துக்கொண்டே மெள்ள நடந்து வெளியே வந்தார். தியானம் செய்து கொண்டிருந்த குருதேவ் திடீரென்று தன் கண்களைத் திறந்து அவரை நோக்கிச் சென்று, 'என்ன சித்தப்பா?' என்று கேட்டார். அவர் சித்தப்பாவை படுக்கை வரை அழைத்துச் சென்றார். சித்தப்பா படுக்கையில் குருதேவிற்கு அருகில் அமர்ந்து குருதேவின் கைகளைப் பிடித்தபடி சாய்ந்தார். அவ்வளவே, உடலில் உயிர் இல்லை. சில நொடிகளுக்கு முன்னால் அவர் நடந்து கொண்டிருந்தார், இப்போது திடீரென்று அவருடைய பிராணன் அவரை விட்டுச் சென்றுவிட்டது. இவ்வளவு எளிதில் உயிரை விட்ட ஒருவரை நான் பார்த்ததில்லை. சுப்ரமணியம் சித்தப்பா ஓர் அவதூதர் - அதாவது அனைத்தையும் உணர்ந்த ஆத்மா, தன் உடலின் இருப்பைக் கடந்தவர், சமுதாயத்தின் சட்டங்களால் தளைப்படாதவர் என்று பின்னர் குருதேவ் சொன்னார்.

என் சகோதரர் தன்னுடைய படிப்பை பி.எஸ்.சி. டிகிரியுடன் முடித்தார். அந்தப் பட்டத்தையும் தன் தாயாரைத் திருப்தி செய்யவே வாங்கியதாகக் கூறினார். அவர் வேலைக்கான நேர்காணல்களுக்குச் சென்றார், அதில் முக்கியமாக ஒன்று வங்கி வேலைக்கான நேர்காணல். அவர் பேட்டியாளர்களிடம் தியானம் மற்றும் அமைதியான மனதைப் பற்றிப் பேசினார். அவர்கள் அவருக்கு வேலை அளிக்க முன்வந்தனர். ஆனால் அவருக்கு

அதில் ஆர்வம் இல்லாததால், பெங்களூர் திரும்பும் முன்பு கங்கைக் கரையில் இருக்கும் ரிஷிகேஷ் சென்று வந்தார்.

நான் கல்லூரியில் தத்துவம் படித்துக் கொண்டிருந்தேன். விசிஷ்டாத்வைதியாக இருந்த லட்சுமி தாத்தாசார்யா எங்களுக்கு அத்வைத ஆசிரியராக இருந்தார். வேதாந்தத்தின் மூன்று சிந்தனைகளைப் பற்றியும் நாங்கள் படிக்க வேண்டியிருந்தது, மற்றும் பல்வேறு சிந்தனைகளைப் பிரதிபலிக்கும் வகையில் அவற்றில் நன்கு தேர்ச்சி பெற்ற மாணவர்கள் கலந்து கொள்ளும் கல்லூரிகளுக்கிடையே நடக்கும் பேச்சுப் போட்டிகளில் கலந்து கொள்வதென்பது வழக்கமாக இருந்தது. அத்வைதம் என்பது, படைப்பில் ஒருமையைக் காண்பதாகும். மாறாக, விசிஷ்டாத்வைதமானது பக்தனுக்கும் தெய்வத்துக்கும் இடையே ஒரு பிரிவைக் காண்பதோடு, தெய்வத்தோடு ஒன்றுவதற்கான பாதையாக பக்தியைக் காட்டுகிறது. த்வைதம் என்பது, படைத்தவனையும் படைப்பையும் இரண்டு வெவ்வேறான அம்சங்களாகப் பார்க்கிறது. ஆத்மாவானது தன்னிடம் இருக்கும் குறைந்த ஆற்றலைக் கொண்டு சர்வ வல்லமை பொருந்திய தெய்வத்திற்கு முழு ஈடுபாட்டுடன் சேவை செய்து அமைதி அடைய வேண்டும் என்பது பொருள். நான் அத்வைதக் குழுவில் இருந்தாலும், மற்ற குழுவினரின் வாதங்களைக் கேட்டால் அவைகளும் என் மனதைக் கவர்ந்தன. எனக்கு நிறைய மாற்று வாதங்கள் வரவில்லையென்றாலும், மற்றச் சிந்தனைகளில் ஏதோ ஒரு முழுமைத்தன்மை இல்லாதது போல் தோன்றியது. வீட்டில் என் சகோதரரிடம் என்னுடைய குழப்பத்தைச் சொல்லி அவரிடம் எது சரியான பாதை என்று கேட்டேன். அவர் வெறும், ‘சிவோகம்’ (நான் சிவன், உச்சமான, பிரிவில்லாத, அந்தமில்லாத உணர்திறன்) என்று சொல்லிச் சிரித்தார். அந்த வினாடி என்னுடைய சந்தேகங்கள் எல்லாம் மறைந்து ஓர் அமைதி அப்படியே என்னைத் தழுவிக்கொண்டது.

ஒருவருக்கு இந்த உலகின் அனைத்து வேதங்களைப் பற்றிய அறிவும் இருக்கலாம், ஆனால் குரு ஒருவரால் தான் அதை அனுபவமாக மாற்றி நம்மை உண்மையின் பாதையில் செலுத்தமுடியும். குருதேவ் அடிக்கடி ஹனுமானை உதாரணமாகச் சொல்லுவார், ராமருடன் அவருக்கிருந்த உறவைப் பற்றிச் சொல்வார். ‘உடலைப் பொறுத்தவரையில் நான் உன்னுடைய வேலைக்காரன் (த்வைதம்). ஒரு ஜீவனாக (தனிப்பட்ட ஆத்மாவாக), நான் உன்னில் ஒரு பகுதி (விசிஷ்டாத்வைதம்). ஆத்மாவாக (அதாவது ‘நான்’ ஆக), நம்மிடையே எந்த வேறுபாடும் இல்லை, நாம் ஒன்றே (அத்வைதம்).’ உண்மை

பார்க்க முரண்பட்டது போலிருக்கும் ஆனால் அது பன்முகம் கொண்டது. முரண்படாதது.

தனது இளமைப் பருவத்தில், கல்லூரியில் படித்துக் கொண்டிருந்த போது, 'டிரான்ஸெண்டெண்ட்டல் மெடிடேஷன்' பற்றிய ஒரு விளம்பரம் என் சகோதரரின் கவனத்தை ஈர்த்தது. ஒரு நாள், அதை நிர்வகித்த அலுவலகத்திற்குச் செல்ல முடிவு செய்தார், அங்கு அவர் சந்தித்த ஒரு பெண் அவரிடம் தியானம் பற்றி இனிமையாகப் பேசினார். அந்தப் பெண் சொன்னது அவருக்குப் பிடித்துப்போக அந்த வகுப்பில் சேர முடிவு செய்தார். அவர் திரும்ப வந்த பிறகு, என்னையும் தியானம் செய்யும்படி உற்சாகப்படுத்தினார். அவர் அந்த நிர்வாகிகளுடன் தொடர்பில் இருந்தார், அவர்கள் சீக்கிரமே மேல்கோட்டை(Melkote)யில் நடக்கும் ஓர் ஆசிரியர் பயிற்சி நிகழ்விற்கு அழைத்தனர். அவர் அந்த நிகழ்ச்சியில் கலந்து கொண்டார், ஆனால் திரும்பும் போது, தன்னுடைய பெட்டியில் இருந்த அனைத்துப் பொருட்களையும் தானம் செய்துவிட்டார். இதைக் கேட்டு என் தாயார் அதிர்ச்சி அடைந்தார். இந்தப் பயிற்சிக்குப் பிறகு, அவர் ரிஷிகேஷுக்கு அழைக்கப்பட்டார், அங்கு பல வாரங்களாக நடந்த உயர்நிலைப் பயிற்சிகளுக்குப் பிறகு, அவர் வீட்டிற்கு வந்து சேர்ந்தார்.

இந்த நேரத்தில் தான் எனக்குத் திருமணத்திற்காக வரன் வந்தது. நான் அப்போது கல்லூரியில் படித்துக் கொண்டிருந்தேன். என் தாயார் மற்றும் சித்திகள் நான் இன்னும் சிறியவள் என்ற போது, என் தகப்பனார் இந்தத் திருமணம் எனக்கு நல்லது செய்யும் என்று கூறினார். என் சகோதரரும் அவ்வாறே நினைத்தார். 'அவர் ஒரு பக்தியான மனிதர் எனவே அவளுக்குச் சிறந்தவராக இருப்பார்,' என்று கூறினார். என்னுடைய ஒன்றுவிட்ட சகோதர சகோதரிகளும் உறவினர்களும் இந்தத் திருமணம் குறித்து மிகவும் உற்சாகமாக இருந்தனர், இந்தத் திருமணத்தில் அனைவரும் தங்களை ஈடுபடுத்திக் கொண்டனர். மிகவும் நெருக்கமான குடும்பமான எங்கள் வீட்டில், என்னுடைய பெரியம்மாக்கள் பெரியப்பாக்கள் மாமாக்கள் மாமிகள் அனைவருக்கும் தனித்தனி அபிப்பிராயம் இருந்தது. துணிகள், பத்திரிகைகள், நகைகள் அல்லது உணவு போன்ற அனைத்து விஷயங்களிலும் அவரவருக்கென்று தனித்தனி அபிப்ராயம் இருந்தது. பாபநாசத்திலுள்ள பெருவாரியான குடும்ப உறுப்பினர்கள் இந்தத் திருமணக் கொண்டாட்டங்களில் சுறுசுறுப்பாக இருந்தனர். முறுக்குகள் பல்வேறு அளவுகளில் செய்யப்பட்டன- உறவினர் எவ்வளவு நெருக்கமோ அதே அளவு பெரிய முறுக்குகள் அவருக்கு வழங்கப்படும். லட்டுக்கள், மைசூர் பாக்குகள், சௌ-சௌக்கள்- சிறிய பாக்கெட்டுகளில் சுவையான தின்பண்டங்கள்

- பாக்கெட்டுகள் போடப்பட்டு, பாரம்பரிய தாம்பூலம், பாக்கு, மற்றும் தேங்காயுடன் பரிசாக வழங்கப்பட்டன.

எனக்குப் புதிய புடவைகள் மற்றும் நகைகள் குறித்து உற்சாகமாக இருந்தது - திருமணத்திற்கு முன்னால் அது ஒரு சுறுசுறுப்பான மகிழ்ச்சியான நேரம் ஆகும். பாபநாசத்திலிருந்து குடும்பம் முழுவதும் பெங்களூரில் நடந்த பிரம்மாண்டமான திருமண விழாவில் கலந்து கொண்டது. திருமணத்திற்குப் பிறகு, நான் படிப்பை முடிக்க 'மஞ்சுளா'வில் தங்கினேன்.

ஒரு நாள், என் சகோதரர் பயங்கரமான தலைவலியால் அவதியுற்றார், அதனால் குடும்பம் முழுவதும் பதற்றமடைந்தது. அவரால் வலி தாங்க முடியவில்லை. எந்த மருந்தும் நிவாரணம் அளிக்கவில்லை. நான் கண்ணீர் மல்க இருக்க, பிதாஜியும் தாயாரும் தங்களால் இயன்ற அனைத்தையும் செய்தார்கள், ஆனால் எந்தப் பலனுமில்லை. அந்த வலி சில மணி நேரங்கள் நீடித்துவிட்டுப் பின் தானாகவே குறைந்தது. அந்த வலி ஏன் வந்தது எப்படிப் போனது என்பது எங்களுக்குத் தெரியவில்லை. ஆனால் அது முடிந்து போனது குறித்து எங்களுக்கு மகிழ்ச்சி. நான் அதைப்பற்றி இப்போது யோசித்துப் பார்க்கும் போது, என் சகோதரரின் உடலில் ஏற்படுகின்ற உடல் ரீதியான மாற்றங்களினால் அதாவது அவருக்குள் சக்தியின் வாய்க்கால்கள் மெள்ளத் திறப்பதினால் - ஒரு மொட்டு மலராவது போல் அவருக்குள் நிகழ்ந்த மாற்றங்களினால் அவருக்கு அந்த வலி ஏற்பட்டிருக்கிறது. இரண்டு வாரங்கள் கழித்து, டிரான்ஸண்டெண்ட்டல் மெடிட்டேஷன் முறையின் ஆசிரியரும் படைப்பாளருமான மகரிஷி மகேஷ் யோகி ரிஷிகேஷ் வந்திருப்பதால் என் சகோதரர் அங்கு அழைக்கப்பட்டார். அவரைச் சந்திக்கப் போகிறோம் என்ற மகிழ்ச்சி இவரிடம் வெளிப்படையாகத் தெரிந்தது. இளைஞர் ரவிக்கு இந்தச் சந்திப்பு மிக முக்கியமானது என்று எங்களுக்குத் தெரியும். ஆனால், நடக்கப் போகும் நிகழ்வுக்கு நாங்கள் தயாராக இருக்கவில்லை. எங்கள் அனைவரின் வாழ்க்கையும் முழுமையாக மாற்றம் காணப்போவதாகத் தோன்றியது.

5

நெருங்கிய பந்தம்

ஒரு வினாடியின் மணமானது அமைதியான மனத்திலிருந்து மிதந்து, வார்த்தைகள் மூலமாக எங்கும் பரவுகிறது. அழகு மற்றும் மகிழ்ச்சியுடன் எழும்பும் கடல் அலைகளை, அமைதியுடன் பார்த்துக் கொண்டிருக்கும் இந்த வினாடியில், எண்ண அலைகள் ஒன்றன்பின் ஒன்றாக எழுகின்றன. ஒருவருக்கு குரு அமைந்துவிட்டால் அவருடைய வாழ்க்கை உயர்ந்த வடிவத்தைக் கொண்டதாகிறது. தென்றல் அவரைத்தொட்டு மெல்ல வருடும். கதிரொளி அவரை உற்சாகப்படுத்தும். நிலவொளியோ இனிய கனவுகளுக்கு அவரை இட்டுச்செல்லும்.

இளைஞர் ரவியின் பருவத்தில் மற்றவர்களாக இருந்தால் நல்ல சம்பளத்துடன் கூடிய வேலையைப் பற்றிய கனவு தான் கண்டிருப்பார்கள். ஆனால் அவருடைய உலகம் இத்தகைய ஆசைகளிலிருந்து வெகுதூரம் விலகி இருந்தது. என் சகோதரர் மகரிஷியை ரிஷிகேஷில் சந்தித்துவிட்டு, வீட்டிற்குத் திரும்பிய போது, வெகு சில நாட்கள் மட்டுமே இருந்தார், அதுவும் சில ஆவணங்கள் தொடர்பான வேலைக்காக மட்டுமே தங்கியிருந்தார். மகரிஷி யூரோப்பியன் ரிசர்ச் யூனிவர்சிட்டி (MERU) யின் மாணவராக அவர் மகரிஷியுடன் சுவிட்சர்லாந்து செல்வதாக முடிவு செய்திருந்தார். கிட்டத்தட்ட இரண்டு ஆண்டுகள் அவர் எங்களை விட்டு தூரத்தில் இருந்தார்.

இது எங்களுக்கு மிக நீண்ட இடைவெளியாக இருந்தது. கடிதங்களும் தொலைபேசி அழைப்புகளுமே எங்களுக்கிருந்த ஒரே ஆறுதல். அவருடைய கடிதங்கள் வந்தால், அம்மா முதலில் அவற்றைப் படிப்பார். பின்னர், நான் என்னுடைய முறைக்காகக் காத்திருப்பேன். அந்தக் கடிததத்தில் உள்ள வார்த்தைகளைப் படித்துவிட்டு எங்களுடைய ஆனந்தக் கண்ணீரையும் ஏக்கத்தையும்

பகிர்ந்து கொள்வோம். ஒரு கடிதத்தில் இப்படி எழுதியிருந்தார்: ‘எல்லா வண்ணங்களுமே அழகாக உள்ளன, அவற்றில் எந்த ஒன்றைத் தேர்ந்தெடுப்பதும் கடினமே. அதனால் நான் வெள்ளை நிறத்தை அணிவது என்று முடிவு செய்தேன், காரணம் அதனுள் அனைத்து வண்ணங்களும் அடங்கியுள்ளனவே.’ இன்னொரு கடிதத்தில் சுவிட்சர்லாந்தில் முடிதிருத்துவோர் குறைவாகவும், முடிதிருத்தும் கூலி அதிகமாகவும் இருப்பதாக எழுதியிருந்தார். கடைசியில், ஒரு கடிதம் வந்தது. அவர் திரும்பி வரும் தேதியைத் தாங்கி வந்தது. அந்நாட்களில் சர்வதேச விமானங்கள் பெங்களூரில் நிற்காததால், என் சகோதரர் சென்னை சென்று அங்கிருந்து மற்றொரு விமானம் மூலம் பெங்களூரு வந்தார். பிதாஜியும் நானும் அவரை அழைத்து வர விமானநிலையம் சென்றிருந்தோம். காதுகள் விமானங்கள் தரை இறங்கும் தகவலைக் கேட்பதில் முழு கவனத்துடன் இருந்தன. கண்கள் ஒவ்வொரு வினாடியும் பயணிகள் வந்திறங்கும் பாதையையே பார்த்துக் கொண்டிருந்தன.

என் சகோதரர் சுவிட்சார்லாந்து செல்லும் போது சாதாரண டிரௌசரும் ஷர்டும் அணிந்து கொண்டு சென்றிருந்தார். அதே மாதிரி தான் திரும்புவார் என்றே எதிர்பார்த்தேன். அவர் வந்தவுடன், எங்களுடைய கண்கள் சந்தித்தன, அந்தக் கண்களில் இருந்த அன்பும் ஆழமும் கவனத்திலிருந்து தப்ப முடியாதவை ஆக இருந்தன. என் முன்னால் நின்று கொண்டிருப்பவரை என் சகோதரர் தான் என்று நம்ப விரும்பினாலும், பல விஷயங்கள் மாறியிருந்தன. கால் வரை புரளும் வெண்ணிற அங்கியும் நீண்ட தலைமுடியுமாக அவர் மிகத் தூய்மையானவராகத் தெரிந்தார், அந்தத் தோற்றம் அவருக்கு முற்றிலும் இயல்பாகப் பொருந்தியிருந்தது. அவருடைய கூந்தல் தோள்வரை நீண்டிருந்தது, அது மிகவும் அழகாக இருந்தது. அவருடைய குரல், முன்பிருந்ததைவிட மென்மையாகவும் லேசாகவும் ஆகியிருந்தது, என்றாலும், அந்தக் குரலில் நிறைய சக்தி இருந்தது. என்னுடைய இதயத்தில் ஒரு போராட்டமே நிகழ்ந்து கொண்டிருந்தது, என்னுடைய சகோதரர் அப்படியே இருக்கிறார் என்று ஒரு பக்கம் சிரமப்பட்டு நம்பினாலும், என்னுடைய புத்தி அதிர்ச்சியுடன் அவருடைய மாற்றத்தை ஏற்றுக் கொள்ள முயற்சித்தது. பிதாஜி அவருடைய லக்கேஜை எடுத்துக் கொள்ள எங்கள் வண்டி வீட்டிற்கு புறப்பட்டது.

தன் மகனைப் பார்த்த மறு வினாடியே என் அம்மாவின் வாயிலிருந்து இந்த வார்த்தைகளே வந்து விழுந்தன, ‘இது என்ன அவதாரம் உன்னுடையது?’ அவர்களுடைய கண்கள் சந்தித்த போது வெறும் புன்னகையையே பதிலாகக் கொடுத்தார். என் தாயார், அருகிலிருந்து அவருடைய ஒவ்வொரு செயலையும்

இரண்டரை வயது
ரவி தன் சகோதரி
பானுவுடன்

இளைஞர் ரவி மஞ்சுளாவிலுள்ள
பூஜை அறையில் ஆர்த்தி
எடுக்கிறார்

இளைஞர் ரவி
தன்னுடைய இருபத்து
இரண்டாவது பிறந்த
நாளின் போது
மஞ்சுளாவின் மாடியில்

ரவியின் பெற்றோர்
1950களில்

இளைஞர் ரவி கும்பமேளாவில்
மகரிஷியுடன்.

1970 களின்
பிற்பகுதியில்
இளைஞர் ரவி
மகரிஷியுன்
சீல்ஸ்பெர்க்,
சுவிட்சர்லாந்தில்

இளைஞர் ரவி.
1982 ஆம் ஆண்டு
கர்நாடகாவில் உள்ள
ஷிமோகாவில் நடந்த
சுதர்ஷன்கிரியா
கற்றுக் கொண்ட
முதல் மாணவர்கள்
குழுவினருடன்

இளைஞர் தலைமை பயிற்சி நிகழ்ச்சியில் குருதேவ். 1990 ஆம் ஆண்டு நடந்த முதல் மாணவர் குழுவினருடன் குருதேவ்

1987 ஆம் ஆண்டு கானடா நாட்டிலுள்ள லெனாக்ஸ்வில்லில், பிஷப் பல்கலைக்கழகத்தில், வாழும் கலை நிகழ்ச்சியில் பங்கு பெற்றவர்களுடன் குருதேவ்

பெங்குளூரு ஆஷ்ரமத்தில்
உள்ள நாராயணா ஹாலில்
குருதேவ்

கானடா நாட்டிலுள்ள மாண்ட்ரியல்
நகரில் குருதேவ் நிகழ்த்தும் வாழும்
கலை வகுப்புகள்

1991 ஆம் ஆண்டு பெங்களூரு
ஆஷ்ரமத்தில் நடந்த முதல்
சர்வதேச நிகழ்ச்சியில் பங்கு
பெற்ற போலிஷ் நாட்டைச்
சேர்ந்த குழுவினருடன் குருதேவ்

1989 ஆம் ஆண்டு அம்மா
மற்றும் தன்னார்வலர்களுடன்
பெங்குளூருவிலிருந்து சோலாப்பூருக்கு
சென்ற இரவு ரயிலில் குருதேவ்

2004 களின்
பின்பாதியில் உள்ளூர்
தன்னார்வலர்களுடன்
ஹாங்காங்கில் குருதேவ்

1990 களில் பாலியில் இரண்டாவது வாழும் கலை நிகழ்ச்சியை நடத்தும் குருதேவ்

ஸ்லோவேனியாவில் குருதேவ்

1990 களின்
முற்பகுதிகளில்
குருபூர்ணிமாவின்
போது சியாரா
நெவாடாவின்
லேக் தாஹோவில்
குருதேவ்

சுவிட்சார்லாந்திலுள்ள வெக்கிஸ் நகரில்
நடந்த முன்னேற்றமான தியான நிகழ்ச்சியில்
பங்கு பெற்றவர்களுடன் குருதேவ்

பெங்களூருவிலுள்ள ஆஷ்ரமத்தின் தியான
மண்டபமான விசாலாட்சி மண்டபம்

1987 ஆம் ஆண்டு கட்டப்பட்ட
பெங்களூருவிலுள்ள ஆஷ்ரமத்தின் ஷக்தி குடீர்

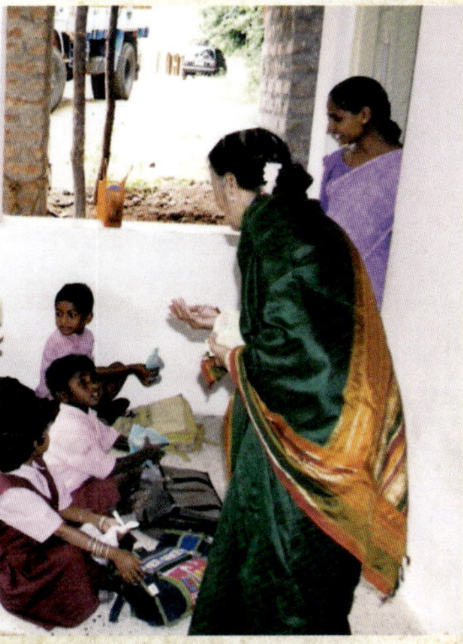

ஆஷ்ரம வளாகத்திலுள்ள இலவச பள்ளியான வேத் விஞ்ஞான மகா பீடத்தின் குழந்தைகளுடன் அம்மா

பெங்களூரு ஆஷ்ரமத்திலுள்ள
அரங்கில் சத்சங். பின்னணியில்
விசாலாட்சி மண்டபம்

ஒரு யுஎஸ்
பயணத்தின் போது
குருதேவ்

1990 களின் ஆரம்பத்தில்
வட அமெரிக்காவில்
குருதேவ்

உன்னிப்பாகக் கவனித்தார். ஒளிமயமாக நின்ற அவருடைய நுட்பமான பலத்தை யாராலும் மறுதலிக்க முடியவில்லை, அவருடைய ஒளிவட்டம் தங்களைத் தீண்டுவதை எல்லாரும் உணரமுடிந்தது. அவர் எப்போதுமே அழகானவராகக் கருதப்பட்டார், எங்களுடைய அத்தைகளும் சித்திகளும் மாமாக்களும் அவரை எங்கள் வீட்டு 'கமல்ஹாசன்' என்று தான் பாராட்டுவார்கள். ஆனால் இப்போது அவரிடம் காணப்பட்ட அழகும் கவர்ச்சியும் வித்தியாசமானதாகவும் எதனோடும் ஒப்பிட முடியாததாகவும் இருந்தது. நாங்கள் இந்த மாற்றங்களை அனுபவித்துக் கொண்டிருந்த நேரத்தில், என் தாயாரின் மனத்தில் 'அவன் மாறிவிட்டான்' 'அவன் என் மகன்' என்ற இரண்டுக்கும் இடையே ஒரு போராட்டமே நடந்து கொண்டிருந்ததை என்னால் பார்க்க முடிந்தது.

முன்பெல்லாம் என்னுடைய தாயார் அவருக்கு மிகுந்த பாசத்துடன் உணவு பரிமாறுவார். இப்போது அவரே ஒருவிதமான பிரத்தியேகமான மரியாதையான உணர்வை அனுபவித்தார். நாங்கள் அவருடைய ஆடை மாற்றத்திற்குத் தயாராக இல்லாததால், அவருடைய அனைத்து டிரௌசர்களையும் ஷர்டுகளையும் மாற்ற வேண்டியிருந்தது. நான் ஜெயநகரில் கடைகளுக்குச் சென்று வேட்டியும் குர்தாக்களும் வாங்கி வந்தேன். நாங்கள் இயல்பாக இருப்பதற்குப் பெருமுயற்சி செய்தோம். ஆனால் அது வெறும் வேடந்தான் என்று எங்களுக்கே புரிந்தது. பூனைக்கு யார் மணி கட்டுவது ? அப்படியே செய்வதாக இருந்தாலும், அந்த வேலையை எப்படிச் செய்யப் போகிறோம் ? என்ன காரணத்தினாலோ, என்னால் இனிமேல் அவருடன் வாதாட முடியாது என்று தோன்றியது. அவரிடமிருந்து பரிச்சயமான, மென்மையான தொனியில் வந்து விழுந்த வார்த்தைகள், முடிவானவை போலவும், மறைவான அதிகாரத்தொனியுடனும் இருந்தன. அவருடைய குரல், பழக்கமான மானிடக்குரலாக இல்லாமல், எல்லை கடந்த எங்கிருந்தோ வரும் குரலாக இருந்தது. மீண்டும் மீண்டும் நான் அவருடைய கண்களைப் பார்த்தேன், அவைகள் எப்பொழுதும் போல் எனக்கு ஆதரவு அளிக்கும் விதமாக இருந்ததால், அவர் இப்போதும் என்னுடன் தான் இருக்கிறார் என்று என்னை நானே தேற்றிக் கொண்டேன்.

நாட்கள் வேகமாக நகர்ந்தன, அவர் திரும்பிச் செல்ல வேண்டிய நாளும் வந்தது. அவருடைய பயணங்கள் அடிக்கடி நிகழ்ந்தன. அவர் தொடர்ந்து பல மாதங்கள் வெளியூரிலேயே இருந்தார். அவர் வீட்டிற்கு மிகச் சில நாட்களே தங்க வருவார், ஆனால் அந்த நேரத்திலும் மகரிஷியிடமிருந்து வரும் தொலைபேசி அழைப்பினால் இன்னும் சீக்கிரமாகவே கிளம்பிவிடுவார்.

மகரிஷியின் ஆழ்ந்த, எதிரொலிக்கும் குரலை நான் தொலைபேசியில் கேட்டிருக்கிறேன். மகரிஷி 'ரவி...' என்பார், உடனே பார்க்க வேண்டுமே, என்னுடைய சகோதரரின் பயணத் தேதியில் மாற்றம் வந்துவிடும். ஒருவேளை மகரிஷிக்கு எங்கள் குடும்பம் எவ்வளவு பாசமானது என்பது தெரிந்திருக்கலாம். அதனால் தான் அவர் எங்கள் வீட்டில் அதிக நாட்கள் தங்குவதைத் தடுத்தாரோ என்னவோ?

குருதேவ், வேதமும் விஞ்ஞானமும் கலந்த அழகான கலவையாக இருந்தார். உலகெங்கிலும் பிரபலமானதாக இருந்த மகரிஷியின் டிரான்செண்டென்டல் மெடிடேஷன் முறையும் காரணமாக இருக்கலாம். அவர்களுடைய முதல் சந்திப்பைப் பற்றிக் கேட்ட போது என் சகோதரர் மிக எளிமையாகச் சொன்னார், 'நான் அவரை அடையாளம் கண்டு கொண்டேன், அவர் என்னை அடையாளம் கண்டு கொண்டார்.' வேத விற்பன்னர்களையும் விஞ்ஞானிகளையும் ஒரே தளத்தில் கொண்டு வருவதற்காக மகரிஷி இந்தியா முழுவதும் பல்வேறு கருத்தரங்கங்களை நடத்தி வந்தார். என் சகோதரர் ஓர் அறிவியல் மாணவர் என்பதோடு பௌதிகம் படிப்பதை விரும்புபவர். அவர் மற்ற மாணவர்களைத் தன்னுடைய பேச்சு மற்றும் நகைச்சுவை உணர்வினால் மகிழ்வித்து வந்ததால் அவர் வகுப்புகளுக்கு நீண்ட நாட்கள் வராமல் இருந்தால் மற்றவர்கள் அவரை நினைத்து ஏங்குவார்கள். ஆனால், அதே வகுப்பில் மீண்டும் பேசுவதற்குப் பின்னொரு நாள் அழைக்கப்படுவார்.

கருத்தரங்கங்களுக்கு இடையில் சில நாட்கள் தங்குவதற்காக வீட்டிற்கு வருவார், அந்த நேரத்தில் மாடியில் உள்ள சிறிய படிப்பறையில் அவர் தனது சாதனைகளில் ஆழ்ந்திருப்பார். ஆர்வத்தினால், சாவித்துளை வழியாக அவர் என்ன செய்கிறார் என்று நான் பார்ப்பேன். அம்மாதிரி ஒரு சந்தர்ப்பத்தில், அவர் தரையிலிருந்து மிதப்பதைப் பார்த்து நான் அசந்து போனேன்! நான் ஆச்சரியமடைந்ததோடு இந்தக் கலையை அவரிடம் கற்றுக் கொள்ளும் எண்ணத்தில் மகிழ்ச்சியாக இருந்தேன். பின்னர் அவருடன் வேறு பலரும் இந்தச் செய்கையைச் செய்தார்கள் என்று அறிந்து கொண்டு அவரிடம் எனக்கு அதைக் கற்றுக் கொடுக்கும்படி கேட்டுக் கொண்டேன். ஆனால் நான் அதைப்பற்றி அவரிடம் கேட்ட போது எனக்குக் கிடைத்ததெல்லாம் புன்னகை மட்டும் தான். அந்தச் சிறிய அறையில் தங்கியவர்கள், குருதேவால் அவ்வப்போது அழைக்கப்படும் ஆன்மீகவாதிகள், நோய் நீக்குவோர், ஜோதிடர்கள் மற்றும் பல விற்பன்னர்கள் ஆவர். அவர்கள் அனைவரும் சொன்னது ஒரே செய்தியைத்தான்: 'இவர் யார் என்பது உங்களுக்கு இன்னும் தெரியவில்லை. ஒருநாள்

இந்த உலகம் முழுவதும் அவரிடம் வரும். அவர் உங்களோடு இருக்கிறார் என்பதே உங்களின் பாக்கியம் ஆகும்.'

நாம் அண்ணா என்றழைக்கும் என்னுடைய கணவர், அப்போது புதுச்சேரியில் பணியாற்றிக் கொண்டிருந்தார். அந்த நகரத்திற்குச் செல்வது எனக்கு விடுமுறை போலிருக்கும். நான் கடைகளுக்குச் சென்று, ஹாண்ட் பேக்குகள் மற்றும் ஷூக்கள் வாங்கி, பின் என் கணவரிடமிருந்து நான் வாங்கிய இந்தப் பொருட்களை மற்றவர்களுடன் பகிர்ந்து கொள்வேன் - அவைகள் என்னுடைய 'சிறுபெண்' நாட்கள் ஆகும். கல்லூரிப் படிப்பு முடிந்தவுடன், கணவருடன் வாழ நான் புதுச்சேரி சென்றேன். புதுச்சேரியில் பிரபலமான மருத்துவக் கல்லூரியான ஜிப்மரில் என் சகோதரரின் பேச்சுக்கு ஏற்பாடு செய்திருந்தார் என் கணவர். மருத்துவர்களுடனான கலந்துரையாடலின் போது என் சகோதரர் தியானம் பற்றிப் பேசினார். அப்போது மருத்துவர்கள் மனித உடலைப் பற்றிக் கேள்விகள் எழுப்பிய போது என் சகோதரர் அளித்த பதில்களில் புலப்பட்ட ஆழ்ந்த மருத்துவம் மற்றும் அறுவை சிகிச்சை பற்றிய அறிவைப் பார்த்து அனைவரும் வியந்து போனார்கள். ஆன்மீகப் பழக்கங்களைப் பற்றியும் அவற்றால் மனித உடலில் ஏற்படும் பாதிப்புகள் பற்றியும் பேசவும் இதோ ஒருவர் இருக்கின்றார்! அவர்கள் சீக்கிரமே இரண்டாவது அழைப்பு விடுத்ததோடு அவரை ஒரு முக்கியமான கருத்தரங்கைத் துவக்கி வைக்கவும் சொன்னார்கள்.

இந்த நிகழ்ச்சிக்குப் பிறகு, நாங்கள் திருநள்ளார் சனீஸ்வரன் கோவிலுக்குப் போக முடிவு செய்தோம். நாங்கள் பாதிவழி சென்று கொண்டிருக்கும் போது, காலை ஏழு மணி அளவில், என் சகோதரர் அண்ணாவிடம் ஒரு மஞ்சள் துணியும் நூற்றியோரு ரூபாய் நாணயங்களும் கேட்டார். அந்தச் சிற்றூரில் அதுவும் காலை நேரத்தில் இவ்வளவு நாணயங்களை எங்கு பெறுவதென்று யோசித்துக் கொண்டிருந்த போது, என் சகோதரர் அந்தப் புதிய ஊருக்கு அப்போது தான் முதல்முறையாக வந்திருந்த போதிலும், அந்த ஊரை நன்றாக அறிந்திருந்தவர் போல் ஓட்டுநருக்குத் தெளிவாக திசைகளைச் சொல்லிக் கொண்டே வந்தார். அவர் ஒரு சிறிய கடையின் முன்னால் வண்டியை நிறுத்தச் சொல்லி, அண்ணாவிடம் அங்கு விசாரிக்கச் சொன்னார். சற்றே தயங்கியபடி, என் கணவர் அந்தக் கடைக்காரரிடம் மஞ்சள் துணி இருக்கிறதா என்று கேட்டார் - அவரிடம் இருந்தது. பின் அவரிடம் நாணயங்களையும் கேட்டார். கடைக்காரர் பார்ப்பதாகக் கூறித் தன் கல்லாப்பெட்டியைத் திறந்து காசுகளை எண்ணத் துவங்கினார். ஆச்சரியம் என்னவென்றால், அவர் எண்ணி முடித்தவுடன் அவரிடம் சரியாக என் சகோதரர் கேட்ட எண்ணிக்கை இருந்தது.

குருதேவ் ஒருவருக்கு ஏதாவது வேலை கொடுத்தால், அந்த வேலையைச் செய்வதற்குப் பாதையைக் காட்டுவது மட்டுமன்றி, ஒவ்வொரு படியிலும் வழிநடத்தவும் செய்வார். அவரது கட்டளைகளைப் பின்பற்றுபவர்கள், என்ன நடக்கிறதோ அதைப் பார்த்து அசந்து போவார்கள்.

வேலை முடிந்து, அண்ணா காருக்குத் திரும்பி வர, நாங்கள் கோவிலை நோக்கிப் பயணித்தோம். ஆனால், வழக்கம் போல், என் சகோதரர் வேறு திட்டம் வைத்திருந்தார். எங்களுடன் இணைவதற்கு முன்னால் அவர் தான் மட்டும் தனியாகச் சென்றார். மறுபடியும், அவர் ஓட்டுநருக்குத் திசைகளைச் சொல்லி ஓர் எளிய வீட்டின் முன்னால் வண்டியை நிறுத்தி, அங்கு வாழ்ந்து கொண்டிருக்கும் ஒரு மனிதரைத் தரிசிக்கச் சொன்னார். அந்த நபர் கருமையாக இருந்தார். அவருடைய ஒரு கண் பாதி தான் திறந்திருந்தது. அவருடைய உடல் சரியான வடிவமற்று, கோணலாகத் தெரிந்தது. - இறங்கி நாங்கள் அவரை வணங்கிவிட்டு வந்தோம். நாங்கள் வந்ததன் நோக்கம் நிறைவேறிவிட்டதாக என் சகோதரர் கூறினார். அண்ணா அவரிடம் கோவிலில் பூஜைக்கு ஏற்பாடு செய்யப்பட்டிருப்பதாகவும் அங்கு பலர் காத்துக் கொண்டிருப்பார்கள் என்றும் கூறினார். ஆதலால், நாங்கள் அனைவரும் ஒன்றாகக் கோவிலை நோக்கிச் சென்றோம். கிட்டத்தட்ட ஆறு மாதங்கள் கழித்து அண்ணா தன்னுடைய வேலை காரணமாக அதே இடத்திற்குச் செல்ல வேண்டியிருந்தது. அதேவழியில் அவருடைய வண்டி சென்ற போதும் ஏற்கெனவே பார்த்த அந்த வீடோ அல்லது அந்த வயதான மனிதரோ காணப்படவில்லை.

இதன் பிறகு சில மாதங்கள் கழித்து, முதல் முறையாக நான் கர்ப்பமானதால் பெங்களூருவில் என் பெற்றோர்கள் வீட்டில் வந்து தங்கினேன். என் சகோதரர் பயணம் செய்வதிலும் சொற்பொழிவாற்றுவதிலும் மூழ்கியிருந்தாலும், எந்த ஒரு முக்கிய நிகழ்வின் போதும் வீட்டில் இருக்குமாறு பார்த்துக்கொள்வார். என்னுடைய சீமந்தத்திற்கும், மகப்பேறின் போதும் அவர் வீட்டில் இருந்தார். குழந்தையைக் கைகளில் ஏந்தி மென்மையாகத் தூங்க வைத்தார். குழந்தைக்குப் பெயர் சூட்டும் விழா வரையில் இருந்தவர், பின்னர் தன் பயணம் மற்றும் சொற்பொழிவுகளைத் தொடர்ந்தார்.

தியானத்தின் முக்கியத்துவத்தைப் பற்றிப் பேசுவதற்காக என் சகோதரர் பல்வேறு நாடுகளின் முக்கிய நகரங்களில் பயணித்திருக்கிறார். ஊர் திரும்பும் போது, தன்னிடம் இருக்கும் அனைத்தையும் கொடுத்துவிட்டே வருவார். ஆனால், ஒரு

சர்வதேசப் பயணத்திலிருந்து திரும்பிய போது, ஒரு குறிப்பிட்ட சால்வையை மட்டும் தன்னிடமே வைத்துக் கொண்டார். அதன் ஓரங்களில் மாங்காய்ச் சின்னம் பிரௌன் நிறப் பட்டுநூலில் எம்ப்ராய்டரி செய்யப்பட்டிருந்தது. அதைப் பலர் பெற்றுக்கொள்ள விரும்பியதாகவும், ஒருவருக்குக் கொடுத்தால் மற்றவர்கள் வருந்துவார்கள் என்றும் எங்களிடம் காரணம் சொன்னார்!

இளைஞரான ரவி பல முறைகள் மகரிஷியுடன் சுவிட்சர்லாந்திற்குச் சென்றுள்ளார். அவருடைய அந்த நாட்களின் அனுபவம் பற்றித் தெரிந்து கொள்வதில் ஆர்வமாக இருந்தோம். அவருடைய வார்த்தைகள் வழியாக அந்த நாட்களை நாங்கள் மீண்டும் வாழ விரும்பினோம். எங்களுடைய தாழ்வாரத்தில் மரத்தினாலான ஊஞ்சல் இருந்தது. அதில் அனைவரும் மாலை வேலைகளில் வசதியாக அமர்ந்து காற்று வாங்கியபடி பேசிக் கொண்டிருப்போம். அனைவரும் அவரைச் சுற்றி அமர்ந்து அவர் கூறுவதைக் கேட்பதில் உன்னிப்பான கவனத்துடன் இருப்போம். ஒருநாள் ஒரு சுவையான அனுபவத்தை எங்களுடன் பகிர்ந்து கொண்டார். 'மகரிஷியிடம் அமெரிக்காவில் டிரான்ஸெண்டென்டல் மெடிடேஷன் தொடர்பான பிரச்சினைகள் பற்றிச் சொல்லிக் கொண்டிருந்த போது எங்களில் சிலர் அவருடன் அமர்ந்திருந்தோம். மகரிஷி சொன்னார், ''நீங்கள் உச்சியை ஒருமுறை அடைந்துவிட்டால், அங்குச் சமவெளி என்பது கிடையாது. ஆகவே, எவர் உச்சியை அடைகிறாரோ அவர் கீழே வந்தே ஆக வேண்டும்.'' நான் பரிகாசமாக, ''பாதாளத்திற்கு வருவதற்கு எந்தப் போட்டியும் கிடையாது,'' என்று கூறினேன். இதைக் கேட்டு மகரிஷி கண்களில் ஒரு மின்னலோடு சிரித்தார்.'

மகரிஷியைப் போன்ற மேன்மையான சிந்தனை கொண்ட மனிதரை தான் இதுவரை பார்த்ததில்லை என்று என் சகோதரர் கூறினார். அதனால் தான் அனைவரும் - வயதானவர்களோ சிறியவர்களோ, விஞ்ஞானிகளோ சாதாரண மக்களோ - அவருடன் ஒரு தொடர்பை ஏற்படுத்திக் கொள்ள முடிகிறது. 'சித்த யோகா'வை நிறுவிய பாபா முக்தானந்தாவையும், வங்காளத்தைச் சேர்ந்த புகழ்பெற்ற ஆன்மீகவாதியான ஆனந்தமயீமாவையும் மகரிஷி சந்தித்த போது, அவர்களுக்குள், ஆழ்ந்த ஆன்மீகம் மற்றும் தத்துவார்த்தமான விவாதங்கள் நடைபெறும் என்று அனைவரும் எதிர்பார்த்தனர். ஆனால், எல்லோரும் ஆச்சரியப்படும் வகையில், அவர்கள் பரஸ்பர நலன் மட்டுமே விசாரித்துக் கொண்டனர் - அந்த நேரம், அனைவரும் ஒன்றாக இணையும் மகிழ்ச்சி கரமான தருணமேயன்றி, ஆத்மா பரமாத்மா போன்ற சிக்கலான விஷயங்களைப் பேசும் நேரமல்ல.

மகரிஷியுடன் என் சகோதரர் இருந்த நாட்களின் நினைவுகள் உயிர்பெற்றுவரும் கணங்களில் அவர்களுக்குள் நடந்த உரையாடல்களின் துளிகளைக் காண்கையில் அவற்றுள் சில, மிகுந்த ஆழமானதாகவும் வேறு சில, புரிந்து கொள்ளக் கடினமானதாகவும் இருந்தன. 1970களின் இறுதியில் மகரிஷியைச் சந்திக்க வந்த ஆறு அல்லது ஏழு பண்டிதர்களின் கூட்டத்தில் நிகழ்ந்த இன்னொரு சம்பவத்தையும் அவர் பகிர்ந்து கொண்டார்.

> கல்விக் கடவுளான ஸரஸ்வதி பற்றிய சம்ஸ்கிருத ஸ்லோகம் ஒன்றை ஒரு சனாதனி பண்டிதர் சொல்லிக் கொண்டிருந்தார். அதில் ஸரஸ்வதி இவ்வாறு வர்ணிக்கப்பட்டிருந்தாள்: 'வெள்ளை ஆடை அணிந்த ஸரஸ்வதி, எண்ணத்திலும் செயலிலும் பிரம்மனை வெளிப்படுத்துகிறாள். அசலானவள், உலகம் முழுவதும் வியாபித்து இருப்பவள், கையில் துளசிமாலையும் வேதங்களையும் வைத்திருப்பவள்.' ஓர் ஆர்ய சமாஜ் பண்டிதர் இந்தப் பாடலில் இருந்த கருத்தை மறுக்க முயற்சித்தார். அதைத் தொடர்ந்து இருவருக்குமிடையே சூடான வாக்குவாதம் நடைபெற்றது. மகரிஷி அங்கே அமர்ந்து, இந்த விவாதத்தை ரசித்துக் கொண்டிருந்தார். அவர் என்னைப் பாரத்துக்கொண்டே, தன் கைகளில் இருக்கும் மாலையுடன் விளையாடிக் கொண்டே தன்னை நோக்கி அடையாளம் காட்டினார். அவர் என்ன சொல்ல விரும்புகிறார் என்பதை நான் புரிந்து கொள்ள வேண்டும் என்பதற்காக அவர் அந்தச் செய்கைகளை மீண்டும் செய்தார். மகரிஷி புன்னகையுடன் அமர்ந்திருந்தார், அவர் வெள்ளை ஆடை அணிந்து, எண்ணத்திலும் செயலிலும் பிரம்மனை வெளிப்படுத்தியபடி இருந்தார். அசலானவர், உலகம் முழுவதும் வியாபித்து இருப்பவர், கையில் துளசி மாலையும் தன் முன்னால் ஒரு புத்தகத்தை வைத்திருந்தார்! ஸரஸ்வதி என்பவள் அனைத்து ஞானத்தையும் வெளிப்படுத்தும் ஓர் உன்னதமான உணர்வுநிலையாகும் என்று விவரித்தார். அவளுக்கு நிகர் அவள் மட்டும்தான். அவளுக்கு அடுத்த நிலையில் யாரும் கிடையாது. தங்கள் விவாதங்களில் கவனமாக இருந்த பண்டிதர்கள் மகரிஷியின் ஜாடையான செய்கைகளின் நுட்பத்தைக் கவனிக்கத் தவறினர். அடிக்கடி மக்கள் இந்த மாதிரி உறுதியாகச் சொல்வார்கள்- அதாவது தங்களைத் தாங்களே உணர்ந்து கொண்டதாகவும் ஆன்மீக ஞானத்தைப் பெற்றுவிட்டதாகவும் கருதி 'நான் தான் பிரம்மன், சுயம்' என்பார்கள். இந்த மாதிரி உறுதியாகச் சொல்லும் பழக்கம் மகரிஷிக்குக் கிடையாது. காரணம் இவையெல்லாம்

சிந்தனையின் தளத்தில் மட்டும் தான் சாத்தியமே தவிர, முழுமையாகப் பார்த்தோமானால், அனுபவ அளவில் சாத்தியம் கிடையாது.

ஒரு புறம் ஸரஸ்வதி தேவியைக் கையில் துளசிமாலையும் வேதங்களையும் வைத்துக்கொண்டிருப்பதாக நினைத்து அவளை புத்தியின் வடிவமாகப் பார்க்கும் நாம், கையில் வீணையுடன் இருக்கும் ஸரஸ்வதியையும் நினைக்கிறோம், அதன் அர்த்தம் தான் தூய்மையான சுத்தமான உணர்ச்சிகள் என்பதாகும். என்னுடைய தாயார் மிக நன்றாக வீணை வாசிப்பார். அதேபோல் நானும் என் சகோதரரும் வீணை வாசிப்போம். அவர் எப்போதெல்லாம் வீட்டிற்கு வருகிறாரோ அப்போதெல்லாம் நேரம் எடுத்துக் கொண்டு இருவரும் சேர்ந்து வீணையை இசைப்போம். ஹிந்தோளம், ஸ்ரீ, ஷண்முகப்ரியா, சிவரஞ்சனி மற்றும் ரேவதி - ஒன்றன்பின் ஒன்றாகப் பல்வேறு ராகங்கள் நேர்த்தியாகப் பிரவாகம் எடுக்கும் - குறிப்புகள் பிசகாமல் இருவரும் இசைந்து வாசித்தது என்னுடைய உணர்வுகளைத் திருப்தி செய்தது. அந்த நேரத்தில் எண்ணம் என்ற ஒன்று தானிருப்பதையே மறந்துவிடும், மாறாக அந்த இடத்தில் உயிரானது அந்த மெல்லிசையில் மிதந்து கொண்டிருக்கும்.

மகரிஷியின் இயக்கத்தில் இசை ஓர் அங்கமாக இருந்ததில்லை. ஆனால், இசையில் விற்பன்னரான என் சகோதரர், பிரபல பாடகி திருமதி எம். எஸ். சுப்புலட்சுமி மற்றும் அவருடைய கணவர் டி. சதாசிவம் அவர்களுடைய வீடான கல்கி கார்டனில் நடந்த ஒரு சுவையான நிகழ்ச்சியை எங்களுடன் பகிர்ந்து கொண்டார். மகரிஷியின் அமைப்பு தான் இந்த இல்லத்தை வாங்கியது, சாவிகளை அவர்களிடம் கொடுப்பதற்கு முன்னால், என் சகோதரர் தான் அங்கு பூஜை நடத்தினார்.

அந்த பூஜையில் எம்.எஸ். அவர்கள் பாடினார் என்பதுடன், அன்று தான் தெய்வீக அன்னையின் இருப்பை அனுபவித்ததாகவும் எம்.எஸ். கூறினார். 'கல்கி கார்டன்ஸ்' - பாலகர்களை வேத அறிஞர்களாகத் (பண்டிதர்கள்) தயார் செய்வதற்கான பயிற்சிக் கூடமாகும். அதுபோன்ற பயிற்சிக்கூடங்கள் வேறு பல இடங்களிலும் இருந்தன. அந்த பண்டிதர்களில் ஒருவர் சமீபத்தில் ஒரு திருமணத்தை நடத்தி வைப்பதற்காக ஆசிரமத்திற்கு வந்திருந்தார்.அவர் நூற்றுக்கணக்கான மற்றவர்களுடன் நின்று கொண்டிருந்த போது, குருதேவ் அந்த நேரத்தில் சத்சங்கிற்குப் பிறகு அவரைக் கடந்து ஓர் திறந்த வண்டியில் சென்றார். பிறகு குருதேவ் அந்தப் பண்டிதரைத் தன்னுடைய குடிலில் சந்தித்தார். அவர்கள் கிட்டத்தட்ட முப்பது ஆண்டுகளுக்குப் பிறகு

சந்திக்கின்றனர். அவர் சாமவேதத்திலிருந்து சில வரிகளைக் கூறிவிட்டு கல்கி கார்டனில் தயார் செய்யப்பட்ட மாணவர்களில் தானும் ஒருவன் என்பதைக் கூறினார். 'என்னுடைய வேத நூல்கள் கிழிந்துவிட்டன. நீங்கள் தான் அதை சேர்த்து ஒட்டிக் கொடுத்தீர்கள். எனக்கு அப்போது வயது பத்து,' என்று அவர் நினைவுகூர்ந்தார். குருதேவ் புன்னகைத்துக் கொண்டே பள்ளியைப் பற்றியும், அங்குள்ள ஆசிரியர்கள் பற்றியும் கேட்டறிந்தார். அவருக்கு உண்மையிலேயே இந்த பண்டிதர் கல்கியிலிருந்து வந்தவர் என்பது 'தெரியவில்லை' ஆனால் அவருக்குத் தெரிந்தது. அது நினைவாற்றலோடு தொடர்புடையது அல்ல, ஒட்டுமொத்தப் படைப்போடும் தொடர்பு உடையதாகும். யாரோ ஒருவர் குருதேவிடம் கேட்டார், 'யாருக்காவது நீங்கள் தேவைப்பட்டால், உங்களுக்கு அது எப்படித் தெரியும்?' 'நீங்கள் என் தலையில் இருக்கும் முடியைப் போன்றவர்,' என்று பதில் சொன்னார். அந்த நேரத்தில் அவருக்குத் தலை நிறைய முடி இருந்தது, எவ்வளவு என்றால், அதைச் சீவவே அரை மணி நேரத்திற்கு மேல் ஆகும். 'என் தலையில் எத்தனை முடிகள் இருக்கின்றன என்பது எனக்குத் தெரியாது, ஆனால் ஒரு முடியைப் பிடித்து இழுத்தால் கூட எந்த இடம் என்று என்னால் துல்லியமாகச் சொல்ல முடியும்.'

என் சகோதரருக்கு வேத ஞானத்தைப் பரப்பும் பணி கொடுக்கப்பட்டிருந்தது, ஆதலால், அவர் பல்வேறு நகரங்களுக்குச் சென்று, அங்குள்ள இளைஞர்களைச் சென்றடைய பல்வேறு நிகழ்ச்சிகளை நடத்தினார். அம்மாதிரி ஒரு நிகழ்ச்சிக்கு விஷ்ணு பட் பயிற்சியாளராக இருந்தார். ஒருமுறை, விஷ்ணுவுடன், என் சகோதரர் அமர்நாத்திற்குப் புறப்பட்டார். அந்த புண்ணிய ஸ்தலத்திற்கான பயணம் மிகவும் அபாயகரமானது. எச்சரிக்கையாக இல்லையென்றால், அவர் எளிதாக அந்தக் குறுகலான பனிப் பாதையிலிருந்து உருண்டு கீழே குகைக்கு தான் செல்ல வேண்டும். அம்மாதிரி கடினமான பாதைக்கென தயார் செய்யப்பட்டதாகக் கூறப்பட்ட ஒரு கோவேறு கழுதையின் மேல் என் சகோதரர் பயணம் செய்து கொண்டிருந்தார். ஆனால், கோவேறு கழுதை மலைக்குப் பக்கத்தில் செல்லாமல் தன் இஷ்டத்திற்குப் பாதையின் விளிம்பில் தாறுமாறாக நடக்க ஆரம்பித்தது. எப்படியோ இருவரும் கோவிலைச் சென்றடைந்து, சிவலிங்கத்தைத் தரிசனம் செய்துவிட்டுப் பத்திரமாக வந்து சேர்ந்தனர். அந்தக் கோவேறு கழுதையிலிருந்து கீழே இறங்கியது மிகப் பெரிய பாரம் இறங்கியது போலிருந்தது! விஷ்ணு பட் பின்னர் என்னிடம் இதைப் பற்றிச் சொன்னார். கோவிலிலிருந்து திரும்பிய பிறகு அவர்கள் ஒரு நாடி ஜோதிடரைச் சந்தித்தனர். அவர் விஷ்ணுவிடம், 'மிருகங்கள் கூட ஆழமாக குருதேவுடன் தொடர்புடையது போன்ற அனுபவத்தைப்

பெறுகின்றன,' என்று சொன்னாராம். அவர் தேர்வு செய்த கோவேறு கழுதை இவ்வாறு சிந்தித்திருக்கிறது, ''இன்று தெய்வம் என்னைத் தன்னுடைய வாகனமாகத் தேர்வு செய்திருக்கிறது, ஆதலால் நான் ஏன் கவலைப்பட வேண்டும்?'' கோவேறு கழுதையின் தைரியமான போக்கிற்கு அதுதான் காரணம்.'

ஒருமுறை, இன்னொரு நாடி ஜோதிடர் எங்களைத் தேடிவந்தார். தனது நாடி ஜோதிடத்தின்படி இந்த வீட்டில் ஓர் இளம் சன்னியாசி இருப்பதாகவும் அவர் தெய்வீக அன்னையின் வெளிப்பாடு எனவும் சொன்னார். அத்துடன் என் சகோதரருக்கு வெள்ளிகிழமைதோறும் தாமரைமலர் ஒன்றைச் சமர்ப்பித்தால், அந்த நபரின் ஆசைகள் நிறைவேறும் என்றும் கூறினார். 108 தாமரைகளாலான மாலையுடன் வந்து என் சகோதரருக்கு அவர் அதை அணிவித்தார். அந்த நேரத்தில் அதைக் கேட்பதற்கே எங்களுக்கு ஆச்சரியமாக இருந்தது - அதாவது நாங்கள் யாருடன் வாழ்ந்து கொண்டிருக்கிறோமோ அவரால் மற்றவர்களுடைய ஆசையை நிறைவேற்ற முடியும் என்ற எண்ணம் ஆச்சரியமாக இருந்தது. எனினும், மகரிஷி செய்யச் சொன்னார் என்பதற்காக என் சகோதரர் மிகமிகக் கடினமான, செய்யவே முடியாத வேலைகளைக் கூட, செய்திருக்கிறார் என்பது எங்களுக்குத் தெரியும். அந்த வேலைகள், மனிதனின் சிந்தனையைக் கடந்து செல்வதற்கான சாத்தியக்கூறுகளை அடையும் வாய்ப்பாகக் கொடுக்கப்பட்டவை. அந்த நாட்களைப் பற்றி என் சகோதரர் சிரித்துக் கொண்டே சொன்னாலும், இந்தக் கதைகள் எங்களுக்கு நாங்களே போட்டுக்கொண்ட குறுகிய எல்லைக்கோடுகளைத் தாண்டுவதற்கு எங்களை உற்சாகப்படுத்தியுள்ளது. என் சகோதரர் ஒருமுறை கூறினார் 'மகரிஷி ஒருமுறை தன்னுடைய ஃபரிதாபாத் ஆசிரமத்தில் பத்தாயிரம் மக்களுக்கு ஒரு நிகழ்ச்சியை ஏற்பாடு செய்திருந்தார். அத்தனை நபர்களுக்கும் நாங்கள் தான் இருக்க இடமும் உணவும் ஏற்பாடு செய்தோம். அந்த நிகழ்ச்சியை நாங்கள் பத்திரிகைகளில் விளம்பரம் செய்தோம், மற்றும் அவற்றைச் செயல்படுத்துவதில் நிறைய வேலைகள் செய்ய வேண்டியிருந்தது. ஆனால், கடைசியில் முக்கியமான நாளன்று பத்தே நபர்கள் தான் வந்தார்கள். இதை நான் மகரிஷியிடம் சொன்ன போது அவர் சிரித்துக் கொண்டே ''ஒவ்வொரு நபரும் ஆயிரம் நபர்களுக்குச் சமம்,'' என்று கூறினார். அடுத்தமுறை, நாங்கள் இருபதாயிரம் நபர்களுக்கு ஏற்பாடு செய்தோம். ''நான் பின்னால் திரும்பிப் பார்ப்பதே இல்லை, முன்னால் போய்க் கொண்டேயிருப்பேன்,'' என்று மகரிஷி சொல்வார்.'

1980இல் மகரிஷி, நொய்டாவில் ஒரு வேதம் பற்றிய கருத்தரங்கையும், ஒரு யக்ஞத்தை(வேள்வியை)யும் ஏற்பாடு

செய்யும்படி என் சகோதரரிடம் தெரிவித்தார். அந்த நிகழ்ச்சி எவ்வளவு பிரம்மாண்ட வெற்றி பெற்றது என்றால் மகரிஷி அதைவிடப் பெரிய யக்ஞத்தை ஆறாயிரம் பண்டிதர்களை வைத்து தீபாவளி சமயத்தில் நடத்த விரும்பினார். அந்த நிகழ்விற்குச் சில நாட்களுக்கு முன்னால், இளைஞர் ரவி மகரிஷியுடன் சுவிட்சர்லாந்து போக வேண்டியிருந்ததால் அந்த நிகழ்ச்சி மற்றும் சடங்கிற்கான ஏற்பாடுகள் செய்யும் பொறுப்பு நிர்வாகத்தில் இருந்த மற்றவர்களிடம் ஒப்படைக்கப்பட்டது. அந்தச் சடங்கில், மகரிஷி கண்களால் பார்க்கக்கூடிய அனைத்தும் மஞ்சள் வண்ணத்தில் இருக்க வேண்டும் என்று விரும்பினார். காரணம் லட்சுமியுடன் தொடர்புடைய வண்ணம் மஞ்சள் தான். அதனால் அனைத்து அலங்காரங்களும் இனிப்புகளும் கூட மஞ்சள் நிறத்தில் இருந்தன; இந்த நிகழ்ச்சிக்காக அனைத்து நாடுகளிலிருந்து தங்க நாணயங்கள் தருவிக்கப்பட்டன. ஆனால் என் சகோதரர் சுவிட்சர்லாந்திலிருந்து யக்ஞத்தைப் பார்க்க மூவாயிரம் சர்வதேச விருந்தினர்களுடன் வந்த போது, ஏற்பாடுகளில் நிறைய குறைகள் இருந்ததை அறிந்து கொண்டார். இன்னும் சொல்வதானால், தேர்வு செய்யப்பட்ட பல பண்டிதர்கள் அந்த வேலைக்கு ஏற்றவர்கள் அல்ல. ஆனால் காலம் கடந்துவிட்டிருந்தது.

மகரிஷி இளைஞர் ரவியிடம் நிகழ்வில் ஏற்பட்ட குறைகள் மற்றும் அதனால் ஏற்பட்டுள்ள குழப்பத்திற்கான காரணங்களை ஆராயச் சொன்னார். பண்டிதர்கள் என்று அழைக்கப்படும் நபர்களைத் தேர்ந்தெடுக்கப் பணம் கையூட்டாகப் பெறப்பட்டது என்பதை என் சகோதரர் உடனடியாக உணர்ந்து கொண்டார். ஆனால் பெருவாரியானவர்கள் பீகாரிலிருந்து வந்தவர்களாக இருந்ததால் என் சகோதரர் பீகாரிகளை வெறுப்பதாக ஒரு வதந்தியைக் கிளப்பிவிட்டனர். அவர் நொய்டா சென்றால் பிரச்சினை வரும் என்று எதிர்பார்த்ததால் அவர் அங்கு செல்வதைத் தடுத்தனர். ஆயிரக்கணக்கான பீகாரிகள் அவர் முன்னால் கறுப்புக் கொடியை காட்டியபடி, தீவட்டிகளுடன் அவருக்கு எதிராக முழக்கமிட்டபடி அவருடைய காரையே கொளுத்தி விடுவதாகப் பயமுறுத்தினார்கள். என் சகோதரர், சிறிதும் அயராமல் அந்தக் கூட்டத்திடம் நீங்கள் என்ன வேண்டுமானால் செய்து கொள்ளுங்கள் ஆனால் தன்னை அரை மணி நேரத்திற்குப் பேச மட்டும் அனுமதிக்கும்படி கேட்டுக் கொண்டார். சிறிது இடைவெளி கிடைக்கவும், அவர் அந்தக் கூட்டத்திற்கு புரிய வைக்க முயற்சி செய்தார். தான் பீகாரிகளுக்கு எதிரானவன் அல்ல என்றும், யக்ஞம் முறையாகச் செய்யப்படவில்லை என்றால் அது நாட்டுக்கு மட்டுமன்றி, அதை நடத்தியவர்களுக்கும் கேடு விளைவிக்கும் என்று விளக்கினார். எனவே, பண்டிதர்கள்

ஒரு தேர்வுக்குத் தயாராக வேண்டும் என்றும், அதில் தேர்ச்சி பெறாதவர்களுக்கு வேறு வேலைகள் கொடுக்கப்படும் என்றும் சொன்னார். இந்தப் பேச்சுவார்த்தை பயனளிப்பதாக இருந்தது, அவரால் பிரச்சினையைச் சிக்கலில்லாமல் தீர்க்க முடிந்தது.

அதேபோல், ஒரு முறை, அக்ஷய திரிதியைக்கு (மே மாதத்தில் அமாவாசைக்கு பின் மூன்றாவது நாள்) முந்தைய நாளில் மகரிஷி பல வேத பண்டிதர்களை அழைத்து இந்தியா முழுவதும் வேத மையங்களை உருவாக்க பூமி பூஜை செய்யச் சொன்னார். நிறுவனத்துக்கு அதற்கான நிலம் எங்கும் சொந்தமாக இல்லை என்றாலும், பூமி பூஜையை உடனடியாக நடத்தியாக வேண்டும் என்றார். 'முடியாது' என்ற பதிலை, தான் ஏற்றுக் கொள்ள முடியாது என்றார். மூளையைக் குழப்புவதாகவும் இயலாத விஷயமாகவும் தோன்றினாலும், இவையெல்லாம் ஆன்மீக நாட்டம் உள்ளவர்களை 'தான் செய்கிறோம்' என்ற அகம்பாவத்திலிருந்து மேல்நிலைக்குக் கொண்டு செல்வதற்கே ஆகும். மகரிஷிக்கு எப்போதுமே வேலை உடனே முடிந்தாக வேண்டும். அவரைப் பொறுத்தவரையில் எந்த வேலையைக் கொடுத்தாலும் அதை முதல் நாளே முடித்திருக்க வேண்டும் என்று சொல்வார்! இளைஞர் ரவி எப்படியோ காலி மனைகளை இனம் கண்டு, பூஜைக்கான ஏற்பாடுகளைச் செய்து முடித்தார். இன்னொரு சந்தர்ப்பத்தில், ஒரு சிறப்பு பூஜைக்காக மகரிஷி, காசியிலிருந்து அறுநூறு பண்டிதர்களை வரவழைக்க விரும்பினார். காசி பண்டிதர்கள் பொதுவாக தங்கள் நகரத்தை விட்டு வெளியே வரமாட்டார்கள் என்பதால், இந்த வேலை நிச்சயம் நடக்காது என்றும், நமக்குத் தேவை ஒன்றிரண்டு அல்ல, அறுநூறு பண்டிதர்கள் அல்லவா என்று அனைவரும் ஒருமனதாக நம்பினார். இளைஞர் ரவி, எப்படியோ, தேடிப்பிடித்து அனைவரையும் ஒன்றாக அந்தச் சடங்கிற்குச் சரியான நேரத்தில் அழைத்து வந்துவிட்டார்.

நாட்கள் செல்லச் செல்ல என் சகோதரரின் சவால்கள் அதிகரித்துக் கொண்டேயிருந்தன. பெரும்பாலானவர்களுக்கு மகரிஷி ஏன் என் சகோதரரை மட்டும் இவ்வளவு அன்புடனும் மரியாதையுடனும் நடத்துகிறார் என்பது புரியாமலும் ஏற்றுக்கொள்ள முடியாமலும் இருந்தது. எத்தனையோ தலைவர்கள், அதிகாரிகள் மற்றும் ஆன்மீகத் தலைவர்கள் என் சகோதரர் மீது பேரன்பு கொண்டு அவருடைய நட்புக்காகவும் ஆசீர்வாதத்திற்காகவும் அவரை நாடி வந்தார்கள். ஒரு வேளை அதனால் தானோ என்னவோ, நிர்வாகத்தில் இருந்த சிலர் அவரை நொய்டாவிலுள்ள வேதப் பள்ளிக்குப் பொறுப்பாளராக்கி அதன் மூலம் மக்கள் பார்வையிலிருந்து அவரை மறைத்துவிட விரும்பினார்கள். அவருடைய தொலைபேசித் தொடர்பு

அறுக்கப்படுவது, முக்கியமான விருந்தினர் விருந்துண்ண வரும் நாளில் கார் டயர் பஞ்சர் ஆக்கப்படுவது, அல்லது அதே நாளில் அற்பக் காரணத்துக்காக அவருடைய சமையல்காரரை பணி நீக்கம் செய்வது போன்ற தொல்லைகளை அவர் சந்திக்க வேண்டியிருந்தது. இருந்தாலும், ரவி அந்தச் சிறு வயதிலேயே தனக்குக் கொடுக்கப்பட்ட பொறுப்புகளைச் சாமர்த்தியமாகச் சமாளித்தார். அவர் ஒரு முறை சொன்னார், 'ஒரு நாள், அந்த மாதிரியான ஒரு சிக்கலான நேரத்தில், இரவு கண்விழித்து ஜன்னல் வழியாகப் பார்க்கும் போது, இந்தக் கட்டிடத்தின் வாட்ச்மேன் வண்டிகளின் போக்குவரத்தைக் கண்காணித்துக் கொண்டிருந்தார். நான் அவரைச் சில நிமிடங்கள் பார்த்தேன். அந்தக் காவலாளி மக்கள் வந்து போவதை, அவர்களின் போக்குவரத்தை ஒரு சாட்சியாகப் பார்த்துக் கொண்டிருந்தார். அவர் வெறும் சாட்சி மட்டுமே. அதேபோல, நம்முடைய பொறுப்புகளுக்கும் நாம் சாட்சியாக இருக்கிறோம்.' எத்தனேயோ இன்னல்களுக்கு நடுவில் எல்லாவற்றையும் சமாளித்ததைப் பற்றி இப்படித்தான் விளக்குவார். தன் சிரமங்களைப் பற்றி என் சகோதரர் எப்போதும் புகார் செய்ததில்லை. இருந்தாலும் எப்படியோ தெரிந்து கொண்ட மகரிஷி தன்னிடம் ஏன் வந்து சொல்லவில்லை என்று கேட்டார். என் சகோதரர் அதற்கு, 'நீங்கள் செய்ய வேண்டிய பணிகள் ஏராளம். நான் உங்களுடைய சுமையைக் குறைக்க விரும்புகிறேன், அதை ஏற்ற விரும்பவில்லை,' என்றார். வீட்டில் கூட அவர் எதைப் பற்றியும் குறை கூறியதில்லை. அவற்றை எங்களிடம் ஏதோ ஒரு சுவையான விஷயம் போல் தான் சொல்லுவார்.

மகரிஷியுடன் இருந்த நாட்களில், என் சகோதரருக்குப் பல ஆன்மீகத் தலைவர்களைச் சந்திக்கும் வாய்ப்பு கிடைத்தது. நொய்டாவில் மகரிஷியின் ஆஷ்ரமத்திற்கு அருகில், கோட்லா என்ற கிராமத்தில், கோலிவாலே பாபா (GoliwaleBaba) என்ற சன்னியாசி இருந்தார். பாபா இந்தியக் குதிரைப்படையில் அதிகாரியாக இருந்த போது ஒரு போரில் அவர் சுடப்பட்டார். அவரைத் துளைத்த குண்டு அவர் மீது என்ன மாதிரி பாதிப்பை ஏற்படுத்தியது என்றால் அவருடைய நரம்பு மண்டலத்தை பாதித்து, அவருடைய ஆன்மீக விழிப்புணர்வுக்குக் காரணமாக அமைந்தது. அந்தக் கிராமத்தில் இருந்த மக்கள் தங்களுடைய பிரச்சினைகளை அவரிடம் கூறித் தீர்வு கேட்டார்கள். அவருக்கு ஆன்மீக ஞானம் கொடுக்க வேண்டும் என்ற ஆசை இருந்தாலும், மக்கள் அவரிடம் இந்த உலகம் சார்ந்த உதவிகளையே விரும்பினார்கள். இளைஞர் ரவி, அடிக்கடி கோலிவாலே பாபாவைச் சென்று பார்ப்பார். அவருக்கும் இவர் மீது, அலாதியான அன்பு இருந்தது. பாபாவைப் பற்றிப் பேசும் போது, அவர் கூறினார். 'எனக்கு அப்போது ஒரே

ஒரு வெறுப்பு தான் இருந்தது - ஈக்கள் - நான் பாபாவைப் பார்த்த போது, மேலிருந்து கீழ் வரை என் மீது ஈக்கள் மொய்த்தன. எனக்கு அது பழக்கமில்லையாதலால் மிகவும் சிரமமாக இருந்தது. அதைப் பார்த்து அவர் என்னிடம் சொன்னார், ''அது அப்படியே இருக்கட்டும்,'' என்று. அந்த வார்த்தைகளைக் கேட்டதிலிருந்து என்னிடமிருந்த அந்தக் கடைசி வெறுப்பும் போய்விட்டது.'

லக்ஷ்மண் ஜூ என்ற காஷ்மீரி சைவ பாரம்பரியத்தைச் சேர்ந்த இன்னொரு ஆன்மீகவாதி, ரவியைச் சந்தித்தார். அவர் ரவியுடன் காஷ்மீர் மாநிலத்துப் பிரச்சினைகளைப் பற்றி பேசியதோடு, அங்கு அமைதி திரும்ப வேண்டும் என்றும், காஷ்மீரி சைவம் அங்கு அழியாமல் தொடர வேண்டும் என்றும் விரும்பினார். குருதேவ் பெங்களூரு ஆசிரமத்தில் அண்மையில் நடந்த காஷ்மீரி சைவம் பற்றிய மாநாட்டில் லக்ஷமண் ஜூவின் ஆத்மாவிற்கு நிச்சயம் அமைதி கிட்டும், ஏனெனில் அவர் விரும்பிய இரண்டு விஷயங்களிலும் நல்ல முன்னேற்றம் ஏற்பட்டுள்ளது என்று தெரிவித்தார்.

இளைஞர் ரவி ரிஷிகேஷில் மகரிஷியுடன் கீதா பவனில் சிறிது காலம் தங்கியிருந்தார். மகரிஷி ஆன்மீகவாதிகளின் கூட்டம் ஒன்றை ஏற்பாடு செய்த போது, அவர்களை வரவேற்று, கவனிக்கும் பொறுப்பை என் சகோதரரிடம் கொடுத்திருந்தார். அந்த நேரத்தில் என் சகோதரர் இளையவராக இருந்த போதிலும், மகரிஷி அவருடைய ஆற்றல்களைப் புரிந்து கொண்டு இந்தியாவிலும், பிறநாடுகளிலும், வெவ்வேறு நகரங்களுக்கு அனுப்பி விஞ்ஞானம் மற்றும் வேதம் பற்றி உரை நிகழ்த்தச் செய்தார். அந்தக் காலக்கட்டத்தில் தான் அவர் தாடி வளர்க்க முடிவு செய்தார். 'சற்றே முதிர்ந்தவன் போல் காட்சி தரவே தாடி வளர்த்தேன்,' என்று பின்னாளில் அவர் விளக்கினார், 'காரணம், நான் இளைஞன் என்பதால், என்னிடம் தியானம் பயில வருபவர்கள் என்னை ஒரு பொருட்டாகவே மதிப்பதில்லை.' அறிஞர்களும் கல்வியாளர்களும் என் சகோதரரிடம் வந்து, இன்று தங்களுக்கு தியானம் கற்றுக் கொடுக்கப் போகும் ஆசான் யார் என்று கேட்கும் போது என் சகோதரர் அவர்களிடம் லேசான தர்மசங்கடத்துடன், 'நீங்கள் எதிர்பார்க்கும் நபர் நான் தான்!' என்று சொல்ல வேண்டியிருந்தது.

பிதாஜி என் சகோதரருக்கு ஆதரவாக இருந்தார். அவர் போகுமிடமெல்லாம் தானும் துணையாகப் போனார். தன் மகனைப் பற்றி இவ்வாறு கணித்து வைத்திருந்தார்: 'அவர் குழந்தை போல் அப்பாவியாகவும், அறிவாளியைப் போல் விஷயம் தெரிந்தவராகவும் இருக்கிறார். இந்த புத்திசாலித்தனமான

குழந்தைத்தனம் தான் அனைவரையும் அவர்பால் இழுக்கிறது. சிரிப்பும் பாடலும், தியானமும் ஒன்றாகக் கலந்திருப்பது சன்னியாசிகளிடம் பார்க்க இயலாத ஒன்று.' நாங்கள் பார்த்துக் கொண்டிருந்த மாற்றங்களை முதலிலேயே எதிர்பார்த்தவர் பிதாஜி தான் என்றாலும், அவரும், தன் மகன் தன்னுடன் இல்லை என்பதை நினைத்து வருந்தினார். அவர் மற்றவர்களிடம் சொல்வார், 'மெள்ள, அவர் வளர வளர, எனக்கு அவர் வீட்டை விட்டு அதிகம் தூரம் போக வேண்டியதாக இருக்கும் என்பது புரிந்தது. வருடத்திற்குப் பத்து மாதங்கள் அவர் பயணம் செய்து கொண்டிருந்தார். ஆனால் தூரமும், நேரமும் எங்களுடைய உறவில் மாற்றத்தை ஏற்படுத்தியதில்லை. அன்பு எங்கிருக்கிறதோ, அங்கு காலமும் நேரமும் மறைந்துவிடுகிறது. அவர் எப்போது வந்தாலும், எங்களுடன் சேர்ந்து உண்பார், சேர்ந்து சிரிப்பார், சூழ்நிலை மிகவும் நெருக்கமானதாக இருக்கும். நான் எப்போதுமே அவரைப் பாசம் மிகுந்த மகனாகத்தான் பார்த்திருக்கிறேன். அவர் பிரபலமான உலக குருவாகிவிட்ட போதிலும் எனக்கு இன்னும் அன்பான குழந்தையாகவும் குருவாகவும் தான் இருக்கிறார்.'

கூச்சமும் இளம் வயதும் கொண்ட ரவியை ஆனந்தமயீ மாவிடம் மகரிஷி அழைத்துச் சென்ற போது, அவர், 'ஆ... நீங்கள் என்னிடம் கங்கையை அல்லவா அழைத்து வந்திருக்கிறீர்கள்!' என்றார். என் சகோதரர் அவர் சொன்னது புரியாமல் நின்றார். ஆனந்தமயீமா தொடர்ந்தார், 'இந்த உலகின் அறியாமையைக் கழுவித் தள்ளப்போகும் ஒருவரை நீங்கள் அழைத்து வந்திருக்கிறீர்கள்.' மகரிஷி இளைஞர் ரவியைக் குறித்து மிகவும் பெருமையாகச் சொல்வார்: 'இந்த ரவி (சூரியன்) எழுந்துவிட்டான், இனி எல்லா இடமும் வெளிச்சமே!'

6

தீர்க்க தரிசனம்

இளைஞர் ரவி இடைவிடாமல் உலகெங்கும் பயணம் செய்துக் கொண்டிருந்தார். காலம் உருண்டோடியது. ஆனால் தனக்காக ஏராளமான மக்கள் காத்திருப்பது போன்ற காட்சிகள் மனக்கண்ணில் தொடர்ந்து வந்தன. மேகங்கள் தோன்றி மறைவது போல இக்காட்சிகள் வந்து போனாலும், காலம் செல்லச் செல்ல, இக்காட்சிகள் அடிக்கடி அவருக்குத் தோன்றலாயின. எதையோ நினைவு ஊட்டும் வகையில், ஒரு மென்மையான உந்துதலாக, தெரியாததொரு பாதையை நோக்கிச் செல்வதற்கான அழைப்பாக இருந்தது. நாளுக்கு நாள் பலமானதாக அமைந்தது. ஒருவேளை, ஒரு புதிய ஆரம்பத்திற்கான நேரம் வந்திருக்கலாம்.

ஆனால், எந்த முடிவும் எடுப்பதற்கு முன்னால், என் சகோதரர் கங்கைக் கரையில் வசித்து வந்த தேவரஹா பாபாவைச் சந்திக்க முடிவு செய்தார். அவர் கங்கைக்கரையருகே வந்த போது மாலை நேரம். படகோட்டி முதலில் அந்த மாலை நேரத்தில் அவரை அழைத்துச் செல்லத் தயங்கினான். இருள் சூழ ஆரம்பித்திருந்ததால் பாபா அவ்வளவு நேரம் சென்று யாரையும் பார்க்க மாட்டார் என்பதாலேயே அவன் தயங்கினான். இருந்தாலும், என் சகோதரர் சற்றே அழுத்தம் கொடுத்துக் கூறியவுடன், படகோட்டி சம்மதித்தான். காற்றில் இருந்த மௌனத்தை துடுப்பிலிருந்து வரும் சப்தம் மட்டுமே கலைத்தது. அந்த பிரம்மாண்ட நதியின் குறுக்கே படகோட்டி நிதான வேகத்தில் சென்று கொண்டிருந்தான்.

அந்தப் படகு அங்குச் சென்றவுடன், வயது முதிர்ந்த அந்த சன்னியாசி வெளியே வந்து இளைஞனான ரவியை வரவேற்றார், 'ஓ என் மகனே, நீ வந்து விட்டாயா!' என்று கூறினார். சாதாரணமாக, பாபா தன்னைப் பார்க்க வரும் அனைவருக்கும் இனிப்புகள் தான் வழங்குவார் ஆனால் என் சகோதரருக்கு மட்டும் ஒரு

தர்பூசணிப் பழத்தைக் கொடுத்து இவ்வாறு கூறினார், 'நீர் எப்போதும் ஓடிக் கொண்டேயிருக்க வேண்டும். அது ஓடாமல் விட்டால், அப்படியே தேங்கி நின்றுவிடும். சத்சங்கும் இந்த மாதிரி ஓடிக் கொண்டே உலகம் முழுவதும் கருணையைப் பரப்பிக் கொண்டே இருக்க வேண்டும். உலகம் முழுவதிலும் அனைத்து இடங்களிலும் சத்சங்கைக் கொண்டு வாருங்கள்.' இதைப் பார்த்த படகோட்டி வியந்து போனான். அவன் தன்னுடைய வாழ்க்கையில் இந்த மாதிரி ஒரு காட்சியைப் பார்த்ததில்லை. சன்னியாசி அவருக்காக காத்திருந்தார், இது வழக்கமான ஒன்றிலிருந்து வேறுபட்டது. அதேபோல் தர்பூசணிப் பழத்தைக் கொடுத்ததும் எதிர்பாராத ஒன்று தான். இதிலிருந்து வந்த செய்தி வெளிப்படையாகவும் தெளிவாகவும் இருந்தது. இளைஞர் ரவி தானாகவே தனியாகத் தொடங்கி தன்னுடைய அறிவை இந்த உலகம் முழுவதும் பரப்ப வேண்டும். ஆனால் மகரிஷியை விட்டுச் செல்வது தான் மிகக் கடினமான முடிவாக இருந்தது.

1970களின் பின்பாதியில், மகரிஷி பெங்களூரில் ஒரு வேதப் பள்ளியைத் துவக்க விரும்பினார். அந்தப் பள்ளிக்கு 175 மாணவர்களை என் தகப்பனார் தேர்வு செய்து வைத்திருந்தார். இந்த நிலையில், நிர்வாகம் சீக்கிரமே அனைத்துப் பள்ளிகளையும் ஒன்றிணைத்து, குழந்தைகளை தில்லிக்கருகே உள்ள ஓர் இடத்தில் புலம் பெயரச் செய்ய முடிவு செய்தார்கள். அவர்கள் அனைவரும் தென்னிந்தியாவிலிருந்து வந்தவர்களாக இருந்ததால், அந்தக் குழந்தைகளுக்குப் புதிய சூழலில் தங்களைப் பொருத்திக் கொள்வது கடினமாக இருந்தது. ஆதலால், அவர்கள் திரும்பி வர விரும்பினார்கள். ஆனால் அவர்களுடைய கல்வி தொடர வேண்டும். ஆதலால், என் சகோதரர் (பெங்களூர்) பள்ளியைத் தான் எடுத்து நடத்த விரும்பினார், ஆனால் அவருடைய இந்த முடிவு சுற்றி இருந்தவர்களைக் குழப்பத்தில் ஆழ்த்தியது. குருதேவ் இந்த மாதிரி ஒரு விஷயத்தில் தானாக முன்வந்து முடிவு எடுப்பது நிச்சயமாக இதுதான் முதல் தடவை. இந்தச் செய்கையால் நிர்வாகத்திற்கும் அவருக்கும் உரசல் ஏற்பட்ட போதும் அவர் குழந்தைகளுடைய தேவைகளுக்காக இப்படி முடிவு செய்தார்.

ஓர் இரவு, இளைஞர் ரவி ஹூப்ளி ஸ்டேஷனில் இரண்டு ஊர்களுக்குச் செல்வதற்கான டிக்கெட்டுகளுடன் நின்று கொண்டிருந்தார். ஒரு ரயில் பெங்களூருக்குச் செல்லவிருந்தது. அங்கு மகரிஷியின் இயக்கத்தினர் அவரை தில்லிக்கு ஒரு சொற்பொழிவுக்கு அழைத்துச் செல்லக் காத்திருந்தனர். இன்னொரு ரயில் சோலாப்பூருக்குச் செல்ல இருந்தது. ஒருபுறம் நன்றாக வளர்ந்துவிட்ட, அனைத்துக் கட்டமைப்புகளும் வசதிகளும் நிறைந்த நிர்வாகம், இன்னொரு புறம், மக்களுக்காக அவர் வகுத்து

வைத்திருத்த பாதை. அவர் பின்னாளில் இவ்வாறு சொன்னார், 'சோலாப்பூருக்குச் செல்லும் ரயிலில் சென்றால், ஏதாவது புதிதாகப் பிறக்கும் என்று எனக்குத் தெரிந்தது. உலகம் முழுவதிலும் மக்கள் எனக்காகக் காத்துக் கொண்டிருந்தனர், ஆதலால், நான் சோலாப்பூர் ரயிலில் செல்வதென்றே முடிவு செய்தேன்.' இதன் பலனாக 'வாழும் கலை' இயக்கம் பிறந்தது.

மகரிஷியின் இயக்கத்தை விட்டு ரவி வெளியே வந்த பிறகு அவர் எடுத்துக் கொண்ட முதல் திட்டம் இந்தப் பள்ளி தான். ஆறு மாதங்கள், அக்குழந்தைகள் எங்கள் வீட்டிலேயே தங்கினார்கள்- சாப்பாடு, தூக்கம், குளியல் மற்றும் பாடம் படித்தல் என்று அனைத்தும் என் வீட்டிலேயே செய்தார்கள். அது தீபாவளி நேரம், எனக்கு நன்றாக நினைவிருக்கறது - எல்லாக் குழந்தைகளும் - சுமார் 175 குழந்தைகள் - என் தகப்பனாரிடம் தலையில் எண்ணெய் வைத்துக் கொள்வதற்காக வரிசையாகக் காத்திருந்தனர். என் தகப்பனார் கையில் வெதுவெதுப்பான எண்ணெய் உள்ள கிண்ணத்துடனும் முகத்தில் உறுதியுடனும் இருந்தார் - அவர் ஒருவிதமான இலட்சியத்துடன் இருப்பது போல் தெரிந்தது. வீட்டின் பின்னால் இருந்த சிறிய கிணற்றில் குழுக்களாகப் பிரிந்து குளித்துவிட்டு தீபாவளிக்குத் தயாரானார்கள். அப்போது ஒருநாள், ஒரு பெரிய மனிதர் என் சகோதரரை 'குருக்ருபா' என்றழைக்கப்படும் தனது வீட்டின் சாவியுடன் வந்து சந்தித்தார். அவர் நியூயார்க் செல்ல இருந்ததால், தன்னுடைய பிரம்மாண்டமான வீட்டைக் குழந்தைகளுக்காகக் கொடுக்க முன்வந்தார். அதேபோல், இன்னொரு பெரிய மனிதர் அரிசியும் பருப்பும் வழங்க முன்வந்தார். 'நான் எதையும் கேட்கவில்லை. எது தேவையோ அது தானாக வந்துவிடும்,' என்று கூறினார் குருதேவ். 'வேத விஞ்ஞான் மகா வித்யா பீடம்' ஆரம்பமானது இப்படி தான். இன்றும் அங்கு நூற்றுக்கணக்கான குழந்தைகள் வேத முறைப்படி பயிற்சி பெறுகின்றனர். அந்தப் பள்ளி இப்போது பெங்களூரு ஆசிரம வளாகத்தின் உள்ளே இயங்குகிறது.

குருதேவ் இந்தியா முழுவதும் தொடர்ந்து பயணம் செய்து, ஆன்மீகவாதிகளைச் சந்தித்து, தியானத்தைக் கற்பித்து, சொற்பொழிவுகளை ஆற்றித் தன்னைக் காணக் காத்திருக்கும் மக்களைச் சந்தித்துப் பேசி வரலானார். இப்போது அவருடைய கூந்தல் மேலும் நீளமாக வளர்ந்து சிறு தாடியும் எழும்பியிருந்தது. ஒருமுறை, அவர் ரயிலில் மைசூரிலிருந்து திரும்பி வந்து கொண்டிருந்தார். அவரிருந்த பெட்டியில் ஓர் இஸ்லாமியர் மிகுந்த வருத்தத்துடன் காணப்பட்டார். அவர் என் சகோதரருடன் பேசத் துவங்கி அவருடைய ஆலோசனையைக் கேட்டார். அதன் பிறகு இருபது ஆண்டுகள் கழித்து, நாங்கள் மைசூரிலுள்ள பிருந்தாவன்

கார்டனில் நடந்து கொண்டிருந்த போது, இந்த மனிதர் தன் முழுக் குடும்பத்துடன் வந்து என் சகோதரரின் காலில் விழுந்தார். குருதேவை மீண்டும் சந்திப்பதில் அதிக மகிழ்ச்சி அடைந்த அவர், தான் முன்பு அவரைச் சந்தித்த பிறகு தன்னுடைய முழு வாழ்க்கையும் மாறிவிட்டதாக அறிவித்தார். இத்தனை ஆண்டுகளாக என் சகோதரரை தூரத்திலிருந்தாவது பார்த்துவிட வேண்டும் என்று ஏங்கிக் கொண்டிருந்திருக்கிறார், இந்தச் சந்திப்பு இருபது ஆண்டுகள் கழித்து நிகழ்ந்தாலும் உடனடியாக அடையாளம் கண்டு கொண்டனர்.

என் சகோதரரை 'அடையாளம்' கண்டு கொண்டவர்களில் ஆன்மீகவாதிகளும் ஜோதிடர்களும் அடக்கம். இந்த உலகத்தோடு ஆழ்ந்த நெருக்கம் உள்ள மனிதர்கள். அவர்கள் என் சகோதரரிடம் அடக்கமுடியாத ஆன்மீக அலை வீசுவதாகவும் அது இந்த உலகம் முழுவதையும் தன்னுடைய ஆன்மீகத்தன்மையாலும் அறிவுக்கூர்மையாலும் வென்றுவிடும் என்றும் சொன்னார்கள். பல்வேறு கணிப்புகளுக்கிடையே குறிப்பாக ஒன்றைச் சொல்லியாக வேண்டும். ஒருமுறை இளைஞர் ரவி தில்லியிலிருந்து வாரணாசிக்கு ரயிலில் பயணித்த போது திறந்த கதவின் அருகில் அவர் நின்று கொண்டிருக்க, அவர் கூந்தலின் மீது காற்று வீச, அவர் தன்னைக் கடந்து செல்லும் கிராமப்புறத்தைப் பார்த்துக்கொண்டே வந்தார். டிக்கெட் பரிசோதகர் அவரை அணுகி அவருடன் பேச ஆரம்பித்துவிட்டு, பின்னர் அவரிடம் ஓர் சக்தி வாய்ந்த பார்வை இருக்கிறது என்று கூறினார்.

'இந்த உலகம் எதை நோக்கிப் போய்க் கொண்டிருக்கிறது? மக்கள் பைத்தியம் போன்று பணத்தைத் துரத்துகின்றார்கள்... நாம் பார்ப்பது கடைசியில் ஒன்றுமில்லை. உண்மையான உலகம் வித்தியாசமானது. ஒருவர் உண்மையான உலகத்திலிருந்து வந்திருந்தால் இந்த உலகம் அவர்களுக்கு வெறுமையாய்க் காட்சியளிக்கும்,' என்றார் அந்த டிக்கட் பரிசோதகர். ஒருவேளை இந்த இளைய குரு தான் அனுபவித்ததை உணரக்கூடும் என்று நினைத்தார் போலும். என் சகோதரர் கேட்டார், 'நீங்கள் என்ன பார்க்கிறீர்கள்?' 'நான் என்ன பார்க்கிறேன் என்றால் அந்தக் கடவுள் ஒரு மனிதரை இந்த உலகிற்கு அனுப்பியுள்ளதாகப் பார்க்கிறேன். தன்னுடைய இரண்டு புறங்களிலும் அன்னப்பறவைகளுடன் கூடிய சூரியனை நான் பார்க்கிறேன். அவர் எங்கெல்லாம் செல்கிறாரோ அங்கெல்லாம் ஒரு விழிப்புணர்வு ஏற்படும், அவர் மக்கள் மனதில் அமைதியைக் கொண்டு வருவார். கடவுள் கிரீடத்தை அணிந்து கொண்டு வரமாட்டார்; அவர் ஒரு சன்னியாசி வடிவம் எடுத்துத்தான் வருவார். அதிர்ஷ்டசாலிகளால் மட்டுமே அவரைச் சந்திக்க முடியும்,' என்று கூறினார்.

7

பேரண்டத்தின் தாளலயம்

தியானம் என்பது நம்மைப் பார்த்து நாமே சிரிப்பது போன்றது தான், ஆனால் அந்தச் சிரிப்பைக் காண்பதற்கு, கண்ணாடி சுத்தமாக இருக்க வேண்டும். உலகம் முழுவதிலும் உள்ள மக்களுக்கு தியானம் செய்யும் கலையைப் போதிக்க ஆரம்பித்தவுடன் 'குருதேவ்' (இப்போது மக்கள் அவரை அப்படித்தான் அழைக்க ஆரம்பித்தார்கள், நானும் அதை எளிதில் பற்றிக்கொண்டுவிட்டேன்) தியானத்தை மக்களுக்கு எளிதாக்குவதற்கு ஒரு வழியைக் கண்டு பிடிக்க வேண்டும் என்று நினைத்தார். அது நவராத்திரி நேரம், ஆதலால் அவர் அந்தப் பத்து நாட்களும் மௌன விரதம் அனுஷ்டிக்க முடிவு செய்தார்.

எங்கள் அண்டை வீட்டாரான அசோக் என்பவருக்கு எங்கள் வீட்டிலிருந்து சில கிலோமீட்டர் தூரத்தில் கெங்கேரி என்ற இடத்தில் ஒரு பண்ணைவீடு இருந்தது, அந்த வீட்டை என் சகோதரர் தங்குவதற்காகக் கொடுத்தார். அந்தப் பண்ணைவீடு முழுவதும் தென்னை மரங்களாக இருந்தன. நாங்கள் உள்ளே சென்று கொண்டிருந்த போது, இரண்டு மரங்கள் அடியில் இணைந்திருப்பதைக் கண்டோம். நடுவில் இரண்டாகப் பிரிந்து பின் வெளியே பரந்து விரிந்தது. அது பார்ப்பதற்குக் கண்களுக்கு அழகாக இருந்தது. அந்த வீட்டில் யாரும் தங்கவில்லை, அதோடு அமைதியான இடத்தில் இருந்தது. குருதேவ் அங்கே இருபத்தியொரு நாட்கள் தங்கியிருந்து கடைசி பத்து நாட்கள் மௌனவிரதம் இருந்தார். மௌனம் என்பது வார்த்தை, எண்ணம் அல்லது செயல் ஆகிய மூன்று நிலைகளில் செய்ய முடியும், நான் அந்தப் பத்து நாட்களில் இந்த மூன்று விதமான மௌனத்தையும் பார்த்தேன். குருதேவ் ஒருமுறை மௌன விரதத்தைத் தொடங்கிவிட்டாரென்றால் அவர் சாப்பிடுவதற்குக் கூட வெளியே வர மாட்டார். பழங்கள் உட்பட எந்த உணவையும் தொடக்கூட

மாட்டார். தண்ணீர் வைத்த பாத்திரம் அப்படியே குறையாமல் இருக்கும். அவர் இருக்கும் இடத்திற்கு அடிக்கடி செல்வோம் ஆனால் எங்களுக்குள் எந்த கருத்துப் பரிமாறலும் ஏற்படவில்லை. சில நேரங்களில் எங்களால் அவரைச் சந்திக்கக்கூட முடியாத நிலை இருந்தாலும், அவருடைய மௌனமான இருத்தலை நாங்கள் உணர்ந்தோம்.

குருதேவிடம் பேசுவது என்பது எனக்குச் சிறப்பாக இருந்தது, ஆனால் அவருடன் இருத்தல் என்பது சொல்ல முடியாத ஆழமானதாக இருந்தது. என் சகோதரர் அடிக்கடி கூறுவார், ‘மௌனம் என்பது ஆத்மாவுக்கும் ஆத்மாவுக்கும் இடையே நடக்கும் கருத்துப் பரிமாறல்’ என்று. பத்து நாட்கள் மௌனமாக இருந்தபிறகு, தியானம் செய்வதற்கான ஊக்கம் அளிக்கக்கூடிய புதிய வழிமுறையொன்று தீப்பொறியாக அவருக்குள் மூண்டது. அது உடனே செயல்படுத்தப்பட்டது, காலம் செல்லச்செல்ல அது தன்னை மேருகேற்றிக்கொண்டது.

சில மாதங்கள் கழித்து, மார்ச் 1982ல், ஷிமாகோ அருகில் இருந்த பத்ராவதி நதிக்கரைக்குப் பயணம் செய்தார். அந்த நதியின் தெள்ளத்தெளிவான தண்ணீர் மகிழ்ச்சியுடன் ஓடிக் கொண்டிருந்தது, வானம் தன்னுடைய அளவற்ற நீலநிறத்தை வெளிப்படுத்தியது. வளமான பச்சைநிறக் குன்றுகள் தொடுவானத்தை அலங்கரித்தன. நதியின் வேகத்தோடு மெல்லிய தென்றல் காற்று வீசியது. இயற்கையின் முணுமுணுப்பைத் தவிர அங்கு வேறு எந்த சப்தமும் இல்லை. என் சகோதரர் நதியை நோக்கி அமர்ந்து கொண்டார். ஒரு மங்களகரமான வேளையில் மென்மையானதொரு இசை ‘*ஸோஹம்*’ (‘So Ham’) அவருள்ளிருந்து பொங்கிவழிந்தது - முதலில் மெதுவாக, பின் வேகமாக, அதைத் தொடர்ந்து இன்னும் வேகமாக - வழிந்தது. ஒரு முதிர்ச்சி பெற்ற நல்லிணக்கத்தைத் தரக்கூடிய அண்டத்தின் தாளலயம் வந்துவிட்டது. குருதேவ் அதை ‘சுதர்சன் கிரியா,’ என்றார். ‘சு’ என்றால் சரியாக என்றும் ‘தர்சன்’ என்றால் பார்வை என்றும் பொருளாகும். சரியான பார்வைக்கான செயல் என்பது அசலான அர்த்தம், ஆனால் உண்மையான அர்த்தம் என்னவென்றால், அங்கு வந்திருக்கும் அனைத்து மக்களின் காதில் முடிவில்லாத ரகசியத்தைக் கிசுகிசுப்பதேயாகும்.

கிரியா பற்றிக் கேட்ட போது அவர் சொன்னார், ‘நான் உலகம் முழுவதும் பயணம் செய்து யோகாவும் தியானமும் போதித்து வருகிறேன். இருந்தாலும், மக்கள் மகிழ்ச்சியாக வாழ்வதற்கு எவ்வகையிலாவது உதவவேண்டுமே என்று கவலைப்பட்டேன். ஏதோ ஒன்று தவறாக இருப்பது போலிருந்தது. மக்கள் நான் கற்றுக்கொடுத்தவைகளைப் பின்பற்றினாலும், அவர்கள் வாழ்க்கை

இன்னும் தனித்தனிப் பெட்டிகளில் பூட்டப்பட்டிருந்தது போல் தான் இருந்தது, அவர்களுடைய வெளி நடவடிக்கை அவர்களுடைய உள் இருப்பிலிருந்து வித்தியாசப்பட்டது. இந்த உள் மௌனத்தையும் புற வாழ்க்கையின் வெளிப்பாடுகளையும் இணைப்பதற்கான வழிகளைப் பற்றிச் சிந்தித்துக் கொண்டிருந்தேன். சுதர்சன் கிரியா ஒரு ஈர்க்கப்பட்ட தீர்வாக வந்தது. இயற்கைக்கு என்ன தர வேண்டும் அதை எப்போது தர வேண்டும் என்று தெரியும். நான் இந்த கிரியாவைச் கற்றுக்கொடுக்க ஆரம்பித்தேன். அதன்பின் மக்கள் பெரிய விஷயங்களை அனுபவிக்கத் துவங்கினார்கள்.

குருதேவ் சீக்கிரமே இந்தப் புதிய அறிவை ஷிமாகோவிலேயே சிலருக்குக் கற்றுக்கொடுக்க ஆரம்பித்துவிட்டார். பெங்களூரு திரும்பியவுடன், அவர் இந்தப் புதிய கிரியாவை கற்றுக் கொடுக்க இரண்டு நாள் பயிற்சியை ஜெயநகரில் மா ஆனந்தமயீ ஹாலில் ஏற்பாடு செய்திருந்தோம். 'வாருங்கள் உங்களை நீங்களே சந்தியுங்கள்,' என்று பெயரிடப்பட்ட அந்த நிகழ்ச்சியில், நானும், அம்மாவும், பிதாஜியும் கலந்து கொண்டோம். இந்த நிகழ்வில் கலந்து கொள்ள ரோட்டரி கிளப் நண்பர்களையும் மற்றும் அறிந்தவர்கள் தெரிந்தவர்களையும் பிதாஜி உற்சாகத்தோடு அழைத்திருந்தார்.

இந்த சுதர்சன் கிரியா நிகழ்வு காலையில் தொடங்கி இடைவெளியே இல்லாமல் இரவு 10.30 மணி வரை செல்லும். இதன் உத்வேகத்தைத் தாங்க முடியாமல் சிலர் முதல் நாளிலேயே விலகிவிட்டனர். ஆனால், யாரெல்லாம் தங்கினார்களோ அவர்கள் அபாரமான மாற்றத்தை உணர்ந்ததோடு, தங்களுக்குள்ளேயே மலர்ந்த ஆழ்ந்த அறிவைப் பெறுவதற்கான வழியைக் கண்டு கொண்டார்கள். இந்த நிகழ்வின் போது தான் நானும் சுதர்சன் கிரியாவை முதன்முதலாக அனுபவித்தேன். இசை ஒலியோடு ஒவ்வொரு முறை மூச்சிழுக்கும் போதும் '*ஸோ ஹம்*' என்று ஜெபிக்க, ஒரு மென்மையான அமைதி அலை என்னுள் எழுந்து கடலின் பிரம்மாண்டத்தில் போய் அடங்கியது. ஒரு நிலைக்குப் பிறகு, மூச்சு மட்டுமே நுட்பமான இயக்கமாக இருந்து மொத்த இருப்பும் சுருக்கப்பட்டு அந்த ஒரு கணத்தில் நின்று கொண்டிருந்தது போல் உணர்ந்தேன். கிரியாவிற்குப் பிறகு ஓய்வாக இருக்கும் போது, என் விழிப்புணர்வு அறைக்கப்பாலும் விரிவடைந்து, பூமியை மட்டுமல்ல, வானத்தையும் கடந்து சென்றது. நான் எல்லா இடங்களிலும் இருந்தேன், ஆனால் எந்த இடத்திலும் இல்லை. நான் கிருஷ்ணானுபவம் பெற்றேன், என் அம்மாவுக்கோ இயேசு கிறிஸ்து போன்ற அனுபவம் கிடைத்தது. ஒரு ஆசாரமான இந்துக்குடும்பத்தில் இருந்து வரும், அவருக்கு கிறிஸ்து பற்றி அதிகம் தெரியாது. இருந்தும் அவர் கிறிஸ்துவில்

அன்பையும் கருணையையும் உணர்ந்தார். இந்தப் பயிற்சியை முடித்த போது மிகுந்த ஆற்றலை உணர்ந்தோம். என் இரண்டாவது மகன் அதே ஆண்டில் பிறந்தான். தாயாரும் பிதாஜியும் அவனை வாழும் கலையின் முதல் குழந்தை என்றே அழைப்பார்கள்.

தொடர்ந்து வந்த ஆண்டுகளில், சுதர்சன் கிரியா, உலகம் முழுவதும் ஆயிரக்கணக்கான மக்கள் வாழ்வில் அற்புதங்கள் புரியும் மார்க்கமாக ஆனது. ஆற்றலை இழந்தவர்கள் ஆறுதல் அடைந்தனர், மன அழுத்தம், கவலைகளிலிருந்து பலர் வெளிவந்தனர், மற்றும் பலர் தீவிர ஆன்மீக அனுபவங்களுக்கு ஆளாயினர். சில விஞ்ஞானிகள் இந்த அதிசய நிகழ்வைப் புரிந்து கொள்ள வேண்டும் என்பதில் உறுதியாக இருந்தனர். குருதேவ் அவ்வாறு செய்யும்படி அவர்களை ஊக்குவித்தார். அதன் முடிவாக நடைமுறையில் அதைப் பயன்படுத்திய மக்களின் மீது கிரியாவின் பயனுள்ள தாக்கத்தைப் பற்றிப் பல அறிவியல் கட்டுரைகள் வெளியாயின.

ஒஸ்லோ பல்கலைக்கழகப் பேராசிரியரான டாக்டர் ஃபாரி ஸாஷக்லு (Dr. Fahri Saatcioglu), தன்னுடைய ஆராய்ச்சியை '*பிளஸ் ஒன்*' என்ற சக விஞ்ஞானிகளின் பத்திரிகையில் வெளியிட்டார். அவர் அதில் சுதர்சன் கிரியா பற்றி இவ்வாறு எழுதினார்: இயற்கைச் சூழ்நிலையில் நடைப்பயிற்சி செய்வது, மனதிற்குகந்த இசையை அமைதியான சூழ்நிலையில் கேட்டு ரசிப்பது போன்ற, நமது கட்டுப்பாட்டுக்குட்பட்ட காரியங்களோடு ஒப்பிடும் போது, சுதர்சன் கிரியாவானது, மரபணு வெளிப்பாட்டில் விரைவாகவும் பெரிய அளவிலும் விளைவை ஏற்படுத்துகிறது என்று விவரிக்கும் கட்டுரையாக இருந்தது அது. அவர் எழுதுகிறார்: 'இந்த ஆய்வின் விவரங்களை அடிப்படையாக வைத்து அவர்களுடைய நீண்ட கால செல் உயிரியலையும் ஆரோக்கிய விளைவுகளையும் கணிக்கமுடியலாம்.' கொலம்பியா பல்கலைக்கழகத்தில் கிளினிக்கல் சைக்காட்ரியில் அசோசியேட் புரொஃபஸராக இருக்கும் டாக்டர் ரிச்சர்ட் பிரவுன், சுதர்சன் கிரியா வேகஸ் நரம்பின் (vagus nerve) மீது செயல்பட்டு விழிப்புணர்வுடன் கூடிய அமைதிக்கு (state of alert calmness) வழிவகுக்கிறது என்று கூறியுள்ளார். சமூக பந்தங்கள், பரிவு, அன்பு ஆகிய உணர்வுகளுக்கு இந்த நரம்பு முக்கியமானதாகும். அது நம்முடைய பார்வை, கவனம், மற்றும் முடிவெடுக்கும் ஆற்றல்களையும் பாதிக்கிறது. மனஅழுத்தம், பதற்றம், பதற்றமான நடவடிக்கை, மன நலன் தொடர்பான பிரச்சினைகள், வன்முறையில் ஈடுபடுபவர்கள் ஆகியவர்களைச் சோதித்தால் அவர்களுடைய செயல்பாடுகளுக்கு இந்த வேகஸ் நரம்பு சரியாக செயல்படாததே காரணம் என்பது புரியும். கின்ஸே இன்ஸ்டிட்யூட்டின் விஞ்ஞானியும், நார்த் கரோலினா

பல்கலைக்கழகத்தின் மன நல பேராசிரியருமான ஸ்டீபன் டபிள்யூ போர்கஸ் இது பற்றிக் கூறுகையில், சுதர்சன் கிரியாவின் போது மாறுபடும் மூச்சுக்களின் வேகமானது வேகஸ் நரம்பின் பல்வேறு இழைகளைத் தூண்டிவிடுவதால் பல்வேறு விதமான பாதிப்புகளை ஏற்படுத்துகிறது என்றும் கூறியுள்ளார். இதில் சுவையான விஷயம் என்னவென்றால், கிரியாவிற்குப் பிறகு மூளை அலையின் வடிவங்கள் ஒரு குழந்தையினுடையது போலவே உள்ளது என்று பகிர்ந்து கொண்டுள்ளார். யு.எஸ்ஸைச் சேர்ந்த டாக்டர் பெட்ரிஷியா கெர்பெர்க் என்பவர் மனோவியாதிக்காக மருத்துவம் செய்து கொள்ளும் நோயாளிகளுக்குத் தங்களுடைய மோசமான கடந்த காலத்தைப் பற்றிய பாதிப்புகளைக் குணப்படுத்துகிறது என்று கூறியுள்ளார். இதைப்பற்றி தில்லியிலுள்ள ஆல் இந்தியா இன்ஸ்டிட்யூட் ஆஃப் மெடிக்கல் சயின்ஸஸிலும் பல்வேறு ஆராய்ச்சிகள் மேற்கொள்ளப்பட்டன. கிரியா பற்றி விஞ்ஞானம் என்ன சொல்கிறது என்பது தெரிந்து கொள்ள ஆவலாக இருந்தாலும், அதனுடைய பாதிப்பைப் பார்க்கும் போது, நிச்சயமாக மனிதகுலத்திற்கு அதுவோர் வரப்பிரசாதம் என்றே சொல்வேன்.

குருதேவ் நிற்காமல் போய்க் கொண்டேயிருந்தார், போகும் இடங்களிலெல்லாம் கிரியாவைக் கற்றுக்கொடுத்து கொண்டும் இருந்தார். ஒருமுறை அவருடன் நாங்கள் சித்தபுராவிற்குச் சென்றோம். பிலிப் ஃப்ரேஸர் என்ற அமெரிக்க இளைஞரும் (இப்போது அவர் வாழும் கலையில் ஆசிரியராக இருக்கிறார்) எங்களோடு பயணம் செய்தார். நாங்கள் ஷிமோகாவை அடைந்தவுடன், குருதேவ் ஓட்டுநருக்கு வழி சொல்லத் தொடங்கி நாங்கள் ஒரு சிறு வீட்டின் முன் சென்று வண்டியை நிறுத்தினோம். குருதேவ் காரிலிருந்து இறங்கியவுடனேயே, வீட்டிற்குள்ளிருந்து மக்கள் நம்பமுடியாமலும் அதே நேரம் வெளிப்படையான நன்றியுணர்வுடனும் அவரை நோக்கி ஓடி வந்தனர். அவர்கள் குருதேவ் முதன்முதலில் ஷிமாகோவில் நடத்திய வகுப்பில் பங்கு பெற்றவர்கள். தங்கள் வாழ்க்கையை மாற்றிய இந்த இளம் சன்னியாசியின் தரிசனத்துக்காகக் காத்துக் கொண்டிருந்தனர். குருதேவும் அவர்களுடைய ஈடுபாடு மற்றும் நன்றியுணர்வைப் பார்த்து மனம் நெகிழ்ந்தார். பல ஆண்டுகள் கழித்து, ஃபிரேஸர் இந்த அனுபவத்தை எனக்கு விளக்கினார்.

ஒருமுறை நாங்கள் கோடி சுவாமி என்ற சன்னியாசியைச் சந்திக்கப் பொள்ளாச்சிக்குச் சென்றிருந்தோம். அவருக்கு வயது நானூறுக்கு மேல் என்று நம்பப்பட்டு வந்தது. அவர் ஒல்லியாக, சடைத்தலையுடன், சாதாரணமான காவி உடையில் இருந்தார். கோடி சுவாமி ஒரு பிரம்பு நாற்காலியில் அமர்ந்து காலை ஒரு

கட்டையின் மேல் வைத்திருந்தார். குருதேவ் அந்த வயதான சன்னியாசிக்குத் தன் கையாலேயே உணவு கொடுக்க, அவரும் ஒவ்வொரு கவளத்தையும் மிக்க மகிழ்ச்சியோடு வாங்கிக் கொண்டார். குருதேவ் அம்மாவாகவும், அந்த மரியாதைக்குரிய சன்னியாசி ஒரு குழந்தையாகவும் இருந்தார்கள்! அந்தப் புண்ணியாத்மா குருதேவுக்கு ஏதாவது கொடுக்க விரும்பினார், அதற்கு குருதேவ் அவரிடம் அறிவையே கேட்டார். ‘சிவனே என்னிடம் அறிவைக் கேட்கும் போது, நான் என்ன கொடுக்க முடியும்!’ என்று பண்டையத் தமிழில் வியந்தார் அந்த வயதான சன்னியாசி.

பிரக்ஞாநந்த்ஜி மகாராஜ் என்ற இன்னொரு சன்னியாசியும் குருதேவை அதிகமாக நேசித்ததோடு அவருடன் அதிக நேரம் செலவிட விரும்பினார். ஒரு யுகாதி (புத்தாண்டு) சமயத்தில் நாங்கள் ரிஷிகேஷில் இருந்தோம். மகாராஜ்-ஜியும் எங்களுடன் தங்கியிருந்தார். சூரிய உதய நேரத்தில், அவர் உற்சாகத்துடன் குருதேவின் குடிலை நோக்கி வந்தார். சாதாரணமாக அந்தக் கதவு காலை 9 முதல் 10 மணிக்கு தான் திறக்கும். அதிகாலை நேரம் என்ன செய்வது என்று நாங்கள் யோசித்துக் கொண்டிருந்த போது குருதேவ் தானே வெளியே வந்தார். மகாராஜ்-ஜி ஒரு வார்த்தை கூட பேசாமல் குருதேவின் முன்னால் சாஷ்டாங்கமாக காலில் விழ முயல அவரைப் பாதியிலேயே குருதேவ் பிடித்துக் கொண்டார். அவர் குருதேவை பிரம்மா, விஷ்ணு மற்றும் மகேஷ்வராக தரிசித்ததாக பக்தியுடன் சொன்னார்.

தெய்வத்தன்மை எல்லோரிடமும் உள்ளதாக குருதேவ் கூறுவார். நம்முடைய உடலும் உள்ளமும் தெளிவாக இருந்தால், கீச்சிடும் பறவைகளிலும், அசையும் இலைகளிலும், வீழும் அருவியிலும், உயர்ந்த மலைகளிலும் இறைவனைக் காணலாம் என்பார். வெடித்துச் சிதறும் எரிமலைகள், இடி மின்னல் அல்லது சண்டையிடும் மனிதர்களில் கூட தெய்வீகத்தன்மை வெளியாகும்-எல்லோருக்கும் தங்களுக்குப் பிடித்த வடிவத்தில் இறைவனோடு தொடர்புகொள்ளும் உரிமை இருக்கிறது. குரு என்பவர் இந்த விழிப்புணர்வை நம்முள் ஏற்படுத்துபவரே ஆவார். மகாராஜ்ஜி குருபூஜை செய்தார், அதில் நாங்கள் அனைவரும் கலந்து கொண்டோம். அந்த முக்கியமான நாளில் குருவோடு இருக்கும் பேறு எங்களுக்குக் கிடைத்ததை எண்ணி மகிழ்ந்தபடி இருந்தோம்.

இந்த அனுபவங்களால் சகோதரருடன் எனக்கிருந்த உறவைப் பற்றி ஒரு சிறு உணர்வு கிடைத்தது - அந்த உறவு குருவிடம் உள்ள சிக்கலில்லாத பந்தமாக மலர்ந்துள்ளது. முன்பு, நான்

அவரை எதுவும் தெரியாமல் பின்பற்றி வந்தேன், இப்போது முழு அறிவுத்தெளிவுடன் பின்பற்றுகிறேன். ஒரு வெள்ளிக்கிழமை, ‘மஞ்சுளா’வில், அவர் எங்கள் வீட்டு மாடியில் உள்ள சிறிய பூஜை அறையில் தேவிபூஜை செய்து கொண்டிருந்தார். நான் பக்தியுடன் தேவிக்கு அருகில் அமர்ந்திருந்தேன். எங்கள் வீட்டில் தேவியின் ஒரு சிறிய விக்கிரகம் இருந்தது. அதை நாங்கள் மலர்களாலும், சந்தனத்தாலும், குங்குமத்தாலும் அலங்கரித்திருந்தோம். மல்லிகை, செவ்வந்தி, கிள்ளிப்பூ, செவ்வரளி, தாமரை, மரிக்கொழுந்து, தவனம் போன்றவை. - எந்தவொரு மலருக்கும் இலைக்கும் தனியாகவும் கலந்தும் தேவியின் வழிபாட்டில் தனி இடம் இருந்தது. நானும், என் தாயாரும் லலிதா ஸஹஸ்ரநாமத்தைச் சொல்ல என் சகோதரர் பூஜை செய்தார். பூஜை அறையில், ஒரு சிறிய மணி, கற்பூரத்துடன் கூடிய ஓர் ஆரத்தி தட்டு, ஊதுபத்தி, தண்ணீர் நிரப்பப்பட்ட வெள்ளி பஞ்சபாத்திரம் மற்றும் அதில் ஒரு சிறிய ஸ்பூன் - இவை அனைத்தும் அந்த பூஜை அறையில் சுத்தமாக வைக்கப்பட்டிருந்தன. நான் ஆழ்ந்த கவனத்துடன் என் சகோதரர் செய்யும் ஒவ்வொரு நளினமான செயலையும் கவனித்து வந்தேன்- மலரைக் கையில் எடுத்து ஒரு நொடிக்குத் தன் நெஞ்சருகில் வைத்துக் கொண்டுவிட்டு ஒரு நளினமான வளைவுடன் அவருடைய கைகள் அம்மலரை தேவிக்கு அர்ப்பணித்ததை நான் கவனித்தேன். ஒருவருடைய புலன்கள் அனைத்தும் ஒரு செய்கையில் ஒன்றிவிட்டதென்றால், அந்தக் கணத்தில் அந்தச் செயலும் அதைச் செய்பவரும் ஒன்றாக இணைந்து விடுகின்றனர்.அந்த நேரம், அவர் தனது ஒவ்வொரு அசைவையும் துல்லியமாக அறியும் நிலையில் இருப்பதோடு தன்னைச் சுற்றியுள்ள அனைத்தோடும் இறுக்கமான தொடர்பை ஏற்படுத்திக் கொள்கிறார். அவரே மலராகவும், மந்திரமாகவும், மணமாகவும் அல்லது செய்கையாகவும் மாறிவிடுகிறார். பூஜையின் போது, என்னுள் ஒரு பார்வை, தேவி உயிர்பெற்று அப்படியே அந்த விக்கிரகத்திலிருந்து எழுந்து என் சகோதரருக்குள் இணைவது போல் உணர்ந்தேன். அந்த ஆதிமூலமான சக்தி, நானும் என் சகோதரரும் தனித்தனி அல்ல என்று சொல்வது போல் எனக்குக் கேட்டது. தெய்வீக இருத்தல் மிகத் தெளிவாகத் தன்னை என்னுடைய இதயத்தில் வெளிப்படுத்திக் கொண்டதை என்னால் உணர முடிந்தது. அந்த வினாடி, நான் அவரை என் குருவாக அறிந்து கொண்டேன்.

பூஜை முடிந்தவுடன், அவர் பஞ்சபாத்திரத்திலிருந்து தீர்த்தத்தை எடுத்து எனக்கும் என் தாயாருக்கும் பிரசாதமாகக் கொடுத்தார். என் தாயார் அதைப் பருகிவிட்டு வியப்புடன், ‘இந்தத் தண்ணீரில் நீ என்ன கலந்தாய்?’ என்று கேட்டார். தண்ணீர் சுவையாகவும்

மணமாகவும் இருந்தது. இன்று, தண்ணீர் நினைவு பற்றியும் தண்ணீரின் மேல் வரும் நேர்மறையான பாதிப்பைப் பற்றியும் சிலர் ஆராய்ச்சி செய்கின்றனர், ஆனால் அந்தக் காலக்கட்டத்தில், இந்த ஆச்சரிய நிகழ்வு மிகப் பெரிய ஆச்சரியத்தை எழுப்பியது. தண்ணீர் மட்டுமல்ல, சில நேரங்களில் காற்றில் கூட ரோஜா, மல்லிகை அல்லது சந்தனத்தின் மணத்தை இணைக்கலாம். எப்போதெல்லாம் என் சகோதரர் பெரிய பூஜை அல்லது யக்ஞத்தை முடிக்கிறாரோ, எந்த மாதமாக இருந்தாலும் லேசாக மழை தூறும். இம்மாதிரி மழைத்துளிகள் மங்களகரமானதாகக் கருதப்படுவதோடு நாம் இயற்கைக்கு அளித்தவற்றில் அவள் மகிழ்ச்சி அடைந்திருக்கிறாள் என்றும் அர்த்தம்.

நம்முடைய சுயத்தின் உண்மையான இயல்பு மகிழ்ச்சி தான். குருதேவ் சொல்வார், 'எந்த இனிய அனுபவமாக இருந்தாலும், ஒருவர் தன் கண்களை மூடிக்கொண்டு, நறுமணம், நல்ல சுவை, மென்மையான வருடல் அல்லது அதற்கு நிகரான ஓர் அனுபவத்தை உணரமுடியும். சுகம் (திருப்தியான மனநிலை) என்பது, ஒருவரைத் தனக்குள்ளேயே அழைத்துச் செல்லும் தன்மை வாய்ந்தது. துக்கம் (கஷ்டம்) என்பது ஒருவரைத் தன்னைவிட்டு தூர அழைத்துச் செல்லும் தன்மை வாய்ந்தது. ஒருவர் துக்கத்தில் தவிப்பதற்குக் காரணம் என்னவென்றால், அவர் தன்மீது கவனம் செலுத்துவதற்கு முன்னால், ஒரு பொருளின் மீது நாட்டம் கொண்டு விடுகிறார், அந்த நாட்டம் அப்படியே மாறிக் கொண்டேயிருக்கிறது, அதுவே துன்பத்திற்குக் காரணமாக இருக்கிறது.

மனிதனுக்கு இன்பமளிக்கும் அனைத்துப் பொருட்களுமே மனிதனை மீண்டும் அவனுக்குள் அழைத்துச் செல்வதற்கான டைவிங் போர்டுகளாகத்தான் இருக்கின்றன. குருதேவிடம் வகுப்புகள் எடுத்துக் கொண்டிருந்த போது இந்தப் பயணத்தைத்தான் மக்கள் மேற்கொண்டார்கள். இந்த மாதிரி ஒரு வகுப்பைப் பற்றி ஒரு சுவையான சம்பவத்தைஎன் சகோதரர் பகிர்ந்து கொண்டார். அந்த நிகழ்வின் போது விஷ்ணு பட் அவருக்கு உதவியாக இருந்தார்.

> இந்த வகுப்பு புது தில்லி அலக்நந்தா காலனியில் ஏற்பாடு செய்யப்பட்டிருந்தது. நிறைய மக்கள் வந்திருந்தனர். நான் அந்த முழு நிகழ்வின் போதும் மௌனமாக அமர்ந்திருந்தேன். ஒரு வார்த்தை கூட பேசவில்லை. மக்கள் எதாவது நடக்கும் என்ற எதிர்பார்ப்புடன் காத்திருந்தார்கள், ஐந்து நிமிடங்கள், பத்து நிமிடங்கள், ஒரு மணி நேரம், இரண்டு மணி நேரம் - இப்படிக் காத்திருந்தார்கள். அனைவருமே ஏதோ புதுமையாக அனுபவித்தார்கள், ஆனால் விஷ்ணு பயந்து

கொண்டேயிருந்தார். அவர் நகர்ந்தார், இங்குமங்கும் பொருட்களை மாற்றினார், என் முன்னால் கடிகாரத்தை வைத்தார், என் முன்னால் இருக்கும் கிளாஸில் தண்ணீர் ஊற்றினார், அல்லது மைக்ரோஃபோனைத் தட்டி வேலை செய்கிறதா என்று பார்த்தார். ‘ஜெய் குருதேவ், ஜெய் குருதேவ்’ என்றே முணுமுணுத்துக் கொண்டிருந்தார் அவருக்கு மக்களைத் தெரியும், இந்த நிகழ்வுக்கு அவர் தான் ஏற்பாடு செய்திருந்தார், எனவே அவருக்கு ஒரே ஆச்சரியம், ‘குருதேவிற்கு என்ன ஆகிவிட்டது? அவர் ஏன் பேசவே இல்லை. நேரம் போய்க் கொண்டேயிருக்கிறது, ஆனால் நிகழ்ச்சி இன்னும் ஆரம்பிக்கவில்லை!’ மறுநாளும் இதேதான் நடந்தது, ஆனால் பங்கு பெற்றவர்கள் முற்றிலும் புதுமையான ஓர் அனுபவத்தை பெற்றுக் கொண்டிருந்தார்கள். அந்த நிகழ்வு முடிந்ததும், அவர்கள் அழுதபடியே எனக்கு நன்றி சொன்னார்கள். இரண்டு நாட்கள் நடந்த நிகழ்வின் போது நான் ஒரு வார்த்தை கூட பேசவில்லை, கடைசியில் மட்டும், ‘நீங்கள் இப்போது எப்படி உணர்கிறீர்கள்? எப்படி இருக்கிறீர்கள்?’ என்று மட்டுமே பேசினேன். ஒவ்வொருவரும் வாழ்க்கையை மாற்றும் அனுபவத்தைப் பெற்றிருந்தனர்.

எப்படி சூரியன் எதுவுமே செய்யாமல் பூமி சுறுசுறுப்பாக மாறுகிறதோ அப்படியே குருவின் கருணையினால் அவர் முன்னிலையில் அறிவு மலர்கிறது.

8

பிரிங்கிள்ஸ் சிப்ஸ்களுக்கு அப்பால்

குரு பேசும் போது ஞானம் வெளிப்படுவது இயல்பு. ஆனால், சில நேரங்களில் குரு பேச வேண்டிய அவசியமே இல்லாமல், அவருடைய இருத்தலே ஞானத்தை ஏற்படுத்துவதாக அமைந்துவிடும். இந்த சுதர்சன் கிரியா பயிற்சித் திட்டங்கள் எண்ணிக்கையில் பெருகப்பெருக பார்வையாளர்களும், குருதேவைத் தேடிவருபவர்களும் அதிகரித்ததால், என் தகப்பனார் எங்களுக்குச் சொந்தமான சிறு இடத்தை அத்தகைய சந்திப்புகளுக்கு வசதியாக மாற்றினார். அந்தப் புதிய இடத்தை நாங்கள் 'ஞான மந்திர்' அதாவது அறிவின் கோவில் என்ற அர்த்தத்தில் அழைத்தோம். ஒவ்வொரு வியாழக்கிழமையும், குருதேவ் பெங்களூரில் இருந்தால் அங்கு சத்சங் நடைபெறும். அந்த சத்சங்கிற்கு நாங்கள் அக்கம்பக்கத்தில் உள்ளவர்களை அழைப்போம். இந்த சத்சங்கிற்கு இரண்டு சகோதரிகள் தம் தாயாருடன் மைசூரிலிருந்து தவறாமல் வருவார்கள். நாங்கள் எட்டு அல்லது பத்து நபர்கள் கொண்ட ஒரு சிறு குழுவாக இருந்தோம். ஒரு முறை ரிஷிகேஷிலிருந்து வந்த ஒரு ஆன்மீக குரு, குருதேவிடம் 'நீ விரும்பினால் ஆயிரக்கணக்கானோர் எளிதில் உன்னைச் சந்திக்க வருவார்கள். ஆனால் அதற்கு நீ ஏதேனும் ஒரு சிறிய அதிசயத்தை நிகழ்த்திக் காட்ட வேண்டும், அதன் மூலம் உன்னிடம் சிறப்பு அம்சம் இருப்பதை மக்கள் உணருவார்கள்,' என்று கூறினார். என் சகோதரர் அதற்கு, 'நான் இங்கு ஞானத்தைப் பகிர்ந்து கொள்வதற்காக இருக்கிறேன், கூட்டத்தைக் கூட்டுவதற்காக இல்லை,' என்று கூறினார்.

இந்தியாவில் இரண்டாண்டுகள் பயணம் செய்த பிறகு, 1983-இல் இந்த ஞானத்தைப் பரப்ப அவர் வெளிநாட்டிற்குச் சென்றார். அவர் யு.கே.-யை முதல் இலக்காகத் தேர்ந்தெடுத்தார். அவர் தன் முடிவைச் சொன்னதும், எங்களுக்குக் கவலையாக

இருந்தது. அவர் எங்குத் தங்குவார்? அந்தப் புதிய தேசத்தில் அவர் என்ன செய்வார்? அவருக்கு அங்கு யாரையும் தெரியாது, அவர் யு.கே.-விற்குக் கையில் வெறும் இருபது டாலர்களுடன் (அப்போது சர்வதேசப் பயணத்திற்கு அவ்வளவு தான் அனுமதி கிடைத்தது) கிளம்பினார். இருந்தாலும், என்னுடைய தாயார் அவருடைய பயணத்தில் மிகப் பெரிய நோக்கம் ஒன்று இருப்பதாக உணர்ந்தார். அவரால் குருதேவ் செல்வதை நிறுத்த முடியவில்லை. 'அவர் செல்ல விரும்புகிறார்...' அவ்வளவு தான் சொன்னார், அதன் பின் அந்த எண்ணத்தை ஏற்றுக்கொண்டு அமைதியாகிவிட்டார்.

அவர் யு.கே. சென்றடைந்தவுடன், ஒரு இந்திய ஜோதிடர் தன்னுடன் வந்து தங்கும்படி அழைத்தார். ஆனால், அந்த வீட்டிற்கு வந்த மக்களோ, வயதில் மூத்த ஜோதிடரைவிட குருதேவைச் சந்திப்பதிலேயே அதிக ஆர்வமாக இருந்தார்கள். இயல்பாக, மக்கள் தன்னிடம் வந்து ஜோதிடம் கேட்காமல், தன்னைவிட மிகவும் இளையவரான சுமார் தன்னுடைய இருபதுகளில் இருந்த குருதேவின் ஆலோசனையைக் கேட்க வருகிறார்கள் என்ற எண்ணம் அவரைப் பாதுகாப்பற்றவராக மாற்றியது. கடைசியில், தன்னுடைய பாதுகாப்பின்மை உணர்வை அவராலேயே சமாளிக்க முடியாத கட்டம் வந்த போது, ஆத்திரத்தில் குருதேவை வீட்டை விட்டு வெளியே போகச் சொன்னார். ஜோதிடரின் அந்தக் கோபம் அந்த வயதில் அவரின் உடல் நலனைப் பாதிக்கும் என்ற கவலை ஏற்பட்டதால் குருதேவ், அவருக்கு ஒரு குவளை தண்ணீர் கொடுத்து பருகச் சொல்லி அவரைச் சாந்தப்படுத்த முயற்சி செய்தார். ஜோதிடர் சற்றே சாந்தம் ஆனவுடன், எந்தச் சலனமும் இல்லாமல் தன்னுடைய பொருட்களை எடுத்துக் கொண்டு கிளம்புவதற்குத் தயாராக இருந்தார். அந்த நேரத்தில் சரியாக, ஜோதிடர் வீட்டிற்கு வழக்கமாக வரும் நபர் அங்கு வந்தார். அவர் ஏற்கனவே என் சகோதரரை மீண்டும் சந்திக்கும் எண்ணத்தில் இருந்ததால், அவர் என் சகோதரரைத் தன் வீட்டிற்கு அழைத்தார். இந்தச் சம்பவம் பற்றி அடிக்கடி சொல்லும் குருதேவ், எது நடந்தாலும் நம் நம்பிக்கையிலிருந்து நகரக்கூடாது என்பதற்கு எடுத்துக்காட்டாகக் கூறுவார். 'ஒருவர் நம்பிக்கையின் பாதையில் சென்று கொண்டிருக்கும் போது, அனைத்து வழிகளிலும் அவர் கவனித்துக் கொள்ளப்படுவார். நம்பிக்கை, இறைவன் செயலாற்றுவதற்கு வாய்ப்புத் தருகிறது,' என்று சொல்வார்.

அவருடைய அதற்கடுத்த யு.கே. பயணங்களின் போது, அவரைச் சந்தித்த பலரும் நோய் குணமாதலுக்கான உதாரணங்களை அனுபவித்தனர். குருதேவ் இருந்த இடத்தில் ஒரு சிறு பையன் இருந்தான். அவனுடைய கண்களில் இருந்த நீர் வற்றிப் போவதால்,

அவனால் தன்னுடைய கருவிழிகளை நகர்த்தக்கூட முடியவில்லை. மருத்துவர்களால் அவரைச் சரி செய்ய முடியவில்லை. குருதேவ் அந்தக் குழந்தையின் பெற்றோர்களிடம் ஒரு வெள்ளை நிற முத்தைக் கொடுத்து, தூங்கும் போது அந்தக் குழந்தையின் அருகில் வைக்கச் சொல்ல, குழந்தையும் குணமாகிவிட்டது. இந்த விஷயத்தையும் இதைப் போன்று குணப்படுத்திய பல்வேறு நிகழ்ச்சிகளையும் கேள்விப்பட்டு மக்கள் தங்கள் நோய்களைக் குணப்படுத்த வேண்டி அவர் வீட்டின் முன்னால் வரிசையாக நிற்க ஆரம்பித்தார்கள். அவருக்கு இந்த மாதிரி உடற்பிணிகளைக் குணப்படுத்துவதில் எந்த ஆட்சேபணையும் இல்லை என்றாலும், அந்தக் காரணத்திற்காக மட்டும் அவர் மக்களைச் சென்றடைய விரும்பவில்லை. யாரிடம் தேடல் இருக்கிறதோ, யார் இந்த அகிலத்தின் எல்லையற்ற நிலையைத் தேடுகிறார்களோ, அவர்களுக்காகவே அவர் முக்கியமாகக் காத்திருந்தார்.

அந்தக் காலக்கட்டத்தில், குருதேவ் வருடத்தில் பத்து மாதங்கள் பிரயாணம் செய்வதிலேயே கழித்தார். யு.கே. விற்கு வெளியேயும் பல நாடுகளில் அவர் சுதர்சன் கிரியாவைக கற்றுக் கொடுக்கத் துவங்கியிருந்தார். யு.கே.- விற்கு வெளியே அவர் நடத்திய முதல் பயிற்சி, ஸ்விட்சர்லாந்து நாட்டின் மாண்ட்ரோ நகரில் 1984ல் பன்னிரெண்டு நபர்களுக்காகத் தொடங்கியதாகும். அவரை அழைத்து இந்த நிகழ்வுக்கு ஏற்பாடு செய்திருந்த ஸ்டெல்லா டூபிஸ் (StellaDupuis) என்பவர் அதைப் பற்றி நினைவுகூர்கிறார், ‘நான் ஓர் இந்திய குருவை எப்படி அணுக வேண்டுமோ, அந்த முறையில் அணுக, என்னால் இயன்ற அனைத்தையும் செய்தேன், ஆனால் அவர் விளையாட்டுத்தனமாகவும் சிக்கலில்லாத நபராகவும் இருந்தார். அதை இப்போது திரும்பிப் பார்க்கும் போது, எனக்கு அவருடைய மகிழ்ச்சியும் அவர் தொட்டதெல்லாமே ஒளிபெற்றுத் துலங்கியதுமே நினைவுக்கு வருகிறது.’

அடுத்த ஆண்டு, 1985ன் கோடைகாலத்தில், அவர் ஸ்டெல்லாவை ஸ்விட்சர்லாந்தில் உள்ள ஜெர்மானிய பகுதியான விண்டர்தருக்குச் சிலரைச் சந்திக்கவேண்டித் தன்னை அழைத்துபோகச் சொன்னார். மிஸ் ஸ்டெல்லா, குருதேவ் இருவருமே அங்கு செல்வது முதல் தடவை என்றாலும் குருதேவ் இலக்கை நோக்கிச் செல்வதற்கு வழி சொல்லிக்கொண்டே வந்தார். அங்கு அவர்கள் இரண்டு நபர்களைச் சந்தித்தனர், அதில் ஒருவர், மேடம் கிஸெல்லா (Gisela). அங்கு ஒரு கூட்டத்தை ஏற்பாடு செய்ததோடு பின்னாளில் மேலும் பல கூட்டங்களுக்கும் ஏற்பாடு செய்தவர். இவ்வாறு குருதேவ் உலகின் ஒரு மூலையிலிருந்து இன்னொரு மூலைக்கு நகர்ந்து கொண்டேயிருந்தார். எல்லா இடத்திலும் மக்கள் அவரைக் காண்பதற்காகக் காத்திருந்தனர்.

நான் அவருடன் முதன்முறையாக இந்தியாவை விட்டு வெளியே சென்றபோது, என்னை ஜெர்மனி, பிரான்ஸ், ஸ்விட்சர்லாந்து, யு.கே., யு.எஸ்., மற்றும் கனடாவிற்கு அழைத்துச் சென்றார். அந்த இடங்களில் நூற்றுக்கணக்கான மக்கள் அவர் வரவிற்காகக் காத்திருப்பதை நான் பார்த்தேன். ஜெர்மனியில் நான் அவருக்காகப் புளியோதரை, ரசம் சாதம் போன்ற நம் வீட்டு உணவுகளைச் சமைத்தேன். அவர் அதை ருசித்துச் சாப்பிட்டுவிட்டு வெளிநாட்டில் என்னால் இவற்றை எப்படித் தயார் செய்ய முடிந்தது என்று கேட்டார். முழுப் பயணத்திற்கும் தேவையான எல்லா மசாலாக்கள், பருப்புகள் மற்றும் சட்னி பவுடர்களைக் கொண்டு வந்திருப்பதாகச் சொன்னேன். பிரயாணத்திற்கு உரிய சரியான தயாரிப்புடன் நான் வந்திருப்பதாக அவர் எண்ண வேண்டும் என்று விரும்பினேன். ஆனால் அவர் அவ்வாறு சிந்திக்கவில்லை. ‘நாம் இருக்கும் ஊரில் என்ன கிடைக்கிறதோ அதைத்தான் சாப்பிட வேண்டும். நீ கொண்டுவந்தவைகளை இங்கேயே விட்டுவிடு. நாம் இனிமேல் இவற்றைத் தூக்கிச் செல்லமாட்டோம்,’ என்றார். அதனால் என்னுடைய பழ உணவு ஆரம்பமானது - ரசம் நிறைந்த பெரிய திராட்சைகள் மற்றும் பல பழங்கள். பிரான்ஸை அடைந்த போது நாங்கள் ம்யூரியல் ஜேகேர் (MurielJagaer) என்பவருடன் தங்கினோம். அவருடைய மூன்று மாடி வீட்டில் மூன்றாவது மாடியில் சமையலறை இருந்தது. நாங்கள் சமையல் செய்யும்போது யாராவது கதவைத் தட்டினால், அவர் அதை ரீமோட் கண்ட்ரோல் மூலம் திறப்பார். அப்போது எனக்கு அது அதிசயமாக இருந்தது! அத்தகைய தொழில்நுட்பத்தை அதற்கு முன்னால் நான் பார்த்தது இல்லை. தரைத்தளத்தில், அவர் மரத்தினாலான தரைகளுடன் கூடிய ஒரு சிறு ஸ்டுடியோவை வைத்திருந்தார், அங்கு அவர் நடனப்பயிற்சி செய்தார். அவர் ஒரு சிறந்த நடனமணியாக இருந்தார்! அதுவரையில் நான் பாரம்பரிய இந்திய நடனங்களைத்தான் பார்த்திருந்தேன். அவருடைய அந்த நளினமான அசைவுகளை இப்போது நினைத்துப் பார்த்தாலும், எனக்கு அவருடைய நடனமா அல்லது ம்யூரேல் தான் அவ்வளவு அழகாக இருந்தாரா என்று ஆச்சரியப்பட வைக்கும். நடனத்தையும் நடனம் ஆடுபவரையும் பிரித்துப்பார்க்க முடியுமா? குருதேவ் இந்த ஒட்டுமொத்தப் படைப்புமே படைப்பாளியின் நடனம், அவர் இந்தப் படைப்பின் ஒவ்வொரு சிறு உயிரணுக்குள்ளும் பரந்து விரிந்து இருக்கிறார் என்று சொல்வார்.

சொற்பொழிவுகளுக்கும் நிகழ்ச்சிகளுக்கும் இடையில், ஊரைச் சுற்றிப் பார்க்கவும் எங்களுக்கு நேரம் கிடைத்தது. ஈஃபிள் டவருக்குச் சென்று அதன் உச்சியிலிருந்து நகரத்தைப் பார்த்தோம். நகரம் சுத்தமாக வடிவமைக்கப்பட்டு கவனமாகத் திட்டமிட்டுக்

கட்டப்பட்டிருப்பதைக் காண முடிந்தது. நூற்றுக்கணக்கானோர் தங்களிடையே குரு வந்திருப்பதை அறியாமல் சென்று கொண்டிருப்பதைப் பார்த்தேன், அதிர்ஷ்டம் செய்த ஒரு சிலரே அவரைச் சந்தித்தனர். இந்த வினாடி - நான் குருவிற்கு அருகில் கிட்டத்தட்ட உலகின் உச்சத்தில் நின்று கொண்டிருப்பது - திட்டமிடப்பட்டதா?

பல ஆண்டுகள் கழித்து, ஓர் எதிர்பாராத பாரீஸ் நகர விஜயத்தின் போது, ஒரு பெண்மணி குருதேவிடம், 'பாரீஸுக்கான இந்தப் பயணம் எப்படி நிகழ்ந்தது?' என்று வினவினார். அதற்கு அவர் இவ்வாறு பதிலுரைத்தார், 'பல மட்டங்களில் திட்டங்கள் தீட்டப்படுகின்றன. நாம் ஓர் அறையை அமைப்பது பற்றி திட்டமிடுகிறோம் - எந்த வண்ணம் அடிப்பது, எங்கு பூங்கொத்தை வைப்பது இப்படிப் பல திட்டங்கள் தீட்டுகிறோம். பின் வீடு, தெரு, நகரம் அல்லது நாடு ஆகியவற்றுக்கும் பல மட்டங்களில் தெளிவாகத் திட்டங்கள் தீட்டுகிறோம். ஆனால் இதில் எல்லாவற்றையும் விட மிகப் பெரிய திட்டம் நாமெல்லாம் ஒரே நேரத்தில் இங்கிருப்பது. ஒருவர் சவூதி அரேபியா, ஒருவர் ஜெர்மனி, ஒருவர் இந்தியா என்று வந்திருக்கிறோம். நாமெல்லோரும் இங்கு இப்போது இருக்கிறோம். அடிக்கடி, நாம் திட்டமிடுவது நடக்காது, அதே நேரம் நாம் திட்டமிடாதது தான் உண்மையான திட்டமாகிவிடும்!' திட்டமிட்டோ அல்லது யதேச்சையாகவோ, நான் அவருடன் இருக்கும் போது மிகவும் மகிழ்ச்சியாக இருக்கிறேன். என்னிடம் கண்ணீர் மல்க அவர் தங்கள் கனவுகளில் எப்படி வந்தார் என்றும், அவருக்காகத் தாங்கள் பல ஆண்டுகள் காத்திருந்ததையும் சொல்லும் போது என்னால் எளிதில் அவர்களுடன் தொடர்பை ஏற்படுத்திக் கொள்ள முடிகிறது. அது என்னைத் திக்குமுக்காடச் செய்வதோடு அவருடைய சிறப்பை நினைத்து அதிசயிப்பதோடு இந்த மாதிரி நிகழ்ந்ததற்காக நான் நன்றியுள்ளவளாக இருக்கிறேன்.

நான் அவருடன் பல இடங்களுக்குச் சென்றிருக்கிறேன். சில நேரங்களில் நாங்கள் யு.கே. கோவில்களில் இருந்த போது அங்குள்ளவர்களிடம் பெரும்பாலும் இந்தியிலேயே பேசுவார். அங்கு நிறைய ஆங்கிலேயர்கள் இருந்த போதிலும், அந்த நேரத்தில் அவர் என்ன மொழியில் பேசுகிறார் என்பது ஒரு பொருட்டாகவே இல்லை. அனைவரும் அவருடன் இருக்கும் அந்த மகிழ்ச்சியிலேயே திளைத்துக் கொண்டிருந்தார்கள். அம்மாதிரியான ஒரு நாளில், ஒரு வீட்டில் அவருக்கு குலோப் ஜாமுன் வழங்கப்பட்டது. குலோப் ஜாமுனை வழங்கிய பெண்மணியிடம் குருதேவ் அவைகள் மிகவும் சுவையாக இருப்பதாகச் சொன்னார். இந்த விஷயம் பரவிவிட, அதன்பிறகு,

அவர் எந்த இடத்திற்கு அழைக்கப்பட்டாலும், அந்த வீட்டின் பெண்மணி அவருக்கு குலோப் ஜாமுனையே வழங்கினார்! அந்த குலோப் ஜாமுன் நாட்களை நினைத்துப் பார்க்கும் போது எங்களால் சிரிப்பை அடக்கமுடியாது.

அதன் பிறகு நாங்கள் யுஎஸ் மற்றும் கனடாவில் இருந்த போது வந்தது பிரிங்கள்ஸ் சிப்ஸ் (கோதுமையும் உருளைக்கிழங்கும் சேர்த்துச் செய்த வறுவல்) நாட்கள். நாங்கள் எங்கு சென்றாலும் அந்த சிப்ஸ் எங்களைப் பின் தொடர்ந்தது. கனடாவில், குருதேவின் குடிலில், ஆர்வலர்கள் சிலர், தமக்குள் கருத்து வேறுபாடு கொண்டு, ஒருவரை ஒருவரையொருவர் குறை சொல்லிக் கொண்டிருந்தனர். கனடாவிலிருந்து தன்னார்வலராக வந்தவரான விக்கி பிளாக் என்பவர் இந்தச் சம்பவத்தை மிகவும் ஆசையுடன் நினைவு கூர்வார். அவர் சொன்னார், ‘அவர் சிறிய திறந்த பரணில் அமர்ந்திருந்தார், எப்போதெல்லாம் யாருடைய உணர்வாவது புண்பட்டால் அவரின் அருகில் ஒரு பிரிங்கிளை வீசுவார். இந்தச் செய்கை அவர்களைப் பலமானவர்களாக மாற்றுவதற்காக செய்யப்பட்டாலும், அதன் பின்னால் பிரிங்கிள்ஸ் பற்றிய அணுகுமுறையையே முற்றிலுமாக மாற்றியது. ஒரு கட்டத்தில், பிரிங்கள்ஸ் மழை பொழியத் துவங்கியது, ஒருவர் மற்றவரை முறைத்தபடி அந்த பிரிங்கிள்ஸை சாப்பிட்டனர்.’ அடிக்கடி, அடுத்தவர் பற்றிய நம் கணிப்புகளை அவர் முன் வைக்கிறோம், பின்னர் அந்தக் கணிப்புகள் தவறு என்பதை உணர்கிறோம். கணிக்கும் போது, விஷயங்கள் எந்த நிலையில் இருக்கின்றன என்பது பற்றித் தீர்மானமாக இருக்கிறோம் - அந்த நேரத்தில் நாம் ஒரு குமிழியில் வாழ்ந்து கொண்டிருக்கிறோம். குருதத்துவம் (குருவின் கொள்கைகள் அல்லது வாழ்க்கையை பற்றிய ஒளி) நம்மை அந்தக் குமிழியிலிருந்து வெளியே கொண்டுவர உதவுவதோடு வாழ்க்கை நமக்களிக்கும் ஞானத்தைப் புரிந்து கொள்ளவும் உதவுகிறது. குருதேவ் சொல்வார், ‘ஒரு நிகழ்விற்கப்பால், அறிவு(ஞானம்) இருக்கிறது, ஒரு மனிதருக்கப்பால் அன்பு இருக்கிறது, ஒரு பொருளுக்கப்பால் அளவிலாத்தன்மை இருக்கிறது.’

பிரிங்கள்ஸ் சிப்ஸோடு நிகழ்ந்த சந்தர்ப்பங்களில் நாங்கள் ஓரளவு ஞானம் பெற்றோம். ஒருமுறை நாங்கள் நியூயார்க்கில் ஓர் அபார்ட்மெண்டில் தங்கியிருந்தோம். குருதேவ் மக்கள் சூழ்ந்திருக்க ஒரு சோபாவில் அமர்ந்திருந்தார், ஒரு பெட்டி நிறைய பிரிங்கிள்ஸ் சிப்ஸை அனைவரும் சாப்பிட்டுக் கொண்டே டி.வி. யை ஆர்வத்தோடு பார்த்துக் கொண்டிருந்தார்கள். நிகழ்ச்சியை ஏற்பாடு செய்பவரான, பிலிப் ஃபிரேஸர், நிகழ்ச்சிக்கான அனைத்து ஏற்பாடுகளையும் செய்துவிட்டு, அறையினுள் நுழைந்தார். இங்கு

நடப்பதைப் பார்த்து அவர் அப்படியே குழம்பிப் போய் நிற்பதை என்னால் பார்க்க முடிந்தது. குருதேவ் யாரிடமோ டி.வி. சேனலில் ஏதோ ஒரு குறிப்பிட்ட நிகழ்ச்சி வரப் போவதால் அதற்காக தேடச் சொல்லிக் கேட்டுக் கொண்டிருந்தார். பிலிப்புக்கு அவர் எந்த நிகழ்ச்சியைப்பற்றிச் சொல்கிறார் என்பது புரியாமல் விழித்தார், பின்னர் தான் தெரிந்தது - 'ஐ லவ் லூஸி' நிகழ்ச்சியைத்தான் குருதேவ் சொல்லியிருக்கிறார் என்று. 'அறிவொளி பெற்ற குரு ''ஐ லவ் லூஸி பார்க்கிறாரா?''குருக்கள் இப்படி இருப்பார்கள் என்பது என்னுடைய எண்ணமல்ல.' பிலிப் தன்னுடைய ஆச்சரியத்தைக் கட்டப்படுத்த முயற்சி செய்து கொண்டிருக்கையில், பிரிங்கிள்ஸ் சிப்ஸ் பெட்டி கை மாறிக் கொண்டேயிருந்தது. 'குரு சிப்ஸூம் சாப்பிடுவாரா?' முதல் எபிசோடைப் பார்த்த பிறகு, குருதேவ் 'பொறுங்கள்! இன்னொன்றும் வரவிருக்கிறது,' மகிழ்ச்சியும், துள்ளலும் தொடர்ந்தன. மற்ற அமெரிக்கர்களைப் போல் பிலிப்பும் அந்த நிகழ்ச்சியைப் பார்த்து வளர்ந்தவர் தான் என்றாலும், அவர் தன்னுள் மிக உன்னதமான அன்பைத் துளிரச் செய்த ஒருவருடன் இந்த நிகழ்ச்சியை மீண்டும் பார்ப்போம் என்று துளியும் எதிர்பார்க்கவில்லை. இதில் ஆச்சரியப்பட வைக்கும் இன்னொரு விஷயம் என்னவென்றால், குருதேவிற்கு அந்த நிகழ்ச்சி எந்த சேனலில் வருகிறது என்பது தெரியாது, அதோடு நியூயார்க் நகரின் டி.வி. நிகழ்ச்சி நிரலும் அவருக்குத் தெரியாது, ஆனால், அவருக்கு அந்த சேனல் இந்த நிகழ்ச்சியை, அடுத்தடுத்து ஒளிபரப்புவது மட்டும் தெரியும். குருதேவ் மிகுந்த ஆழமான ஞானத்தை எளிதாக, மகிழ்ச்சியுடனும், வெகுளித்தனத்துடனும் எடுத்துக் கொண்டார். குருவை ஏதாவது ஒரு குறிப்பிட்ட வட்டத்துக்குள் நுழைக்க முடியாது ஆனால் அனைத்து வட்டங்களும் அவருள் பொருந்தும்.

நாங்கள் பல முறைகள் நியூயார்க் நகரத்திற்குச் சென்றிருக்கிறோம். அம்மாதிரியான ஒரு சந்தர்ப்பத்தில் குருதேவை ஐ.நா. சபையின் தலைமை அலுவலகத்தில் சொற்பொழிவாற்ற அழைப்பு விடுத்திருந்தார்கள். அதற்கு முந்தைய நாள் இரவு, ஒரு மகிழ்ச்சியான சத்சங்கிற்குப் பிறகு நாங்கள் மனமேயில்லாமல் உறங்கச் சென்றோம். எனக்கு உறக்கம் வரவில்லை, இருந்தாலும், ஓய்வு எடுக்க வேண்டிய நேரம் என்பதால், நான் படுக்கச் சென்றேன். ஒரு வானொளி மூலமாக, அதைக் கடந்திருக்கும் பிரம்மாண்டத்தை என்னால் லேசாகக் காண முடிந்தது. வானில் மின்னும் நட்சத்திரப் புள்ளிகளுடன் நம்மால் பேச முடியும். இந்த மின்னலை நோக்கி அந்த நகரத்தின் விளக்குகள் மின்னுவது போல் தோன்றியது. நான் நட்சத்திர ஒளியை ரசித்துக் கொண்டிருந்த போது, திடீரென்று என் அறையில் பிரமாதமான வெளிச்சம்

தெரிந்தது. வானொளியிலிருந்து ஏதோ மிகத் தூய்மையான முகம் என்னைப் பார்ப்பது போல் எனக்குத் தோன்றியது. நிச்சயமாக, அந்த மாதிரி விண்ணொளிக்கு யாராலும் ஏற முடியாது! எனக்குள் எந்தப் பயமும் ஏற்படாவிட்டாலும், ஒரு பிரகாசமான ஆத்மாவை உணர முடிந்தது. அந்த முகம் உடனடியாக மறைந்தது. குருதேவிடம் இந்த அனுபவத்தை மறுநாள் பகிர்ந்து கொள்வதற்காக நான் காத்திருந்தேன். காலையில் அவருடைய அறைக்குள் நான் நுழைந்த போது, என் சகோதரர் ஜன்னல் வழியாக வெளியே பார்த்துக் கொண்டிருந்தவர், நான் எதுவும் சொல்வதற்கு முன்னாலேயே 'கருணை' என்று மட்டுமே சொன்னார். சந்தேகமில்லாமல், அந்த தெய்வீக முகத்தை அவர் பார்த்திருக்க வேண்டும்.

நாங்கள் ஐ.நா. சொற்பொழிவிற்குத் தயாராக வேண்டியிருந்தது. நாங்கள் சரியான நேரத்தில் அங்கு போய்விட்டாலும், அந்த ஹால் காலியாக இருந்தது. அதே நேரத்தில் இன்னொரு முக்கியமான சொற்பொழிவும் இருந்ததால், அந்த நிகழ்ச்சிக்குப் பலரும் சென்று விட்டிருக்கக்கூடும் என்று பல தன்னார்வலர்கள் சொன்னார்கள். குருதேவ், வழக்கம் போல் தனது சாத்வீகமான முறையில், பேச்சைத் துவக்க முடிவு செய்தார், ஆனால் நாங்கள் தான் சிந்தனையில் இறங்கினோம். சொற்பொழிவு துவங்க இன்னும் சில வினாடிகளே இருக்க, திடீரென்று ஒருவர் உள்ளே நுழைந்தார். அவரைத் தொடர்ந்து இன்னொருவர் என்று பெரிய கூட்டம் உள்ளே நுழைந்தது, எவ்வளவு கூட்டம் என்றால் அந்த ஹால் நிரம்பி வழிந்ததோடு, இன்னும் மக்கள் வர, நாங்கள் எழுந்து எங்கள் இருக்கைகளைக் கொடுத்தோம். சிலர் நடைபாதையில் கூட அமர்ந்து கொண்டனர். அந்த ஹால் எப்படி அப்படி நிரம்பியது என்பது எனக்கு ஆச்சரியத்தை அளித்தாலும், குருதேவின் ஞானத்தைப் பெறப் பல புதியவர்கள் வந்திருப்பது எனக்கு மகிழ்ச்சியாக இருந்தது. சொற்பொழிவு பிரமாதமாக இருந்ததில் எங்கள் அனைவரது உற்சாகமும் கரை புரண்டோடியது. ஒரு தன்னார்வலர் பிறகு குருதேவிற்கு விளக்கினார், வராண்டாவில் இருந்த ஒரு கதவு (அந்த வழியாகத்தான் ஐ.நா. சபையின் தலைமை அலுவலகத்திற்கு வர வேண்டும்) திறக்க முடியாமல் போனதால் தான் சொற்பொழிவு நடக்க இருந்த ஹால் கடைசி நிமிடம் வரை காலியாக இருந்தது என்பதைச் சொன்னார். அந்தக் கதவைத் திறந்தவுடன் மக்கள் வர ஆரம்பித்துவிட்டனர்.

இந்த விளக்கம் நம்முடைய தர்க்கத்திற்குத் திருப்தி அளிக்கலாம், ஆனால் வழக்கம் போல் இதிலும் மறைபொருள் ஏதோ ஒன்றிருந்தது. நியூயார்க் நகரின் 'யக்ஷின்'' (நகர தேவதை) தன்னை முதல் நாள் இரவு சந்திக்க வந்ததாக குருதேவ் கூறினார்.

அவரிடம் குருதேவிற்குத் தான் என்ன செய்ய வேண்டும் என்று வினவ, அதற்கு என் சகோதரர் ‘ஒன்றுமில்லை,’ என்று சொன்னாராம். ஐ.நா. சபையில் குருதேவ் அந்தத் தேவதையை நினைவு கூர்ந்து அவரை ஏற்றுக்கொண்டார். மற்றவர்களுக்கு அடைத்திருந்த கதவு இவருக்கு மட்டும் எப்படிச் சரியாயிற்று என்பது அந்த நிகழ்வின் போது வெளியில் வந்தது. குருதேவ் சொன்னார், ‘அவர் எனக்கு உண்மையிலேயே ஏதாவது செய்ய வேண்டும் என்று விரும்பியிருக்கிறார். ஒருவேளை நான் அவரிடம் இங்கு மக்களுக்கு அமைதியும் மகிழ்ச்சியும் கிடைக்கும் ஞானத்திற்கான ஒரு மையம் அமைக்கச் சொல்லிக் கேட்டிருக்க வேண்டும்.’ ‘ஆனால் அந்தத் தேவதை யார்?’ சந்தேகங்கள் என் மனத்தில் எழுந்து கொண்டேயிருந்தது. ‘தேவதைகள் நம்முடைய பெரிய சுயத்தின் பாகமாகும்,’ குருதேவ் விளக்கினார். ‘அந்தமில்லாத ஒன்று, பல்வேறு குணங்களைத் தன்னுள் ஏற்றுக்கொள்கிறது, அவைகளே தேவதைகள் என்றழைக்கப்படும். தேவதைகள் என்பது நம்முடைய மிகப் பெரிய சுயத்தின் ஒளிக்கீற்றுகளேயன்றி வேறொன்றுமில்லை, அவைகள் உங்களுக்கு உதவுவதற்காக இருக்கின்றனர். எப்படிக் கொட்டையிலிருந்து, வேர், தளிர், இலைகள் துளிர்கின்றனவோ அதே போல் நாம் மையம் கொண்டுவிட்டால் தேவதைகள் வெளிப்படுவார்கள். தேவதைகள் உங்களுடன் இருப்பதை விரும்புவார்கள், ஆனால் அவர்களிடமிருந்து பெறுவதற்கு நமக்கு எதுவுமில்லை. அவர்களிடமிருந்து எதையும் வாங்குவதற்கு விரும்பாதவர்களிடம் மட்டுமே அவர்கள் வருவார்கள். தேவதைகள் நம்முடைய நீட்டிக்கப்பட்ட கரங்களே, அதோடு சூரிய ஒளியில் இருக்கும் வண்ணங்களைப் போல், அனைத்து தேவதைகளும் நம்முடைய உயர்ந்த சுயத்தில் இருக்கின்றனர். மகிழ்ச்சி அவர்களுடைய உயிர்மூச்சு, பற்றற்றத்தன்மை அவர்களுடைய இருப்பிடம்.’

ஒருமுறை குருதேவ் யு.எஸ். பயணம் மேற்கொண்ட போது, கலிஃபோர்னியாவில் வாலி (Wally) என்பவற்றின் வீட்டில் தங்கத் திட்டமிட்டிருந்தார். அங்கு ஒரு நிகழ்விற்கு ஏற்பாடு செய்யப்பட்டிருந்தது. ஆனால், வாலி தமது வீட்டைச் சரிசெய்வதில் கொஞ்சம் குழம்பியிருந்தார் - சுத்தம் செய்வது, புதிய ஷீட்களை போடுவது, புதிய கப்புகள் வாங்குவது, மலர்கள் வாங்குவது மற்றும் அனைவருக்கும் உணவு சமைப்பது என்று அவரால் சமாளிக்க முடியவில்லை. குறி சொல்லும் திறனுடைய அவருடைய நண்பர்களில் ஒருவர் உதவ வேண்டும் என்ற எண்ணத்தில் சீக்கிரமே வந்து விட்டார். வீட்டிற்குள் நுழைந்தவர் அதிர்ந்து போனார். ‘என்ன நடக்கிறது உங்கள் வீட்டில்?’ வெளியிலிருக்கும் ஒளியின் அளவைப் பார்த்தீர்களா? ஆயிரக்கணக்கான

தேவதைகளும் விளக்கொளி உள்ளவர்களும் கதவுக்கு வெளியே காத்துக் கொண்டிருக்கிறார்கள். யார் வருகிறாரோ அவர் உண்மையிலே மற்றவர்களிடமிருந்து முற்றிலும் மாறுபட்டு விதிவிலக்காக முக்கியமானவராக இருக்க வேண்டும்.' வீட்டிற்கு ஜோதிடரும் வந்திருந்தார், அனைவரும் அவர் குருதேவ் பற்றி என்ன சொல்கிறார் என்பதை அறிந்து கொள்ள ஆவலாக இருந்தனர். இத்தனை நபர்களின் ஒட்டுமொத்தமான கவனத்திற்கு ஆளானதால் மகிழ்ச்சி அடைந்த ஜோதிடருக்கு அதே நேரத்தில் குருதேவ் பற்றித் தெரிந்த விஷயமும் குழப்பியது. 'அவருடைய நரம்பு மண்டலம் எத்தனை நுட்பமான தூய்மையுடையது என்றால், எல்லா வேதங்களையும் அதனால் அறிந்து கொள்ள முடியும். சாதாரணமாக அவ்வளவு தூய்மை, இந்த பௌதிக உலகின் அன்றாட வேலைகளைச் செய்ய இயலாது. ஆனால், அவருடைய ஜாதகம் என்ன சொல்கிறது என்றால், கோடிக்கணக்கான மக்கள் அவரைப் பார்க்க வருவார்கள்.' அந்த நேரத்தில், இந்த ஆருடம் சீக்கிரம் உண்மையாகும் என்று எங்களால் எண்ணிப்பார்க்க முடியாமல் இருந்தது.

குருதேவ் ஒருமுறை ஸ்விட்சர்லாந்து சென்ற போது பாரீஸில் ஒன்றும் விண்டர்தரில் ஒன்றுமாக இரண்டு சொற்பொழிவுகளுக்கு ஏற்பாடு செய்யப்பட்டிருந்தது. பாரீஸில் கூட்டம் அதிகம் வருமென்பதால் அவர் அங்கு செல்வதென்று ஏற்பாடு. ஆனால் அவர் விண்டர்தருக்குத்தான் போவேன் என்று கிளம்பினார். ஆனால் கூட்டத்திற்கு வந்தது ஒரே ஒரு நபர் மட்டுமே. மார்சல் வெர்பே (MarcelVerbay) என்ற இளம்வயது பள்ளி ஆசிரியர். சும்மா பார்க்கலாமே என்று வந்திருந்தார். அவர் அதற்கு முன்னால் எந்த ஆன்மீகவாதியையும் சந்தித்ததில்லை. ஆதலால் அம்மாதிரி ஒருவரைப் பார்க்கும் அனுபவத்தைப் பெற விரும்பினார். வருபவர் என்ன சொல்லுவார்? ஆங்கிலம் பேசுவாரா, பிரெஞ்சு, ஜெர்மன் இல்லாவிடினும் ஆங்கிலமாவது அவருக்குத் தெரியுமா? எனக்கு ஏதாவது ஆலோசனை வழங்குவாரா? குருதேவின் வருகைக்காகக் காத்திருக்கையில் அவருடைய மனத்தில் இம்மாதிரி பல கேள்விகள் எழுந்தன. ஆனால் பேசுவதற்குப் பதிலாக குருதேவ் மௌனமாக இருந்தார், கடைசியில் கூட்டம் முடியும் நேரத்தில், குருதேவ் அவரிடம் கேட்டார், 'நீங்கள் மகிழ்ச்சியாக இருக்கிறீர்களா?' அதுதான் அவர் பேசிய பேச்சு.

கௌதம புத்தர் ஒருமுறை தன்னுடைய சிஷ்யர் ஆனந்தாவிடம், அவர் தனது பயணங்களை எவ்வாறு திட்டமிடுகிறார் என்று கேட்டார். அவர் சொன்னார், 'ஒருவர் தாகமாக இருக்கிறார், எத்தனை தாகம் என்றால் நானில்லாவிட்டால் அவருக்குத் தண்ணீர் தருவார் யாருமில்லை எனும் போது, அந்தத் திக்கில் பயணம்

செய்வேன்.' குருதேவ் சொல்வார், 'குரு மட்டும் சிஷ்யனை நோக்கிச் செல்வதில்லை, சிஷ்யன் கூட குருவை நோக்கி நகரலாம். சீக்கிரமோ அல்லது நேரம் சென்றோ இருவரும் கட்டாயம் சந்திப்பார்கள். இந்தச் சந்திப்பு வெறும் உடல் தொடர்பானது மட்டுமல்ல, மனங்கள் மற்றும் ஆத்மாக்களின் சந்திப்பு ஆகும். இரண்டு விளக்குகளை அருகருகில் கொண்டு வரும் போது, விளக்குகள் தனித்தனியாக இருக்கும், ஆனால் ஒளி கலந்துவிடும்.' பின்னர், பாரீஸுக்குப் பதிலாக விண்டர்தருக்குப் போக முடிவு செய்ததைப் பற்றிக் கேட்ட போது, அவர் தற்போது ஐரோப்பா முழுவதும் குருதேவுடன் செல்லும் மார்சலிடம், 'இங்கே நான் உனக்காக மட்டுமே வந்தேன்,' என்றார்.

என்னுடைய அதிர்ஷ்டத்தை எண்ணி நான் வியந்ததுண்டு, பல இதயங்கள் மலருவதை நான் கண்ணெதிரில் பார்த்திருக்கிறேன் - காற்றுக்காகக் காத்திருக்கும் மரங்கள் போல், சூரியனைப் பார்த்து மலரும் தாமரை போல், நிலவைப் பார்த்து மலரும் அல்லியைப் போல், ஏதோ ஒன்று ஆழமாக அவர்களைக் கிளறிவிடும். அதேசமயம் வாழ்க்கையின் மர்மங்களையும் சுயம் பற்றிய உண்மைகளையும் வெளிக்கொண்டு வரும். குருதேவுடன் என்னுடைய முதல் பயணம் முடிவுக்கு வரும் நேரத்தில், நாங்கள் இங்கிலாந்தில் ஒரு வீட்டில் தங்கியிருந்தோம். அது இரவு நேரம். எல்லோரும் தங்கள் அறைகளுக்குச் சென்றுவிட்டார்கள். என்னுடைய சில பெட்டிகள் கீழே இருந்தன, அவைகளை நான் மேலே தூக்கிவர வேண்டியிருந்தது. அதற்காக நான் கீழே வரும்போது, தடுக்கி, படிக்கட்டுகளில் உருண்டு, பலத்த சப்தத்துடன் வந்து விழுந்தேன். எனக்கு பலத்த காயம்பட்டதால் என்னால் நகரக்கூட முடியுமா என்று சந்தேகமாக இருந்தது. குருதேவ் தன் அறையிலிருந்து வெளியே வந்து, நான் நலமாக இருக்கிறேனா என்று விசாரித்தார். நான் அவரிடம் சரியாக இருப்பதாகச் சொன்னாலும், என்னுடைய உடல் என்ன நிலையில் இருக்கிறது என்று எனக்குத் தெரியவில்லை.

ஒருவர் தன் குருவின் முன்னால் என்ன பேசுகிறோம் என்பது முக்கியம். ஒருபுறம், குருவின் முன்னால் நம்மிடம் மறைக்க ஒன்றுமில்லாமல் திறந்த புத்தகமாக இருக்கிறோம், இன்னொரு பக்கம், குரு உங்களிடம் எப்படி இருக்கிறாய் என்று கேட்டால், ஒருவருடைய வாயிலிருந்து நேர்மறையான சொற்களே வந்து விழும். உதவியுடன் எப்படியோ நான் எழுந்து நின்றேன், வலியைத் தாங்கிக் கொண்டு, நேரத்தைக் கடத்தி வீட்டிற்கு வந்து சேர்ந்தேன். நான் விழுந்த வேகத்திற்கு நான் மிக மோசமாக அடிபட்டிருக்க வேண்டும், ஆனால் எப்படியோ நான் எதுவுமாகாமல் தப்பித்து

விட்டேன். 'தலைக்கு வந்தது தலைப்பாகையோடு போயிற்று' என்பதுபோல!

நான் வீட்டிற்கு வந்தவுடன் பிதாஜி நிம்மதி அடைந்தார். ஜோதிடராக இருந்த அவருக்கு எனக்கு அப்போது மோசமான நேரம் நடக்கிறது என்பது தெரிந்தது, ஆனால் அதை அவர் யாரிடமும் சொல்லவில்லை, காரணம் குருதேவ் என்னைப் பார்த்துக் கொள்வார் என்பதால். அவருடன் நான் இருப்பதில் அவருக்கு மகிழ்ச்சியாக இருந்தது. 'மோசமான நேரம்' என்று கருதப்பட்ட அந்த நேரம் எனக்கு அற்புதமான பயண நேரமாக மாறியது.

9

ஐந்து குன்றுகள் நடுவே

கலிஃபோர்னியாவில் என் ஜன்னலுக்கு வெளியே பார்க்கும் போது, பறவைகள் கூடுகளுக்குத் திரும்பிக் கொண்டிருக்கின்றன. எவ்வளவு ஒழுக்கமாகவும் எப்போதும் ஒன்றாகவும் இருக்கின்றன. பறக்கும் போது, மற்ற பறவைகளுக்கு இடம் அளித்தே பறக்கின்றன: அவைகள் ஒன்றுக்கொன்று மோதிக் கொள்வதில்லை, குழப்பம் ஏற்படுத்துவதும் இல்லை. குருதேவ் சொல்வார், ‘பறவைகள் தங்கள் கூட்டை நோக்கித் திரும்புவது போல், நீங்கள் உங்களுடைய துவக்க இடத்திற்கு வந்து சேருங்கள். அப்போது உங்களுக்குள் தான் இறைத்தன்மையும் இருக்கிறது என்பது உங்களுக்கே புரியும்.’ இந்த வேகமான உலகத்திலிருந்து, மக்கள் ஆசிரமத்திற்கும் அதன் அன்பிற்கும் மீண்டும் வருவதன் மூலம், தங்களுடைய வீட்டிற்கு, தங்களுடைய ஆரம்ப இடத்திற்கு வருகின்றனர்.

எங்களுடைய வீடான ‘மஞ்சுளா’வில், நமக்கென்று ஓர் ஆசிரமம் அமைக்க வேண்டும் என்று அடிக்கடி விவாதங்கள் எழுந்தன. இதுதான் அதற்கான சரியான நேரம் என்று நாங்கள் சொன்னதை குருதேவும் ஏற்றுக் கொண்டார். ஒரு நாள், என் தகப்பனாரின் வெள்ளை அம்பாசிடரில் அனைவரும் கிளம்பி ஆசிரமத்திற்காகச் சரியான இடத்தைத் தேடி அலைந்தோம். இன்னும் நகரமாக மாறாத தெற்கு பெங்களூருவை நோக்கிப் பயணித்தோம், இருபுறமும் பெரிய அழகிய மரங்களைக் கொண்ட கனகபுரா சாலையில் சென்றோம். அந்த மரங்கள் எங்கள் மேல் குடைபிடித்தாற் போல் படர்ந்தன. இருபுறமும் மரங்கள் நிறைந்த அந்தச் சாலையில் எங்களுடைய வண்டி மட்டுமே சென்று கொண்டிருந்தது. காட்டு யானைகளோடு மற்ற மிருகங்களும் அங்கு சுதந்திரமாகச் சென்று கொண்டிருந்தன. கிட்டத்தட்ட பதின்மூன்று கிலோமீட்டர்கள் கடந்த போது குருதேவ்

காரை நிறுத்தச் சொன்னார். எங்களுடைய வலப்புறத்தில் சிவப்பு நிறத்தில் சில மொட்டைக் குன்றுகளைக் காண முடிந்தது. நாங்கள் காரிலிருந்து இறங்கி குருதேவைத் தொடர்ந்து நடந்தோம். அவர் சில அடிகள் நடந்து பின் சொன்னார், 'இதுதான் நாம் தேடிவந்த இடம்,' என்று.

என் தகப்பனார் அந்த நிலத்தை வாங்குவதற்காக அரசாங்கத்திடம் விண்ணப்பித்தார். சில நாட்கள் சென்ற போது, எங்களுடன் இணைந்து செயல்படுவர்களில் ஒருவர் மிகுந்த மகிழ்ச்சியுடன் எங்கள் வீட்டிற்கு வந்தார். அவர் நாங்கள் தேர்வு செய்திருந்த நிலம் வழியாக ஒரு பிரபலமான ஜோதிடரோடு சென்றபோது அவர் அந்த நிலத்தைக் காண்பித்து, 'யார் இந்த நிலத்திற்குச் சொந்தமானவரோ, அவருடைய மிகப் பெரிய பாதிப்பு இந்த உலகம் முழுவதும் இருக்கும்,' என்று கூறினாராம். அம்மாதிரியான ஆருடங்கள் கேட்பதற்கு நன்றாக இருந்தாலும், அந்த நிலத்தை எங்களுக்குத் தருவதற்கு லஞ்சம் கேட்கப்பட்டது. பிதாஜி உண்மையான காந்தீய வழியில் வந்தவராதலால், ஒரு பைசா கூட லஞ்சமாக வழங்கத் தயாராக இல்லை. அதன் பலனாக, நிலப் பதிவாளர் அலுவலகத்தில் பல மணி நேரம் செலவிட வேண்டியிருந்தது. சில சமயம், நான் செல்லும் போது என் குழந்தைகளும் என்னுடன் வந்து காத்திருப்பார்கள். நான் அவர்களுக்காகச் சாப்பிட சிறு உணவுகளை கையில் கட்டிக்கொண்டு போவேன். அதைப் பார்த்தால் விதான் சௌதாவில் நாங்கள் ஏதோ சுற்றுலா சென்றுள்ளதுபோலத் தோன்றும். பல மணி நேரக் காத்திருப்புக்குப் பின்னும், சிறு முன்னேற்றம் கூட நிகழவில்லை. எத்தனை நாட்கள் ஆனாலும் சரி, நாம் திரும்பத் திரும்பச் சென்று சரியான பாதையிலேயே பயணிப்போம் என்று பிதாஜி கூறிவிட்டார். இவ்வளவு தீர்மானமாக பிதாஜி இருப்பதைப் பார்த்துத்தான் கடைசியாக அதிகாரிகள் அந்த நிலத்தை எங்களுக்கு ஒதுக்கிக் கொடுத்தனர் போலும்.

நிலம் கைக்கு வந்தவுடன், செய்ய வேண்டிய முதல் காரியம் பூமி பூஜை தான். என் தாயார் மற்றும் என்னையும் சேர்த்து மொத்தம் ஐந்து பெண்கள் பூஜை செய்தோம். சம்பிரதாயம் முடிந்தவுடன், குருதேவ் ஓர் இடத்தைத் தேர்ந்தெடுத்து, 'இங்கே ஆழ்துளைக் குழாய் (போர்) போடுங்கள்,' என்று கூறினார். தகப்பனார் சில வேலையாட்களை அழைத்து வந்து வேலையை உடனடியாகத் துவங்கினார். நிலம் பாறைகள் நிறைந்ததாக இருந்தது, முதலில் நாங்கள் ஏமாற்றமடைந்தாலும், முயற்சியைக் கைவிடவில்லை. அதிகாலை 2 மணி அளவில், அனைவரையும் மகிழ்ச்சிப்படுத்தும் வகையில் தண்ணீர் பீச்சி அடித்தது. இன்றும்கூட ஆசிரமத்தின்

தண்ணீர்த் தேவை முழுவதையும் இந்தக் கிணறு தான் பூர்த்தி செய்கிறது. நாங்கள் அனைவரும் சாதாரணமாக செய்வது போல் பூமியில் தண்ணீர் இருக்கும் இடத்தைக் கண்டுபிடிக்க வாட்டர் டிவைனரின் உதவியை நாடவில்லை. குருதேவ் நிலத்தில் நடந்து கொண்டே எங்கெல்லாம் தண்ணீர் இருக்கிறது என்பதைக் கண்டு பிடிப்பார். ஒருமுறை, அவர் அங்கிருந்த குன்றுகளில் ஒன்றின் உச்சியின் பக்கத்தில் ஓர் இடத்தைத் தேர்ந்தெடுத்தார். அவருடைய இந்தத் தேர்வு எங்களுக்குக் குழப்பத்தை ஏற்படுத்தினாலும், அங்கிருந்து தண்ணீர் வந்தது. எங்களுடைய ஆசிரமத்திலிருந்து சிறிது தூரத்தில் இருந்த வேறொரு ஆசிரமத்தின் சுவாமிஜி தன்னுடைய நிலத்தில் தண்ணீர் இருக்கும் இடத்தைக் கண்டுபிடிக்க குருதேவின் உதவியை நாடினார். அந்த ஆசிரமத்தினர் இருபத்தியொரு இடங்களில் துளை போட்டும் தண்ணீர் வரவில்லை. குருதேவ் அந்த ஆசிரமத்திற்குச் சென்று அவர்களுடைய பிரச்சினையை எளிதாகத் தீர்த்து வைத்தார்!

இன்று, குருதேவால் ஈர்க்கப்பட்டு, வாழும் கலையின் தன்னார்வலர்கள் கிட்டத்தட்ட முப்பது நதிகளை மீண்டும் உயிர்பெற வைத்திருப்பதோடு, பல ஆண்டுகளாகக் காய்ந்து கிடந்த இடங்களில் தண்ணீர் வரவழைத்திருக்கின்றனர். தன்னார்வலர்களில் ஒருவர் தங்களுடைய செயல்களின் பலன்களைப் பார்த்து தான் ஆச்சரியம் அடைந்ததாகக் கூறினார். அவர்கள் வேலையை ஆரம்பிப்பதற்கு முன்னால் குருதேவின் பெயரைச் சொல்வார்கள், எங்கெல்லாம் விஞ்ஞானம் மூலம் விடை காண முடியாமல் தவிக்கிறார்களோ அங்கு நம்பிக்கை வேலை செய்யும். சில நேரங்களில், எனக்கு இப்படித் தோன்றுவதுண்டு, அவருக்குத் தண்ணீர் இருக்கும் இடம் தெரிகிறதா அல்லது அவர் விரும்பும் இடத்தில் தண்ணீர் வருகிறதா என்று நான் நினைப்பதுண்டு. இந்த வித்தியாசம் வெறும் பகுத்தறிவு அளவில் மட்டும் இருக்கிறது, ஆனால் ஒருவர் இந்த படைப்போடு ஒன்றிப் போய்விட்டார்கள் என்றால், இயற்கைக்கும் அவர்களுக்கும் இடையே ஒரு விதமான நல்லிணக்கம் ஏற்பட்டுவிடும். இயற்கை ஒருவரை முழுமையாக ஆதரிப்பதோடு அவர் அந்த இயற்கையோடு ஒன்றிப்போய்விடுவார்.

ஆழ்துளைக் கிணறு தோண்டிய பிறகு, மண் தரையுடனும் மூங்கிலினால் பின்னப்பட்ட கூரையுடனும் கூடிய ஒரு குடில் தயார் செய்யப்பட்டது. அதற்கு 'ஷக்தி' என்று பெயர் வைக்கப்பட்டது. மழைக்காலத்தில் ஒழுகும் இந்த எளிமையான குடிலில்தான் குருதேவ் தங்கியிருந்தார். அந்த நேரத்தில் ஆசிரமத்தில் சௌகரியத்திற்கான எந்த ஒரு வசதியும் கிடையாது. இருந்தாலும், நாட்டின் மற்றும் உலகின் பல பாகங்களிலிருந்தும் வந்திருந்த

சில தன்னார்வலர்கள் அதையே தங்கள் வீடாக்கிக் கொண்டனர். ‘வஸிஷ்டா,’ ‘விஸ்வாமித்திரா’ என்றழைக்கப்பட்ட இரண்டு ஜோடி குடில்கள் தான் முதலில் வந்த பிளாக்குகள். அவைகள் குறைந்த செலவில் கட்டப்பட்ட கட்டிட அமைப்புகள். அவற்றின் ஓரங்களில் தாமரைப் பூக்கள் வரையப்பட்டிருந்தன - இந்த இதழ்களை வரையும்படி சொன்னது குருதேவ் தான். முதல் குடிலுக்குச் சற்றுத் தள்ளி, குருதேவிற்கென்று சிறிய உருண்டை வடிவிலான குடிலைக் கட்டினோம். அந்தக் குடிலில் தொப்பி போன்ற சிமெண்டினாலான பின்னப்பட்ட கூரை இருந்தது. பின்னாளில் இதுவே ‘ஷக்தி குடில்’ ஆனது, மற்ற குடில் ‘நாராயணா,’ என்று பெயர் மாற்றப்பட்டு பல்வேறு நிகழ்ச்சிகள், பூஜைகள் மற்றும் சத்சங்கங்கள் நடக்கும் இடமாக மாறியது.

குருதேவ் சுதர்சன் கிரியாவில் மற்றவர்களுக்குப் பயிற்சி அளிக்க விரும்பினார். பயிற்சி பெற்றவர்கள் அதைப் பிறருக்குக் கற்றுக் கொடுக்கலாம் என்று குருதேவ் சொன்ன போது பெருவாரியானவர்களுக்கு இது சந்தேகமாக இருந்தது. குருதேவ் சுதர்சன் கிரியாவை மற்றவர்களுக்குச் சொல்லித்தர ஒலிப்பதிவு செய்வதாகச் சொன்ன போது, பலரும் இது நிச்சயமாக பலனளிக்காது என்றே நினைத்தனர். ஜெர்மனியிலிருந்து வந்திருந்த கிறிஸ்டோபர் கிரன் பைர்ட் என்பவர் முதலில் தயங்கினாலும், கடைசியில் அதை ஏற்றுக் கொண்டார். ‘ஜீவனுள்ள, நுட்பமான அதே நேரம் ஆழமான ஒரு விஷயத்தை ஒருவரால் எப்படி டேப் செய்ய முடியும்,’ என்று அவர் நினைவு கூர்ந்தார்.இருந்தாலும், ஒரு டேப் ரிக்கார்டரும் மைக்ரோஃபோனும் வருவிக்கப்பட நாங்கள் செயலில் இறங்கினோம். அன்றிலிருந்து, இருபத்தைந்து ஆண்டுகளுக்கும் மேலாக உலகம் முழுவதும் சுதர்சன் கிரியாவைக் கற்றுக் கொடுக்க அந்த ஒலிப்பதிவு தான் பயன்படுகிறது. ரிக்கார்ட் செய்யும் போது கனகபுரா சாலையில் கடந்து சென்ற பேருந்துகளின் ஹார்ன் ஒலியும், நாய்கள் குலைக்கும் ஓசையும், இரும்புக்கதவுகள் திறக்கும் கீச்சிடும் சப்தமும், அந்தப் பதிவின் அங்கமாக ஆகிவிட்டதை இன்றும் பலர் நினைவு வைத்துக் கொண்டிருக்கின்றனர். அப்போது நாங்கள் சரித்திரம் படைக்கப்பட்டுக் கொண்டிருக்கிறது என்பதை உணரவில்லை. சோலாப்பூர் பயணத்தின் போது எடுக்கப்பட்ட குருதேவின் அழகான படம் கிரியா டேப்பின் அட்டையை அலங்கரித்தது. தொழில்நுட்ப மாற்றங்களின் காரணமாக கிரியா இப்போது மொபைல் கருவிகளிலும் கிடைக்கிறது என்றாலும், பெருவாரியான வாழும் கலை ஆசிரியர்களைப் பொறுத்தவரையில் இந்த டேப் அன்றும் சரி இன்றும் சரி ஒரு விலைமதிப்பில்லாத புனிதமான பொருளாகக் கருதப்படுகிறது. நிகழ்ச்சிகள் மற்றும் பங்குபெறுபவர்களின் எண்ணிக்கை அதிகரித்துக் கொண்டேவர

இந்த அதிகரித்து வரும் எண்ணிக்கையை சமாளிக்கக் கட்டுமானப்பணிகளும் தொடர்ந்தன.

கட்டுமானப் பணிகள் நடந்து கொண்டிருந்த போது, வேலை செய்யும் ஆட்களின் குழந்தைகள் பள்ளிக்குச் செல்லாமல் ஆசிரமத்தைச் சுற்றி விளையாடிக் கொண்டிருந்தனர். அவர்களுடைய பெற்றோர்கள் பள்ளிக்குச் சென்றதேயில்லை. அவர்களுக்குத் தங்கள் குழந்தைகளைப் பள்ளிக்கு அனுப்பும் எண்ணமும் இல்லை. குருதேவ் சில தன்னார்வலர்களை அழைத்து அவர்களிடம் அந்தக் குழந்தைகளை ஒன்றாக இணைத்து, அவர்களுக்கு சுத்தத்தையும் எழுதப்படிக்கவும் கற்றுக்கொடுக்கும்படி பணித்தார்.ஆரம்பத்தில், முப்பதுக்கும் மேலான குழந்தைகள் இருந்தனர்.தகப்பனார் அருகிலிருந்த கிராமங்களுக்குச் சென்று அங்குள்ள குடும்பங்களில் உள்ளவர்களிடம் பேசி அவர்களுடைய குழந்தைகளைப் படிப்பதற்காக ஆசிரமத்திற்கு அனுப்பிவைக்க அவர்களை ஒப்புக் கொள்ளவைத்தார். முதலில், ஆசிரமத்தில் வழங்கப்பட்ட இலவச மதிய உணவிற்காகக் குழந்தைகளை அனுப்பினாலும், பெற்றோர்கள் தங்கள் குழந்தைகளிடம் தெரியும் நேர்மறையான மாற்றங்களைப் பார்த்து, தங்கள் குழந்தைகளைப் பள்ளிக்கு அனுப்புவதைப் பெருமையாகக் கருதினார்கள். சில ஆண்டுகளிலேயே இந்த எண்ணிக்கை இரண்டாயிரமாக வளர்ந்தது.

கட்டுமானப் பணிகளுடன், அடுத்த முக்கியமான வேலை, ஆசிரமத்தின் பாறை நிலப்பரப்பில் செடிகளை நடுவதேயாகும். ஆசிரம உறுப்பினர்களின் முக்கியமான வேலை இந்தச் செடிகளுக்குத் தண்ணீர் ஊற்றுவது ஆகும். தோட்டத்தில் நீர் ஊற்றுவதற்கென ஹோஸ் பைப்புகளோ, குழாய்களோ கிடையாது. வாளிகளில் தண்ணீரை நிரப்பிக் கொண்டு ஒவ்வொரு செடிக்கும் நீர் ஊற்ற வேண்டும். சில நேரங்களில் ஒரு மனிதச்சங்கிலி மாதிரி நின்று கொண்டு, வாளிகள் கைமாறிக்கொண்டே போய் கடைசியில் இருப்பவர் செடிக்கு நீர் ஊற்றுவார். இந்த வேலை தினமும் இரண்டு மணி நேரம் நடக்கும். செடிக்குத் தண்ணீர் ஊற்றலாமா வேண்டாமா என்பதை முடிவு செய்வதற்காக அடிக்கடி குருதேவிடம் அன்று மழை பெய்யுமா என்று கேட்பார்கள்.

குருதேவ் எப்போதெல்லாம் தன்னுடைய வெளியூர்ப் பயணங்களிலிருந்து திரும்புகிறாரோ அப்போதெல்லாம் ஆசிரமத்தைச் சுற்றிவந்து செடிகளையும் கொடிகளையும் பார்வையிடுவார். அந்த நேரத்தில் ஏதாவது ஒரு செடி கூட கவனக்குறைவால் தண்ணீரின்றிக் காய்ந்திருந்தால், அதற்குத் தேவையான தண்ணீரை விட ஏற்பாடு செய்வார். ஆசிரமத்தில்

உள்ள பல செடிகளை நானே தண்ணீர் ஊற்றி வளர்த்திருக்கிறேன். மல்லிகை, சிவப்பு செம்பருத்தி, மஞ்சள் நிற அந்தூரிய மலர்ச்செடிகள், நாகலிங்க மரங்கள் போன்றவை. சாதாரணமாக நாகலிங்க மரங்கள் எல்லா இடங்களிலும் வளராது என்றும், அதில் பூக்கள் மலர அதிக நாட்கள் ஆகும் என்றும் சொல்வதுண்டு. ஆனால், ஆசிரமத்தில் அந்த மரங்கள் நன்றாக வளர்ந்ததோடு மட்டுமல்லாமல் ஐந்து வருடங்களுக்குள்ளேயே பூக்கவும் ஆரம்பித்தன. நான் மஞ்சுளாவில் ஐநூறு விதங்களில் குரோட்டன்ஸ் செடிகளை வளர்த்தேன். அவற்றின் கிளைகளை ஒடித்து ஆசிரமத்திற்கு அனுப்பிவைத்தேன். தோட்டக்காரர்கள் ஆசிரமத்தில் பல்வேறு இடங்களில் குரோட்டன்ஸை வளர்த்தனர், விரைவிலேயே அவைகள் என்னுயரத்திற்கு வளர்ந்துவிட்டன! நான் லால்பாகிற்கு சென்று அங்குள்ள காட்டிலாகா அதிகாரிகளைச் சந்தித்து, புதிய செடிகளைப் பற்றிக் கேட்டறிந்து கொண்டேன். எந்த வகையான செடிகள் அதிகமான பறவைகள் மற்றும் வண்ணத்துப்பூச்சிகளைக் கவர்ந்திழுக்குமோ அவற்றைப் பற்றி ஆராய்ச்சி செய்தேன். ஆனால் அவ்வளவு ஆராய்ச்சிகளுக்குப் பிறகும் பல செடிகளை வாங்க முடியவில்லை. காரணம், பெருவாரியான செடிகள் அதிக விலையாக இருந்தது தான். எங்களுடைய பட்ஜெட் மிகக் குறைவாக இருந்தது. ஆனால் எப்படியோ யாராவது எனக்குத் தேவையான செடியை எடுத்துக்கொண்டு வருவார்கள், நானும் அதன் கிளையை மிகவும் ஜாக்கிரதையாக குருதேவின் ஆசிரமத்திற்கு அருகிலேயும் ஆசிரமத்தில் பல்வேறு இடங்களிலேயும் நட்டுவைப்பேன். சில ஆண்டுகளில், சிவப்பு நிறப் பாறை பூமியாக இருந்த ஆசிரமம் அழகிய பூக்களாலும் செடிகளாலும் நிரம்பப்பெற்ற நந்தவனமாக மாறியது. எப்படி இந்தச் செடிகள் தண்ணீர் மற்றும் சூரிய ஒளியினால் நாளுக்கு நாள் பலமானதோ அதேபோல் தன்னார்வலர்கள் மனத்தில் விதைக்கப்பட்ட அன்பு மற்றும் ஞானம் ஆகியவைகளும் அவர்கள் செய்யும் 'சாதனா'க்களாலும் ஆன்மீக செய்கைகளாலும் பலமானது.

ஒரு நாள் குருதேவ் எங்களுடைய தன்னார்வலர்களில் ஒருவரான கிரணிடம் ஆலமரத்தின் ஒரு கிளையை எடுத்துக் கொண்டு அவரைப் பின்தொடரச் சொன்னார். குன்றின் மேல் ஒரு குறிப்பிட்ட தூரம் நடந்த அவர் ஒரு இடத்தைக் காண்பித்து 'இந்த இடத்தில் நடு,' என்று சொன்னார். அந்தக் கிளை அங்கு நடப்பட்டவுடன் 'ஒரு நாள் இங்கே ஒரு அரங்கம் இருக்கும், இந்த மரத்தின் நிழலில் அமர்ந்து நாம் அழகிய சத்சங்கங்களை நடத்துவோம்,' என்று கூறினார். அந்த நாள் வெகுதொலைவில் இல்லை. குன்றுகளில் உயரமான அந்த இடத்தில் தான் திறந்தவெளி

அரங்கம் கட்டப்பட்டது. அந்த அரங்கின் ஒவ்வொரு தூண்களுடன் ஒரு ராசி தொடர்புடையதாக இருந்தது. சூரியன் அந்த ராசிகளைக் கடந்து செல்லும் போது, அதன் கதிர்கள் அந்த ராசியுடன் தொடர்புடைய தூணில் விழும். சூரியன் சிம்மத்தில் இருந்தால், எந்தத் தூணின் மேல் சிம்ம ராசி செதுக்கப்பட்டிருக்கிறதோ அதன் மேல் சூரியனின் கதிரொளி படும். குருதேவ் அதை 'சுமேரு மண்டபம்,' என்று அழைத்தார். பல ஆண்டுகள் கழித்து நான் குருதேவுடன் பெரு நாட்டிற்குச் சென்றபோது, நாங்கள் மச்சுபிச்சு என்ற இடத்திற்கு சென்றோம்.அதன் சரித்திரப்புகழ் பெற்ற இடிந்த கட்டிடங்களைப் பற்றிப் பேசுகையில், மக்கள் அந்தக் கட்டிடம் எப்படி சூரியன் பல்வேறு கோள்களைச் சுற்றி வருவதை அடிப்படையாகக் கொண்டு கட்டப்பட்டது என்பதைக் கூறினார்கள். இம்மாதிரியான அற்புதமான விஷயத்தைப் பற்றி மயன் கட்டிடக் கலைஞர்கள் பல யுகங்களுக்கு முன்பே பேசியிருந்தாலும், அதன்பின்னாலுள்ள விஞ்ஞானம் பற்றி நாமொன்றும் அறிந்திருக்கவில்லை. அறிவு நம்முடைய உணர்வுகளில் கட்டப்பட்டிருப்பதாக குருதேவ் சொல்வார். இந்தப் படைப்பில் நிறைய புத்திசாலித்தனம் இருக்கிறது, நம்முடைய மூளை மட்டும் அதோடு ஒத்துப்போய்விட்டது என்றால் அந்த புத்திசாலித்தனம் நமக்குக் கிடைத்துவிடும். ஒருவிதத்தில் பார்த்தோமானால், எதுவும் தொலைந்து போவதில்லை.

சுமேரு மண்டப், ஆசிரமத்தில் பல்வேறு அற்புதமான சத்சங்கங்கள் நிகழ்ந்த இடமாகும். அந்த ஆலமரம், இப்போது தன்னுடைய கிளைகளை வானத்தில் இருக்கும் வெள்ளிக்கீற்றைத் தொடும் அளவிற்குப் பிரமாதமாக வளர்ந்திருக்கிறது. அதன் கீழ் ஓர் ஒற்றைக் கல்லில் குருதேவ் வீற்றிருப்பார். ஓலைச் சுவடி படிப்பவர் (நாடி சோதிடர்) ஒரு முறை ஆசிரமம் வந்த போது இந்த மண்டபம் புனிதமான இடமென்றும், மகிஷாசுரனை வதம் செய்த பிறகு தெய்வீகத் தாய் தன்னுடன் பரிவாரங்கள் புடைசூழ இந்த இடத்தில் தான் ஓய்வு எடுத்துக்கொண்டதாகவும் கூறினார். இதேபோல் ஒரு சுவடி இப்போது ஷக்தி குடில் இருக்கும் இடத்தின் நேர் கீழே தான் சிவன் கோவில் இருந்ததாகவும், ஆசிரமத்திற்கு அருகில் இருக்கும் ஏரியின் கீழே தேவி கோவில் மூழ்கியுள்ளதாகவும் சொன்னார். இந்த மண்டபத்தின் கீழ், ஓர் எளிமையான கூரையுடன் கூடிய தியான மண்டபம் கட்டப்பட்டது. குருதேவ் அந்த அரங்கத்திற்கு ஒளிபுகக்கூடிய நீலக்கூரையைத் தேர்வு செய்தார். தியானத்திற்குப் பிறகு கண்களைத் திறப்பவர்கள், வானத்தைப் பார்ப்பது போல் உணர வேண்டும் - அளவற்ற அண்டத்தின் ஓர் அங்கமாக எதை அவர்கள் தங்களினுள் உணர்ந்தார்களோ அதையே வெளியிலேயும் உணர வேண்டும்-

என்று குருதேவ் விரும்பினார். இங்கிலாந்திலிருந்து வந்திருந்த ஜூடி என்ற பெண்மணி, கூரையின் மேல் இருக்கும் நீலநிற கான்வாஸில் நுரையுடன் கூடிய மேகங்களைச் சித்திரமாகத் தீட்டினார்.

ஆரம்பக்கட்டத்தில் ஆசிரமத்தின் கட்டிடம் தொடர்பான ஒவ்வொரு விஷயத்தையும் பிதாஜி குருதேவிடம் கலந்து பேசியே செய்தார். ஒவ்வொன்றும் இயற்கையோடு இயைந்து அதேசமயம் விலையும் அதிகமில்லாமல் அமைக்கப்பட்டது. இருந்தாலும், அவ்வப்போது கிராமத்து மக்களிடமிருந்து எங்களுக்கு எதிர்ப்பு வந்து கொண்டு தான் இருந்தது. ஒருமுறை அவர்கள் கைகளில் தீவட்டிகளுடன் வந்துவிட்டார்கள். குருதேவ் அப்போது வெளியூர் சென்றிருந்தார், எப்படியோ பிதாஜி அவர்களைச் சமாளித்து அனுப்பிவிட்டார்.

குருதேவ் பிரயாணம் செய்யும் போது, பிதாஜியை தினமும் இரவு 9 மணிக்கு அழைப்பார். அன்றைய நிகழ்வுகளைப் பற்றிக் கூறுவார் பிதாஜி. ஒரு நாள், சீக்கிரமாகவே, அதாவது இரவு 8.30 மணிக்கு அழைத்தார். அப்போது பிதாஜி முகம் கழுவிக் கொண்டிருந்தார். அப்படியானால், இரவு உணவுக்குப்பின் அழைப்பதாகத் தாயாரிடம் கூறினார் குருதேவ். 'வேண்டாம். அப்பா உன்னிடம் பேசிய பிறகு தான் சாப்பிடுவார். சீக்கிரமே திரும்பவும் கூப்பிடு,' என்று அம்மா அழுத்தமாகச் சொன்னார். என் தகப்பனாரைப் பொறுத்தவரையில் மகனிடம் பேசுவது பூஜை செய்வதற்கு ஒப்பான ஒரு புண்ணிய காரியமாகக் கருதினார்.

பூஜை என்ற சமஸ்கிருத வார்த்தையின் அர்த்தம் 'முழுமையிலிருந்து அல்லது நன்றியிலிருந்தது பிறந்தது,' என்பதாகும். பூஜை என்பது நம்முடைய நன்றியுணர்வை வெளிப்படுத்தவோ அல்லது நம்முடைய தவிப்பின் வெளிப்பாடாகவும் இருக்கலாம். ஒருமுறை நாங்கள் குருதேவுடன் அஸ்ஸாமில் பயணம் செய்து கொண்டிருந்தோம். காடுகள் வழியாக சென்று கொண்டிருந்த போது, ஓர் இடத்தில் குருதேவ் ஓட்டுநரிடம் பிரதான சாலையிலிருந்து விலகி குறுக்குப் பாதையில் போகச் சொன்னார். சிறிது நேரத்தில், நாங்கள் ஒரு சிறிய குடிசையின் சமன் செய்யப்பட்ட இடத்தின் முன்னால் நின்றோம். கேரளாவிலிருந்து வந்திருந்த பக்தரான வினோத் மேனன் என்பவர், எங்களுடன் பிரயாணம் செய்தார். குருதேவ் அவர் கையில் எவ்வளவு பணம் இருக்கிறதென்று கேட்டார். வினோத்திடம் கிட்டத்தட்ட ஏழுநூற்றி ஐம்பது ரூபாய் இருந்தது. குருதேவ் அந்தப் பணத்தை குடிசையில் இருந்த பெண்ணிடம் கொடுக்கச் சொன்னார். வினோத் திரும்பிய போது, கண்ணீர் மல்க அந்தப் பெண்மணி

அவருடன் வந்தாள். அவள் ஒரு சாதாரண மலைவாசிப் பெண். அவளுடைய கணவர் மிகவும் நோய் வாய்ப்பட்டிருந்தார். அவள் கடவுளிடம் யாரையாவது உதவிக்கு அனுப்புமாறு பிரார்த்தனை செய்து கொண்டிருந்தாள். வினோத் மருந்து வாங்க அவளுக்குத் தேவையான பணத்தைச் சரியாகக் கொடுத்துள்ளார். அவள் ஒரே அறை கொண்ட எளிமையான குடிசையில் வாழ்ந்தாலும், அவளுடைய வீட்டுச் சுவர்களில் அன்னை சாரதா தேவி, ராமகிருஷ்ண பரமஹம்சரின் புகைப்படங்கள் இருந்தன. அவள் அந்தப் படங்களின் முன்னால் அமர்ந்து உதவி கோரிக் கண்ணீர்விட்டு அழுதிருக்கிறாள். நாங்கள் அங்கிருந்து நகர்ந்த பின், குருதேவ் எப்படி அவளுடைய பிரார்த்தனை அவரை அவள்பால் இழுத்தது என்பதை விளக்கினார். 'ஆனால் அவள் அன்னை சாரதா தேவியிடமும் ராமகிருஷ்ண பரமஹம்சரிடமும் வேண்டிக் கொண்டதை குருதேவினால் எப்படி கேட்க முடிந்தது,' என்று நம்ப முடியாமல் நாங்கள் கேட்டோம். 'அனைத்து அழைப்புகளும் ஒரே அலைவரிசையில் தான் வருகின்றன,' என்று உடன் எங்களுக்குப் பதில் வந்தது.

அந்த நாட்களில் ஆசிரமத்தில் தொலைபேசி வசதி கிடையாது. ஆனால் அவ்வப்பொழுது ஆசிரமத்தில் இருந்த சிலர் தங்களை குருதேவ் அழைத்ததாக உணர்ந்து, அவசரமாக ஷக்தி குடிலுக்கு ஓடி வருவார்கள். அதே போன்ற உணர்வுடன் வேறு சிலரும் குடிலுக்கு வெளியே காத்திருப்பதைக் காண்பார்கள். குருதேவ் ஆசிரமத்திலிருந்து வெளியே வந்து, 'ஆ! நீங்கள் வந்து விட்டீர்களா...' என்று கூறிச் சொல்ல வேண்டிய விஷயத்தை அவர்களிடம் சொல்வார்.

மதியநேரங்களில் குருதேவ் சிறிது நேரம் ஓய்வெடுப்பார். ஒருமுறை, அவர் ஓய்வு எடுத்துக் கொண்டிருந்த போது, நான் 'யோக வாசிஷ்டம்' நூலை அவர் கேட்பதற்காகப் படித்துக் கொண்டிருந்தேன். (உண்மையான 'தான்' என்பதயும், 'படைப்பு' என்பதையும் பற்றி ஸ்ரீ ராமருக்கும் வசிஷ்ட முனிவருக்கும் இடையே நடந்த வாதங்களைப் பற்றியது.) அப்போது குருதேவிடமிருந்து மென்மையான குறட்டை ஒலி வரவே, நான் படிப்பதை நிறுத்தி விட்டேன். உடனே, குறட்டை ஒலி நின்றுவிட்டது. மீண்டும் படிக்கத் துவங்கினேன். இது மாதிரி பல முறை நடந்தது. குருதேவ் எழுந்தவுடன், 'படிப்பதை பாதியில் நிறுத்தக் கூடாது. நான் தூங்குவது போல் தோன்றினாலும், கேட்டுக் கொண்டு தான் இருக்கிறேன். இதற்கு ஆறாவது அறிவின் மூலமாகக் கேட்பது என்று பெயர்,' என்று கூறினார். பல முறைகள், அவர் தூங்கும் போது படிக்கப்பட்ட அத்தியாயங்களிலிருந்து சத்சங்கங்களில் மேற்கோள் காட்டிப் பேசியிருக்கிறார்.

ஷக்தி குடிலுக்கு வெளியே ஒரு சின்ன முகப்பு (போர்டிகோ) இருந்தது. குருதேவ் அங்குள்ள ஒரு சாதாரண நாற்காலியில் அமர்ந்திருக்க நாங்கள் அவரைச் சுற்றி டைல்ஸ் போட்ட தரையில் அமர்ந்திருப்போம். மௌனமாகப் புன்னகைப்பார், தன் விரல்களுக்கிடையே ஜெபமாலையை உருட்டுவார், அண்டத்தையோ அல்லது எங்களையோ பார்ப்பார். சில நேரங்களில் அவர் நிலவைப் பார்த்து அமர்ந்திருக்கையில் நாங்கள் பாடுவோம், அவர் சில வார்த்தைகள் பேசுவார். அம்மாதிரி ஒரு மாலைப்பொழுதில், திடீரென்று அவர் '*அனுத்தரோ பவ...*' (பதிலில்லாமல் இரு) என்று எந்த விளக்கமும் சொல்லாமல் கூறினார். இருபது ஆண்டுகள் கழித்து, அவர் 'விஞ்ஞான பைரவ தந்திரா' பற்றிப் பேசும் போது, அதே வாக்கியம் மீண்டும் வந்தது. 'ஆக இங்கிருந்துதான் அது வந்தது,' என்றார், ஏதோ அந்த விஷயம் சில வினாடிகளுக்கு முன்னால் நடந்தது போல்! அவர் செய்த அனைத்து விஷயங்களிலும் ஒரு தொடர்புத்தன்மை இருந்தது. நாம் நிகழ்ந்தவற்றைப் பின்னால் திரும்பிப் பார்க்கும் போது, நம்மால் புள்ளிகளை இணைக்க முடிகிறது. ஆனால் அந்த வினாடியில் மூழ்கியிருக்கும் போது, ஏதோ அந்த நொடியில் தான் அனைத்துமே கிடைப்பது போல் தோன்றும்!

ஷக்தி குடிலுக்கு வெளியே இருந்த போர்டிகோ இம்மாதிரியான பல வினாடிகளை அரங்கேற்றியிருக்கிறது. ஒருமுறை, சர்வதேச விருந்தாளிகளின் குழு ஒன்று ஆசிரமத்திற்கு விஜயம் செய்திருந்தது. அவர்கள் அதிசயங்களைக் காண வேண்டும் என்பதற்காக இந்தியாவின் ஆன்மீக குருக்களைப் பார்க்க வந்திருந்தனர். அச்சமயம் ஆசிரமத்தில் மெல்லிய காற்று வீசிக்கொண்டிருக்க இனிமையான மாலைப் பொழுதாக ஒரு சிறு உணவுக்கு ஏற்ற நேரமாக இருந்தது. குருதேவ் அவர்களிடம் அவர்களுக்குப் பிடித்தமான பழங்களைப் பற்றிக் கேட்டார். சிலர் ஸ்டிராபெர்ரிகளையும், சிலர் மங்கூஸ்தானையும் சிலர் பேரிக்காயையும் கூறினார்கள். இவற்றில் பாதி பழங்களின் பெயர்கள் அப்போது இந்தியாவில் கேள்விப்படாதவையாக இருந்தன. குருதேவ் குடிலின் உள்ளே சென்று சிறிது நேரத்தில் எல்லாப் பழங்களையும் அழகான துண்டுகளாக்கி ஒரு தட்டில் வைத்துக் கொண்டு வந்தார். அவர்கள் குறிப்பிட்ட அனைத்துவிதமான பழங்களும் அதில் இருந்தன. விருந்தாளிகள் உண்மையிலேயே ஆச்சரியம் அடைந்தனர். குருதேவ் புன்னகைத்தபடி அவர்களிடம் பழங்களை ருசி பார்க்கச் சொன்னார். அவர்கள் அந்தப் பழத்துண்டுகளை ருசித்துவிட்டு மிகவும் விரும்பியதோடு இத்தனை சுவையான பழங்கள் தங்கள் நாட்டில் கூட கிடைக்காது என்று கூறினார்கள். இந்த

சின்ன ஆச்சரியத்தை அவர்களுக்குக் கொடுத்துவிட்டுப் பிறகு மென்மையாகச சொன்னார்: ‘அதிசயத்திற்காக ஆன்மீக குருக்களிடம் செல்லாதீர்கள்.அவர்களிடம் ஞானத்தைப் பெறவே செல்லுங்கள்.’

நம்பிக்கை இருக்கும் இடத்தில், அதிசயங்கள் நிகழும். ஷக்தி குடிலுக்கு வெளியே, குருதேவ் சில நேரங்களில் நார் மெத்தை போடப்பட்ட சிறிய மர நாற்காலியில் அமர்ந்திருப்பார். ஒரு மாலைப் பொழுதில், அம்மாதிரி அமர்ந்து கொண்டு வானைப் பார்த்தபடி, ‘நாளைக்கு ஓர் அதிசயம் நடக்க இருக்கிறது,’ என்று கூறினார். இந்த மாதிரி வாக்கியம் நூற்றுக்கணக்கான கேள்விகளை எழுப்புவதோடு பல்வேறு விளக்கங்களையும் எதிர்பார்க்கவும் செய்யும். ஆனால் மாஸ்டர் மீதுள்ள நம்பிக்கையால், நடக்கப்போவது எதற்கும் அவர்கள் தயாராக இருந்தனர். அடுத்த நாள், பொழுது விடிந்தவுடன், பிள்ளையார் சிலைகள் பால் குடிக்கும் செய்தி உலகின் பல பாகங்களிலிருந்து வர ஆரம்பித்தது. ஆசிரமத்தின் வாயிலில் ஒரு சிறு பிள்ளையார் சிலை இருந்தது. அந்தச் சிலைக்கு நாங்கள் பால் வழங்கிய போது நிமிடத்தில் அதன் தும்பிக்கையில் மறைந்து போனது. குருதேவிடம் இது பற்றிக் கூறிய போது, அவர், ‘நமக்கு மேல் இருக்கும் சக்தியின் மீது நம்பிக்கை அதிகமாவதற்காக இம்மாதிரி அதிசயங்கள் அவ்வப்போது நடக்கின்றன,’ என்றார். அன்று மாலை நடந்த சத்சங்கில் குருதேவ் எண்ணற்ற தேவதைகள் நம்மிடையே இருப்பதைப் பற்றிக் கூறினார்.

சில ஆண்டுகள் கழித்து, தைவான் நாட்டிலிருந்து வந்த ஓர் அன்பர், ஒரு சத்சங்கத்தின் போது தன்னுடைய போலராய்டு காமிராவினால் புகைப்படங்கள் எடுத்தார். ஆனால் அந்தப் புகைப்படங்கள் முழுவதும் நூற்றுக்கணக்கான சிறிய வட்டமான ஒளிரும் விளக்குகள் தெரிந்தன. தெய்வீக ஜீவன்கள் இந்த மாதிரி கருணையுடன் புகைப்படங்களில் தோன்றும் என்று யார் தான் நினைத்துப் பார்த்திருப்பார்கள்! இந்தச் சம்பவத்திற்குப் பிறகு, ஆசிரமத்தில் யார் புகைப்படம் எடுத்தாலும் ஆசிரமத்தில் இருந்தவர்களையும் பொருட்களையும் மட்டுமன்றி, காலியான இடங்களைக் கூடப் படம் எடுப்பதில் ஆர்வம் காட்டினார்கள்!

‘ஒருவர் தேனீர்க் கோப்பையை வாங்கும் போது, அவர் அந்தக் கோப்பைக்கு மட்டும் பணம் கொடுக்கிறாரா அல்லது அதிலுள்ள வெற்றிடத்திற்கும் விலை கொடுக்கிறாரா?அதே வெற்றிடத்தைப் பந்து போல் உருட்டினால், அதற்கும் பணம் கொடுப்பார்களா?’ குருதேவ் ஒருமுறை கேட்டார். எதையும் புதுமையாகப் பார்க்கும் வழி இது. நம்முடைய மூளை எப்போதுமே

இரட்டைத்தனத்துக்கு பழக்கப்பட்டுள்ளதோடு, சில சமயம் என்ன சொல்வது என்று தெரியாமல் ஆச்சரியப்படவும் செய்கிறது. ஆனால் ஆன்மீகம் பிரத்தியேகமானது அல்ல என்பதோடு அதில் மோதல்களும் இல்லை. பல நூற்றாண்டுகளாக ஆன்மீகத் தேடல்களில் ஈடுபட்டுள்ளவர்கள் தெரிந்த மற்றும் தெரியாத, கையால் தொடக்கூடிய மற்றும் தொடமுடியாத விஷயங்களின் நன்மைகள் பற்றி சர்ச்சை நடத்தி வருகிறார்கள். ஆனால் குருதேவ் எப்போதுமே நடுநிலையான பாதையையே தேர்வு செய்துள்ளார், அவர் நம்முடைய வாழ்க்கையின் ஒவ்வொரு அம்சத்தையும் மதித்துள்ளார். நம்முடைய உடல், ஆன்மா மற்றும் உருவமுள்ளது உருவமில்லாதது என்று அனைத்தையும் மதிக்கிறவர் குருதேவ். குழந்தையாக இருந்த போது அவர் விக்கிரகங்களை ஆராதிப்பதில் முழுமையாக ஈடுபட்டிருந்தார். ஆனால் வயது கூடி இளைஞரானவுடன் அவர் உருவமில்லாததையும் மதிக்க ஆரம்பித்ததோடு, அவர் வாழ்வில் வேத கோஷம் முக்கியத்துவம் பெற்றது. நாளடைவில் அவர் பல மணி நேரம், ஏன், சில சமயம் பல நாட்கள்கூட மௌனத்திலும் தியானத்திலும் செலவிட்டதைப் பார்த்திருக்கிறேன். அதனால் இன்று நாம் அவர் முன்னால் இருக்கும் போது பூஜைகளில் மட்டுமன்றி, மந்திர ஆற்றல் வாய்ந்த வேதகோஷங்களிலும் சிரமமின்றி மூழ்கித் தியானத்தில் ஆழ்ந்துவிடமுடிகிறது.

குருதேவ் சொல்வார், ‘அசைவில் இருக்கும் இசைவு தான் நடனம். ஓசையில் இருக்கும் இசைவு தான் இசை. அதே இசைவு மனத்தில் ஏற்பட்டால் அதுவே தியானம். வாழ்க்கையில் அந்த இசைவு இருக்குமானால், வாழ்வே கொண்டாட்டம் தான்.’ ஆசிரமத்தில் மாலை நேரங்களில் நடத்தப்படும் சத்சங்கமானது, நடனம், இசை, தியானம் மற்றும் வாழ்க்கையின் கொண்டாட்டமாக இருக்கும். பொதுவாக, சுருதியோடு பாடுவதற்கு முன்னாலும் அல்லது பொது மேடைகளில் பாடுவதானாலும் மக்கள் பல மணி நேரம் பயிற்சி செய்வது பழக்கம். ஆனால் சத்சங்கின் போது, பாடல்களும் கவிதைகளும் மக்களிடமிருந்து மிக இயல்பாக அருவி போன்று வந்து விழும். ஒருவர் நன்றாகப் பாடுபவரா இல்லையா என்பது பொருட்டல்ல, பாடுபவர்கள் தங்கள் மனத்திலிருந்து பாடுவார்கள். சந்தேகமில்லாமல், சிலர் சுருதியை விட்டு விலகிப் பாடுவார்கள் தான். ஆனால் அவர்கள் தான் எல்லோரையும் விட உரக்கப் பாடுவார்கள். ஆனால் பாடும் போது அனைத்து இதயங்களும் ஒன்றுபடுவதால் நேர்மறையான அலையானது எழும்பிப் பரவுவதைக் காணலாம். குருவிடமிருந்து வெளிப்படும் எப்போதும் விரிந்து கொண்டேயிருக்கும் காருண்யசக்தியின்

ஓர் அங்கமாக ஆகிவிடுவார்கள். வலிகள் மறைந்து, மனத்தில் புத்துணர்ச்சியும் வெளிச்சமும் தோன்றுவதை உணர்வார்கள்.

ஒருமுறை, சிவராத்திரிக்குச் சில நாட்களுக்குப் பிறகு, குருதேவ் வெளிநாட்டிற்குச் செல்லத் தயார் செய்து கொண்டிருந்தார். பயணம் சில நாட்களுக்கே என்றாலும் என் சகோதரர் என்னை விட்டு விலகிச் செல்கிறார் என்ற எண்ணமே என் கண்களை பனிக்கச் செய்தது. மூக்கை உறிஞ்சிக் கொண்டே விமான நிலையத்திற்கு செல்லும் காரில் அமர்ந்திருந்தேன். அப்போது குருதேவ் திடீரென்று என்னிடம், 'பானு இந்தப் புதிய பாடலைக் கேள்,' என்று சொல்லிவிட்டு இனிமையான குரலில் பாட ஆரம்பித்தார். '**சிவோகம், சிவோகம், சிவஸ்வரூபோகம் நித்யோகம், சுத்தோகம், புத்தோகம், முக்தோகம்...**' இதைக் கேட்டதும் திடீரென்று என்னுள்ளே ஓர் அடிப்படை மாற்றமே ஏற்பட்டது. நான் கவனமாகக் கேட்டேன், அந்தப் பாடலின் ஒவ்வொரு வரியையும் அந்த இசையையும் என்னுள் ஏற்றிக்கொண்டேன், என்னுடைய அழுகை நின்றது. குருதேவ் விமானத்தில் ஏறியதும், நான் வீடு திரும்பும் வரையில் அந்தப் பாடலை முணுமுணுத்துக் கொண்டிருந்தேன். அம்மாவுக்கும் இந்தப் பாடலைப் பாடிக் காண்பித்தேன். பாடுவதை நிறுத்தினால் எங்கு மறந்து விடுவோமோ என்ற எண்ணத்தில் விடாமல் பாடிக் கொண்டேயிருந்தோம். காரணம் பரஸ்பரம் நினைவுபடுத்திக் கொள்ளலாம் என்ற எண்ணத்தில் நான் அவ்வாறு செய்தேன்.அந்த நாட்களில் செல்ஃபோன்கள் கிடையாது, அதோடு என் கையில் பேனா காகிதம் எதுவும் எடுத்துச் செல்லவில்லை. தான் வெளிநாட்டிலிருந்து திரும்பி வந்த பிறகு, அவருக்கு நான் இந்த பாடலை பாடிக் காட்ட வேண்டும் என்று கூறினார். நாங்கள் இந்தப் பாடலைப் பாடிப் பயிற்சி செய்து கொண்டிருந்தோம், பல மாதங்கள் கழித்து அவர் திரும்பி வந்த பிறகு, ஒரு சத்சங்கில் முழுப்பாடலையும் பாடினார். அவர் ஒரு வார்த்தையை கூட மறக்காததோடு, அவர் இல்லாத நேரத்தில் என் கவனத்தைச் சிதையாமல் வைத்ததில் அவர் வெற்றி பெற்றுவிட்டார்.

ஆசிரமத்தில் எல்லாருமே ஏதாவதொரு வேலையில் இருப்பதால் சுறுசுறுப்பாகவும், சுறுசுறுப்பாக இருப்பதால் ஏதாவது வேலை செய்து கொண்டும் இருந்தார்கள். ஆசிரமத்தில் எங்களுடைய அன்றாடப் பணியின் பாகமாக சாதனா, சேவை மற்றும் சத்சங்கங்கள் இருந்தன. யோகா, சுதர்சன் கிரியா மற்றும் தியானம் போன்ற சாதனங்களைச் செய்வதற்கு உகந்த நேரம் சூரியோதயம் தான். காலை உணவைத் தொடர்ந்து, சில வேலைகள் அதாவது தோட்டவேலை, சுத்தம் செய்வது மற்றும் சமையலறையில் உதவுவது போன்ற வேலைகளைச் செய்ய வேண்டியிருக்கும். இதுவரை கையில் கத்தியே பிடிக்காதவர்களும்கூட,

ஆசிரமத்திற்கு வந்த பின்னால், மலை அளவு உருளைக்கிழங்கு மற்றும் கேரட்டுகளைத் தோலுரிக்கும் அனுபவம் பழக்கமாகி விட்டிருக்கும். 'புதியவர்கள்' அடிக்கடி 'விற்பன்னர்'களிடம் காய்களை வேகமாக வெட்டுவது, வேகமாகத் தோல் உரிப்பது பற்றி ஆலோசனை கேட்பதைக் காணலாம். அது குறித்து ஓர் ஆழமான கலந்துரையாடலே நடக்கும். நாளாக நாளாக, காய்களை வெட்டும் பணியில் திறன் ஏற்பட்டு விட்டது என்றால் மனமும் நிதானமாகி ஒரு கட்டத்தில் முயற்சியின்றியே இந்த வேலை நடந்துவிடும். அவர் வெறும் பார்வையாளராக மாறிவிடுவார். 'நீங்கள் உண்ணும் உருளைக்கிழங்கினாலும் கேரட்டுகளாலும் ஆனவர்கள் தான் நீங்கள். அதைப்பற்றி நீ நினைத்திருக்கிறாயா?' என் சகோதரர் என்னைப் பார்த்து ஒரு முறை கேட்டார். இதோ! காய்கறிகளுடன் ஒரு நெருக்கமான பந்தம் ஏற்பட்டுவிட்டது. நாங்கள் எதனால் செய்யப்பட்டிருக்கிறோம் என்பதைப் பற்றிச் சிந்தித்துக் கொண்டிருந்த நேரத்தில், அம்மா மிகவும் யதார்த்தமாக அந்தக் குறிப்பிட்ட நாளில் பூசணிக்காயைவிட உருளைக்கிழங்கு மலிவாகக் கிடைத்ததா என்று யோசித்தார். செலவாகும் ஒவ்வொரு ரூபாயையும் மிகவும் ஜாக்கிரதையாகச் செலவழித்த என் தாயார் தான் காய்கறிகள் மற்றும் மளிகை சாமான்கள் வாங்குவதற்கான பொறுப்பில் இருந்ததோடு எந்தக் கடையில் வாங்கினால் மலிவாக கிடைக்கும் என்பதையும் கவனித்து வந்தார். மிகச் சிறியதானாலும், அந்தப் பணம் சமுதாயத்தின் நன்மைக்காகச் செலவாக வேண்டும் என்ற எண்ணத்தில் அதைச் சேமித்தார். அவர் உருவாக்கி வைத்த அந்த முன்மாதிரி தான் இன்றும் ஆசிரமத்தை நடத்திச் செல்லும் வெளிச்சமாக இருக்கிறது.

எல்லாமே ஏராளமாக இருந்து கொண்டிருந்ததால், பண விஷயத்தில் அவர் சிக்கனமாக இருந்தது யாருக்கும் வெளிப்படையாகத் தெரியவில்லை. பகல் நேரத்தில் அம்மாவின் சமையலறையில் எப்போதும் ஏதாவது வேலையிருந்து கொண்டேயிருந்தது. அனைவரும் வரவேற்கப்படுவதோடு அம்மாவின் கைகளால் சமைக்கப்பட்ட சுவையான உணவும் வழங்கப்படுவார்கள். குருதேவிற்கு அவர் உணவைக் கட்டும் போது பன்னிரெண்டு விதங்களான டப்பாக்கள் மற்றும் நான்கு விதமான சட்னிகளை வைத்துக் கட்டுவார். சில நாட்கள், நான் ஆசிரமத்திற்கு உணவு எடுத்து வருவேன். ஆனால் எடுத்து வந்த உணவு டப்பாவில் ஏதாவது ஒன்றைத் திறக்க மறந்துவிடுவேன். அவர் அதை எனக்குச் சுட்டிக்காட்டுவதுடன் என் தாயாரிடமும் அதைப் பற்றிச் சொல்வதைக் குறிக்கோளாக வைத்திருப்பார். அதற்கு என் தாயார், 'அவளுக்குச் சமைக்கவும் தெரியாது, பரிமாறவும் தெரியாது,' என்று கூறுவார். பல சந்தர்ப்பங்களில்,

குருதேவ் என் தாயாருக்குத் துணையாகச் சமையலறையில் உதவி செய்வதோடு ஏதாவது புதிய உணவு வகையைத் தயாரித்து அனைவருக்கும் அன்போடு பரிமாறுவார். ஒருமுறை, நாங்கள் ஜப்பானில் ஒருவருடைய வீட்டிற்கு ஐம்பது நபர்கள் அடங்கிய குழுவினருடன் மதிய உணவு நேரத்தில் சென்றோம். எங்களை வரவேற்றவர்கள், ஐந்து அல்லது ஆறு நபர்களையே எதிர்பார்த்திருந்ததால், அவர்களுக்கு என்ன செய்வது என்று புரியவில்லை. ஆனால் குருதேவ், இருந்த உணவைப் பரிமாற ஆரம்பிக்க, அனைவருக்கும் வயிறு நிரம்பிவிட்டது! அவர் வெள்ளிக்கிழமைகளில் தேவி பூஜைக்கு 'மஞ்சுளா' விற்கு வரும்போது, அவருடன் எத்தனை நபர்கள் வருவார்கள், எவ்வளவு நபர்களுக்குச் சமைக்க வேண்டும் என்பதைக் கணிக்க இயலாது. எழுபது அல்லது எண்பது நபர்களுக்கு மட்டுமே சமைக்கப்பட்ட உணவை முன்னூறு நபர்களுக்குப் பரிமாறிய நேரங்களும் உண்டு.

1999ல் நாங்கள் ஆனந்தோத்ஸவத்தைக் (மகிழ்ச்சியின் கொண்டாட்டம்) கொண்டாடிய போது அதில் பலநூறு நபர்கள் பங்கேற்றனர். நான் சமையலறையில் விருந்தினர்களுக்காக உணவு சமைத்துக் கொண்டிருந்தவள் கடைசியில் 4500 உருளைக்கிழங்கு போண்டாக்களைச் செய்து முடித்தேன். ஒருவர் உருளைக்கிழங்கை உருட்ட, ஒருவர் அதை மாவில் தோய்த்து எடுக்க, நான் அவற்றை எண்ணையில் பொறித்தெடுத்தேன். அதிலிருந்து, என் வீட்டில் எப்போதுமே ஒரு நல்ல சமையல்காரரை வைத்துள்ளேன். குருதேவ் என்னிடம், 'நீ என்னுடைய வேலையை செய்கிறாய். அதற்காக நான் உன்னைக் கவனித்துக் கொள்கிறேன்,' என்று கூறினார். எங்களுடைய சிறிய வீட்டில் சமையலுக்கு ஓர் உதவியாளரை வைத்துக் கொள்வது ரொம்பவும் உபயோகமாகவே இருக்கிறது.

ஒருமுறை, ஒரு நிறுவனத்தில் இருந்து பெரிய குழு ஆசிரமத்திற்கு வந்தது. ஆனால் ஆசிரமத்துச் சமையல்காரர் விடுப்பில் சென்றுவிட்டார். ஷாலினி குல்கர்னி என்ற தன்னார்வலருடன் நான் ஆசிரமத்திற்கு விரைந்தேன். முதலில் நாங்கள் பாத்திரங்களைக் கழுவிச் சுத்தம் செய்து, சமையலறையைச் சுத்தம் செய்த போது அந்த நிறுவனத்திலிருந்து சமையல்காரர் வந்தார். என்னிடம் நான் ஆசிரமத்தில் வேலை செய்கிறேனா, எனக்கு என்ன சம்பளம் என்று கேட்டார். நான் அவரிடம், 'சம்பளம் கிடையாது. நான் இங்கு சேவை செய்வதற்காக இருக்கிறேன்,' என்று கூறினேன். 'என் நிலையும் அதுதான். அடையாளத்திற்காக நான் 1 ரூபாய் வாங்குகிறேன்,' என்று கூறினார். பின்னர் மதிய உணவு நேரத்தில், அவர்கள் உணவு அருந்தும் போது, குழுவின் தலைவர் உணவைப் பாராட்டினார். உப்புமா, சாம்பார், கறிகாய்,

மற்றும் தயிர்சாதம் ஆகியவற்றை அவர்கள் ருசித்துச் சாப்பிட்டனர். 'என் சகோதரி பானு தான் இன்று சமையல் செய்தார்,' என்று குருதேவ் கூறியபடி என்னை அனைவருக்கும் அறிமுகம் செய்தார். அப்போது அங்கிருந்த சமையல்காரர் அதைக் கேட்டு தர்மசங்கடத்தில் ஆழ்ந்தார். என்னிடம் மன்னிப்புக் கேட்க விரும்பினார். அப்படியொரு நகைச்சுவையில் முடிந்தது அந்தச் சம்பவம்.

விருந்தாளிகள் பின்னர் என்னைத் தங்களுடைய வளாகத்திற்கு அழைத்தனர். அவர்களுடைய சமையலறையைச் சுற்றிக் காண்பித்தனர். அதில் சமையல் செய்ய நிறைய நவீன மெஷின்கள் இருந்தன. இன்று, எங்கள் சமையலறையில் இருக்கும் சப்பாத்தி செய்யும் இயந்திரம் ஒரு நிமிடத்திற்கு 2000 சப்பாத்திகளை செய்வதை நினைத்து எனக்குப் பெருமையாக இருக்கிறது. ஆசிரமத்தின் சமையலறை நாள் ஒன்றுக்கு 10,000 நபர்களுக்கு மேல் உணவு தயாரித்து வழங்குகிறது. இருக்கும் மக்களின் எண்ணிக்கை மாறியிருக்கிறது, சமையலறை இருக்கும் இடம் மாறியிருக்கிறது, வசதிகள் அதிகரித்துள்ளன, அதோடு சேவை செய்பவர்களும் மாறிவிட்டனர், ஆனால் அந்த மலை போன்ற உருளைக்கிழங்கும் கேரட்டும் மட்டும் மாறவேயில்லை.

பங்கு பெறுபவர்களின் எண்ணிக்கை அதிகரித்துக் கொண்டே போக, குருதேவிற்கு ஆசிரமத்திற்கென்று ஒரு தியான மண்டபம் கட்ட வேண்டும் என்ற நோக்கம் இருந்தது. அவர் ஒரு காகிதத்தை எடுத்துத் தன் மனதில் இருந்த ஹாலின் வடிவத்தை வரைந்த போது ஒரு சிலர் அவருடன் இருந்தோம், அந்த ஹால் முழுவதுமாக மலர்ந்த தாமரை மலர் போலிருந்தது. ஹாங்காங்கைச் சேர்ந்த மனு மாக்கிஜா என்பவர் மிகுந்த அன்புடனும் அடக்கத்துடனும் அந்த அரங்கத்தைக் கட்டும் வாய்ப்பைத் தனக்கு தரும்படி கேட்க குருதேவும் சம்மதித்தார். அரங்கம் உருவாகிக் கொண்டிருந்த நிலையில், அதற்குப் பெயர் வைக்க எண்ணியபோது மனு அந்த மண்டபத்திற்கு அம்மாவின் பெயரான 'விசாலாட்சி மண்டபம்,' என்று பெயர் வைக்கலாம் என்று கூறினார். எனக்கு அந்த எண்ணம் மிகவும் பிடித்திருந்தது. குருதேவும் அதனை ஏற்றுக் கொண்டார். 'விஷால்' என்றால் அகன்ற மற்றும் 'அக்ஷ' என்றால் கண்கள். விசாலாக்ஷி என்பவர் அகன்ற பார்வையுடன் தன்னுள்ளே அனைத்தையும் உள்ளடக்கியவர் ஆவார். அதில் ஒவ்வொரு தூணும் கட்டப்பட்ட போது, அருகில் இருக்கும் கிராமங்களில் இருந்த வீடில்லாதவருக்கு வீடு தானமாக வழங்கப்பட்டது. இந்தக் கட்டிட வேலையில் பங்கு பெற பலரும் முன்வந்தனர். 2003 ஆம் ஆண்டு ஜனவரி 18 ஆம் தேதி விசாலாக்ஷி மண்டபம் துவக்கிவைக்கப்பட்டது. அந்தக் காலக்கட்டத்தில் அதுதான்

ஆசிரமத்தின் மிகப் பெரிய அரங்கமாக இருந்த போதும், அது போதாமல் மக்கள் அரங்கின் வெளியேயும் நிற்பார்கள். அன்பு மற்றும் உழைப்பின் சின்னமான இந்தக் கட்டிடத்தில் பல ஆண்டுகளாகப் பல்லாயிரக்கணக்கானோர் தியானம் செய்ததோடு தங்களுடைய வாழ்வின் ஆழத்தையும் உணர்ந்துள்ளனர். பலர் குருதேவிடம், 'நான் உங்களை முழுமையாகப் புரிந்து கொள்வது எப்படி?' என்று கேட்டுள்ளனர். அவர் அதற்கு, 'முதலில் நீங்கள் உங்களைப் புரிந்து கொள்ளுங்கள், அப்போது நீங்கள் வேறு, நான் வேறு என்பது இல்லை என்றும், நீங்கள் என்பது நான் தானேயன்றி வேறில்லை என்பதும் புரிந்துவிடும்,' என்றார்.

10

கீழை வானத்தின் கீழ் துயிலாத இரவுகள்

இரவு வானம் கோடிக்கணக்கான மின்னும் நட்சத்திரங்களால் நிறைந்திருந்தது. அவைகள் தூரத்து வானில் மின்னுவதும் துடிப்பதும் தெரிவது எப்போதென்றால் கதிரவன் இல்லாத நேரத்தில் மட்டுமே. நமது சுயமே சூரியன். சூரியனைப் பற்றி அறியாதவர் மட்டுமே நட்சத்திரங்களின் பின்னால் செல்கின்றனர். இரவின் அமைதியில், மனம் ஒடுங்கும் போது அந்த நட்சத்திரங்களின் ஒளிக்கதிர்கள் நம் சுயத்திலிருந்து வெளியாகும் உணர்வுகளை நினைவுபடுத்துகின்றன.

இரண்டு நாள் பயிற்சியில் கலந்து கொண்டு சுதர்சன் கிரியாவைக் கற்றுக் கொண்டவர்கள், 'உயர்நிலைப் பயிற்சி'யில் கலந்து கொள்ளலாம். அது வளாகத்தில் தங்கிப் பயிலும் ஏழு முதல் பதினைந்து நாள் பயிற்சியாகும். குருதேவ் தமது தியானப் பயிற்சியை 'ஒன்றுமில்லாத, காலியான,' நிகழ்வு என்பார். அதன் மூலம் நம்முடைய அறிவுக்கு எட்டும் விஷயங்களின் பிரம்மாண்டத்தைக் குறிப்பிடவே அவ்வாறு சொன்னார். விளக்கங்களுக்கெல்லாம் அப்பாற்பட்ட, விவரிக்க முடியாத, நம்முள் இருக்கும் அளவற்ற தெய்வீகத்தை நாம் புரிந்து கொள்ள அவர் படிப்படியாக அழைத்துச் செல்வார். அவருடைய மென்மையான இசையோடு கலந்த கட்டளைகள், கடைசியில் மனதை மயக்க வைக்கும் ஸ்லோகங்கள்... வார்த்தைகளால் அந்த அனுபவத்தைப் பகிர்ந்து கொள்ள இயலாது.

முதல் உயர்நிலை தியான நிகழ்ச்சி, 1988ஆம் ஆண்டு பெங்களூரு வசந்தபுராவில் நடத்தப்பட்டது. பதின்மூன்று நாடுகளிலிருந்து எண்பத்தோரு நபர்கள் பங்கு பெற்றார்கள்.

அவர்கள் குருவின் முன்னிலையில் தங்களுடைய மகிழ்ச்சியான சுயத்தில் தங்களைத் தாங்களே உணர்ந்து அதில் அமிழ்ந்தும் போனார்கள். அதைத் தொடர்ந்து நிகழ்ச்சிகள் ஆசிரமத்தில் நடத்தப்பட்டன. ஆசிரமத்தில் முதன்முதலாக இந்த நிகழ்ச்சி போலந்து நாட்டைச் சேர்ந்தவர்களுக்காக நடத்தப்பட்டது. ஒவ்வொரு நிகழ்ச்சிக்கும் ஓர் அழகான பெயரைக் கொடுக்கும் தனி ஆற்றல் குருதேவிடம் இருந்தது. முட்டாள்களின் ஞானம், பண்டைய காதல், காலணிகளின் ஒலி, அழுத்தப்படாத பொத்தான், கீழை வானத்தின் கீழ் துயிலாத இரவுகள் - இதுபோல் அவர் பெயர்களைக் கொடுத்துள்ளார்.

கொல்கத்தாவில் நடத்தப்பட்ட பத்துநாள் உயர்நிலை தியானப் பயிற்சியில் நான் கலந்து கொண்டேன். நிகழ்ச்சியின் போது, குருதேவ் என்னை அழைத்து, முன்னால் வரச் சொல்லி ஹாலில் இருந்தவர்களைப் பார்க்கச் சொன்னார். அங்குள்ள ஒவ்வொருவரையும் என்னுடைய குழந்தையாக என்னால் ஏற்றுக் கொள்ள முடியுமா என்று கேட்டார். இது எனக்கு கொஞ்சம் நகைச்சுவையாக இருந்தது காரணம் அங்கிருந்த அனைவருமே என்னைவிட வயதில் மூத்தவர்களாக இருந்தனர். குழந்தைகளுடன் நெருங்குவது எளிதே, ஆனால் அங்கிருந்த யாரும் என்னோடு எந்த வகையிலும் தொடர்புள்ளவர்கள் அல்லர். ஆனால் குருதேவ் கண்களை மூடச் சொன்னவுடன், அந்த எண்ணத்தை என் மனதை ஏற்க வைக்கும் செயல் துவங்கியது. சில நொடிகளுக்குப் பிறகு, நான் கண்களைத் திறக்க, அவர் மீண்டும் கேட்டார். ‘இவர்கள் அனைவருக்கும் நீ தாயாக இருப்பாயா?’ திடீரென்று என்னுடைய இதயத்தில் ஏதோ ஒன்று வெடித்து, அன்பு வெளிப்படுத்துவது போல் உணர்ந்தேன். அந்த அரங்கில் குழுமியிருந்த மக்களை நான் குழந்தைகளாகப் பார்க்க ஆரம்பித்தேன். ‘அவர்கள் மீது அன்பு செலுத்த முடியாது என்று என்னால் சிந்திக்கக்கூட முடியுமா?’ என்று நான் நினைத்தவுடன் என் கண்களில் இருந்து கண்ணீர் வரத் துவங்கியது. நான் என்ற அகந்தை தான் தடங்கலாக இருக்கிறது, அதைக் கையாளவும் கடந்து செல்லவும் ஒரு குருவால் தான் உதவமுடியும்.

இன்னொரு பத்துநாள் சிறப்புப் பயிற்சியும் நடந்தது. அதை அவர் ‘தண்டம்’ நிகழ்ச்சி என்றழைத்தார். பெயருக்கேற்ப ஒவ்வொருவருக்கும் ஒரு ‘தண்டம்’ அல்லது குச்சி கொடுக்கப்பட்டது, அதை நாங்கள் பத்து நாட்களுக்கு எங்களுடன் வைத்திருக்க வேண்டும். அந்தக் குச்சி எங்கள் உடலின் நீட்சியாகவே இருந்தது. எப்படி ஒருவரால் தன்னுடைய கைகளைத் தனியாகப் பின்னால் வைக்க முடியாதோ அதேபோல் ஒருவரை அவருடைய தண்டத்தில் இருந்து பிரிக்க முடியாது. அந்த

நிகழ்ச்சியின் மூலம் நாங்கள் அடைந்த அனுபவத்தை வர்ணிக்க வார்த்தைகள் இல்லை. 'இந்த பிரம்ம தண்டமானது இந்த உலகுக்கும் ஆன்மீக உலகுக்கும் இடையே சமநிலையை உருவாக்கும் தொடர்புக் கருவியாகும்,' என்று குருதேவ் சொன்னார். 'அது உன்னிடம் இருக்கும்வரை பொறுப்பும் விழிப்புணர்வும் இருக்கும். சன்னியாசிக்குக்கூட இந்த தண்டம் உடனடியாகக் கிடைக்காது; அதற்கு ஒரு குரு தேவைப்படுகிறார்.' நிகழ்ச்சியின் முடிவில், என்னுடைய தண்டத்தை குருதேவிடம் திரும்பக் கொடுத்த போது நான் கண்ணீர் மல்கினேன். ஆனால் அது ஆனந்தக் கண்ணீரே அன்றித் துக்கத்தினால் வந்த கண்ணீர் அல்ல. அவர் இதுவரையில் மூன்று தண்டம் பயிற்சிகளை நடத்தியிருக்கிறார், ஒருவேளை நான்காவதை நடத்தவும் சீக்கிரமே நேரம் வரலாம்.

தியான நிகழ்ச்சியைப் புத்தியிலிருந்து இதயத்திற்குப் போகும் பயணம் என்றே சொல்வார் குருதேவ். அந்தப் பாதை குதூகலமானது! சிறிய விஷயங்கள் இதுவரை பார்த்திராத ஆழங்களை வெளிக்கொண்டு வரும். சில சமயம் மதிய உணவிற்கு வெறும் திராட்சைப்பழம் மட்டுமே தரப்படும். பழத்தை ருசித்து, அனுபவிக்கச் சொல்வார். சில நிமிடங்களுக்கு அந்தப் பழத்தின் சாறு, அதிலுள்ள சூடு அல்லது குளிர்ச்சி, அதன் நெகிழ்வு முதலியவற்றில் கவனம் செலுத்தச் சொல்வார். கவனத்தை முழுமையாக திராட்சையின் மீது செலுத்துவதன் மூலம், ஆழ்ந்த தியான நிலையை அடைய முடிந்தது. ஊட்டியில் அவர் நடத்திய ஒரு நிகழ்ச்சியின் போது, பங்கு பெற்றவர்களை அவர்கள் தங்கியிருந்த இரண்டு ஹோட்டல்களுக்கு இடையே இருந்த சுரங்கப்பாதைக்குள் எவ்வளவு வேகமாக முடியுமோ அவ்வளவு வேகமாக நடக்க, ஏன் ஓடவே சொன்னார். பங்கு பெற்றவர்கள் அப்படிச் செய்துவிட்டு வெளியே வந்த போது லேசாகவும் புத்துணர்ச்சியாகவும் உணர்ந்தார்கள். பலர் பயத்திலிருந்து விடுதலை பெற்றதாகக் கூறினார்கள். ஆனால் அம்மாதிரியான அனுபவம் பெறாமலேயே ஒருவர் அந்த குகையில் நடந்திருக்கலாம், திராட்சைப் பழங்களை அனுபவித்திருக்கலாம். இந்தச் சுவையில்லாத செயல்பாடுகளை மகிழ்ச்சியான அனுபவமாக மாற்றுவதற்கு நுட்பம் எவ்வளவு அவசியமோ, ஒரு குரு இருத்தலும் அதே அளவு அவசியம். மக்களின் வாழ்வை அடியோடு மாற்றிப் போட்ட அம்மாதிரியான செயல்பாடுகள் இன்னும் எவ்வளவோ நடைபெற்றன.

யுஎஸ்-இல் உயர்நிலைப் பயிற்சிகள் சாதாரணமாக 'சம்மர் கேம்ப்' நடக்கும் அதிக வசதியில்லாத இடங்களில் தான் நடைபெற்றன. (கேம்ப் வைட்டியர், கேம்ப் யுனிவர்ஸ்). இவற்றில் மிகவும் அடிப்படையான அடுக்குப் படுக்கைகளும் (BunkBed), பொதுக்குளியல், பொதுக்கழிப்பறைகளும் மட்டுமே இருந்தன.

எங்களைப் பொறுத்தவரை, ‘வசதி’ என்றால் அது, குருதேவுடன் எவ்வளவு அதிக நேரம் செலவழிக்கிறோம் என்பதேயாகும். ஒரு சமயம் வசதி நிறைந்த சொகுசு ஹோட்டல் ஒன்றில் அவருடைய சொற்பொழிவிற்கு ஏற்பாடு செய்திருந்தார்கள். அப்போது நாங்களும் அவருடன் இருந்தோம். அந்த அனுபவமும் எந்தவிதத்திலும் வித்தியாசமானதாக இல்லை. காம்ப் வைட்டியரில் அடுக்குப் படுக்கையாக இருந்தாலும் சரி, சொகுசு ஹோட்டல் அறையாக இருந்தாலும் சரி, இரண்டிலும் அவர் ஒரே மாதிரியாகவே இருந்தார்.

ஒரு முறை, வடக்கு ஜெர்மனியில் டிம்மெண்டர்ஃபோர் ஸ்ட்ராண்டில் நடத்திய உயர்நிலைப் பயிற்சியின் போது குருதேவ் எங்களால் முடிந்த அளவு நட்சத்திரங்களைப் பார்க்கும்படி கூறினார். நான் கஷ்டப்பட்டுத் தேடி ஒரே ஒரு நட்சத்திரத்தைக் கண்டுபிடித்தேன். ஆனால், ஒரு சிறிய தியானத்திற்கு பிறகு, நான் கண்களைத் திறந்த போது வானம் முழுவதும் நட்சத்திரங்களைப் பார்த்தேன். அந்த நட்சத்திரங்கள் அங்கு முன்பு இல்லாமல் இல்லை, ஆனால் நம்முடைய பார்வை இப்போது தான் துலங்கியிருக்கிறது. இன்னும் தெளிவாக ஆகியிருக்கிறது. வாழ்க்கை நமக்குப் பல விஷயங்களைத் தருகிறது, ஆனால் நம்மிடையே தெளிவான பார்வை இருந்தால் மட்டுமே அதை நம்மால் உணர முடியும். அந்த நிகழ்ச்சியின் முடிவில் இருந்த மௌனமான நேரத்தில், குருதேவ், அப்போதைய பிளவுண்டிருந்த ஜெர்மனியைப் பற்றிக் குறிப்பிடுகையில், ‘உங்களுடைய மௌனமும் தியானமும் தான் உங்கள் இடையில் இருக்கும் சுவற்றைக் கீழே கொண்டு வரும்,’ என்று கூறினார். அந்தக் குழுவில் உறுப்பினராக இருந்த கிரண், அந்த எண்ணத்தினால் மிகவும் ஈர்க்கப்பட்ட போதும், இது மிகவும் இயலாத ஒன்றாகத் தோன்றியதாகப் பின்னாளில் பகிர்ந்து கொண்டார். அவரும் அவரைப் போல அந்த நிகழ்ச்சியில் பங்குபெற்ற பலரும், பிளவுபட்ட ஜெர்மனியில் வளர்ந்தவர்கள், அவர்களிடம் யாராவது அந்த சுவர் மறைந்து போகும் என்று சொல்லியிருந்தால் அது நனவாக முடியாத கனவாகத்தான் தோன்றியிருக்கும். ஆனால் ஒரே வருடத்திற்குள் பிளவை ஏற்படுத்திய சுவர் நொறுங்கி விழுந்ததையும் இணைப்பை நோக்கி ஜெர்மனி நகர்வதையும் அவர்கள் பார்த்தார்கள்.

இவ்வாறு அந்த உயர்நிலைப் பயிற்சியானது, பல்வேறு சுவர்களையும் தடைகளையும் உடைத்தெறிந்திருக்கின்றது. குறிப்பாக வெவ்வேறு மக்களிடையே, மதங்களுக்கிடையே, மற்றும் நாடுகளுக்கிடையே இருந்த பிளவுகள் தகர்ந்து போயிருக்கின்றன. பல்வேறு அடையாளங்கள் மற்றும் சின்னங்கள் நம் மேல் படிந்திருந்தாலும், நாம் எல்லோரும் மனிதர்கள்

என்பது தான் நமக்குள்ள மிகப் பெரிய அடையாளமாகும். ஆன்மீகம் அந்த மனிதர்களைத்தான் இணைக்கிறது, பல்வேறு வித்தியாசங்களைக் கரைக்கின்றது. தமக்குள் அரசியல் வேறுபாடு கொண்டிருந்த இஸ்ரேல் மற்றும் பாலஸ்தீன், இந்தியா மற்றும் பாகிஸ்தான், அர்மீனியா மற்றும் அஜர்பைஜான் மக்கள், ஒற்றுமை வேண்டித் தங்கள் கைகளை இணைத்துக் கொண்டாடியதை நான் பார்த்திருக்கிறேன். போர்களினாலும் வன்முறையினாலும் ஏற்பட்ட வலிகளை அனுபவித்தவர்கள் இந்த நிகழ்ச்சியின் மூலமாகத் தங்கள் வாழ்க்கையின் புதிய அத்தியாதத்தைத் துவக்கினார்கள். அம்மாதிரியான ஒரு சம்பவம் ரிஷிகேஷில் நடந்த உயர்நிலைப் பயிற்சியில் நடந்தது. மாவோயிஸ்ட் வன்முறையால் பாதிக்கப்பட்ட பீகார் மாநிலத்தின் பகுதிகளில் அமைதி திரும்பிட முழு மூச்சாக உழைத்தார் குருதேவ். அந்தப் பகுதிக்கு சஞ்சய் குமார் என்ற உற்சாகமிக்க வாழும் கலையின் இளம் ஆசிரியர் அனுப்பப்பட்டார். அவரால் சண்டையிடும் இரண்டு முக்கியப் பிரிவுகளுக்கு இடையே பேச்சு வார்த்தை துவங்கியதோடு, மிக வேகமாகப் பல்வேறு நிவாரண நிகழ்ச்சிகளையும் மேற்கொண்டார். அப் பிரிவுகளின் தலைவர்களை ரிஷிகேஷூக்கு வரும்படி குருதேவ் அழைக்கச் சொன்னார். சாதாரணமாக, அம்மாதிரி பிரிவுகளைச் சேர்ந்தவர்கள் தங்கள் மறைவிடத்திலிருந்து வெளியே வரவோ, அல்லது தம் எதிர்பிரிவினரோடு நேருக்கு நேர் பேசவோ முன்வர மாட்டார்கள். ஆனால், குருதேவின் ஆலோசனைக்கு மதிப்புக் கொடுத்து, அவர்கள் ரிஷிகேஷுக்கு வருவதென்ற தைரியமான முடிவை எடுத்தார்கள். அதில் ஒரு ரகசியம் இருந்தது - ஒரு பிரிவு வரப்போவது, இன்னொரு பிரிவுக்குத் தெரியாது. எதிர்பார்த்தது போல், இருவரும் ரயில்வே நிலையத்தில் சந்திக்க நேர்ந்த போது நேருக்கு நேர் மோதினார்கள். நல்லவேளையாக சஞ்சய் குறுக்கே புகுந்ததால் நிலைமை சமாளிக்கப்பட்டது. இல்லாவிட்டால் இரண்டு பிரிவினரும், கோபத்தின் உச்சியில் இருந்தவர்கள், அங்கே இரத்த ஆறை ஓட விடாவிட்டாலும் வேறு ஏதாவது பெரிய பிரச்சினையை ஏற்படுத்தியிருப்பார்கள். ஆனால், எப்படியோ அவர்களை பேசிச் சம்மதிக்க வைத்து ரிஷிகேஷூக்குப் பயணம் செய்ய வைத்தார்கள். அவர்கள் ரிஷிகேஷ் வந்து சேர்ந்தவுடன், குருதேவ் அவர்களிடம் எப்படியோ பேசி, அவர்களுக்குத் தியானம் செய்யும் கலையைச் சொல்லிக் கொடுத்தார். ஆரம்ப நாட்களில், அவர்கள் நிகழ்ச்சி களுக்குக் கையில் ஆயுதங்களோடு வந்தனர். ஆனால் மூன்று நாட்களுக்குள் அவர்கள் மனம் இளகியது. மகிழ்ச்சியுடன் நிகழ்ச்சியில் கலந்து கொண்டதோடு ஒன்றாகக் கலந்து பாட ஆரம்பித்தார்கள். நிகழ்ச்சியின் கடைசி நாளன்று, குருதேவ் இரண்டு தலைவர்களுக்கும் மாலை அணிவித்தார், அவர்கள்

இருவரும் ஒருவரையொருவர் தழுவிக் கொண்டு, வன்முறைக்கு முற்றுப்புள்ளி வைப்பதாக சத்தியம் செய்தனர். பல ஆண்டுப் பகைமைக்கு முற்றுப்புள்ளி வைத்து, அந்தப் பகுதியில் அமைதி மற்றும் மகிழ்ச்சியை மீண்டும் கொண்டுவந்த சரித்திர நிகழ்வு அது. இந்தப் புதிதாகக் கண்டெடுத்த அமைதியை மேலும் முன்னேற்ற குருதேவ் அவர்களிடம் சத்சங்கங்களுக்கு ஏற்பாடு செய்தார். சமபந்தி போஜனங்களும் ('ப்ரீதி போஜ்') நிகழச் செய்தார்.

அதுபோன்றதொரு சம்பவம், இம்முறை பிரான்ஸில் ஒரு கிராமத்தில் நிகழ்ந்தது. குருதேவ் அங்கு வந்த போது மிகவும் உற்சாகத்துடன் வரவேற்கப்பட்டார். அந்தக் கிராமம் பாரீஸ் நகருக்கு வெளியே கோட்டைகளால் சூழப்பட்டிருந்தது. அந்த இடம் மிகவும் காட்சிக்கினியதாக இருந்தாலும், அதனுடைய சூழலில் சோகம் இழைந்திருப்பதாகப் புலப்பட்டது. காரணம் அங்கு முன்னர் நடந்திருந்த வன்முறை தான் என்று குருதேவ் கூறினார். அந்த நிகழ்ச்சியின் கடைசி மதியத்தன்று அவர் இவ்வாறு கூறினார்:

> உங்களின் தியானங்களும், மந்திரங்களும் கிரியாவும் இந்தப் பகுதி முழுவதற்கும் பயனுள்ளதாக அமைந்தது. இந்த இடத்தின் சோகச்சூழலை நீங்கள் நீக்கி விட்டீர்கள். அமைதி இங்கே வந்துவிட்டது. அணுகுண்டு வெடிக்கும் போது கிளம்பும் கதிர்வீச்சின் பாதிப்பு நீண்டகாலம் வரை இருக்கும். வன்முறை, கோபம், பொறாமை, போரினால் ஏற்படும் எதிர்மறையான பலன்களும் குற்றச்செயல்களும் - போன்றவையும் அதேபோல் அந்த இடத்தையே கதிர்வீச்சால் நிரப்பிவிடும். அந்தப் பாதிப்புகளை அகற்றிட நாம் தியானம் மற்றும் கிரியாவை பலமுறை செய்ய வேண்டியிருக்கும். அதனால் தான், இந்நிகழ்வு மிகவும் குறுகியதாக இருந்தாலும், இந்த கிராமத்திற்குப் பல வகைகளில் நன்மைகள் செய்ய முடிந்தது. இது மக்களின் துயரங்களைக் குறைத்து, அவர்களின் நலனை மேம்படுத்தும். இந்த நிகழ்ச்சியில் பங்கேற்றதன் வாயிலாக நீங்கள் மிகப் பெரிய சேவையைச் செய்திருக்கிறீர்கள் என்பதைப் புரிந்து கொள்ள வேண்டும். அதுதான் உண்மையும் கூட.'

பாரீஸில் இன்னுமொரு சத்சங் நடந்தது. அதில் குருதேவ் அனைவருக்கும் சிவனைப் பற்றிய புதிய பாடலொன்றைக் கற்றுக் கொடுத்த போது, அந்த அறையில் நிலவிய ஆற்றல் மேலும் பல படிகள் உயர்ந்ததைக் காண முடிந்தது. அந்தப் பாடலைப் பாடுவதென்பது இமயமலைக்கு மேல் மிதந்து கொண்டே

சிவனை அழைப்பது போல் தோன்றும். அந்தப் பாடலின் இனிமை பல நாடுகளைக் கடந்து குருதேவ் வட அமெரிக்காவில் பயணம் மேற்கொண்ட போது அங்கும் ஒலித்தது. குருதேவ் பயணம் செய்து கொண்டேயிருந்தார். என்றும் மாறாத சத்தியத்தை அவர்கள் உணரச் செய்தார். 1990ஆம் ஏப்ரலில் யேல் பல்கலைக்கழகத்தின் பெர்க்லி டிவினிட்டி ஸ்கூலில் ஆன்மீகச் சொற்பொழிவுக்கு அழைக்கப்பட்ட போது, அவர் இந்தியாவின் பொக்கிஷமாக அறிமுகப்படுத்தப்பட்டார். குருமார்களுக்கான அந்தக் கூட்டம், அரங்கம் நிரம்பியதால் கூடுதலான வீடியோ மானிட்டர்கள் வைக்கப்பட்டு வெளியில் இருந்தவர்களும் நிகழ்ச்சியைப் பார்க்க வகை செய்யப்பட்டது. அந்தக் குழுவில், சென்டரிங் பிரேயர் (Centering Prayer)என்ற பிரபலமான கிறிஸ்துவ தியான முறையை அறிமுகம் செய்த அபோட் தாமஸ் கீட்டிங்கும் (Abbot Thomas Keating) இருந்தார். ஆன்மீகப் பயணம் என்றால் என்ன என்ற கலந்துரையாடல்,அன்று மாலை நிகழ்ந்த ரசிக்கத்தகுந்த நிகழ்வாக அமைந்தது. அது எங்கிருந்து துவங்குகிறது? பதில் சொல்லும் விதமாகத் தான் அந்த இடத்திலேயே எழுதிய கவிதையை அனைவருடனும் பகிர்ந்து கொண்டார் குருதேவ்.

ஓர் அங்குலம்கூட அசையாதே!
பிரயாணம் துவங்கிவிட்டது
நகர்ந்தால் ஒளிஆண்டுகளில் எங்கோயிருப்பாய்!
கிழக்குமில்லை, மேற்குமில்லை, தெற்குமில்லை, வடக்குமில்லை.

ஓர் அங்குலம்கூட அசையாதே!

பூமிக்கும், வானதிற்குமிடையே
உன் இலக்கு உன்னில் உதயமாகப்போகிறது!
ஓர் அங்குலம்கூட அசையாதே!
புழுக்கள் புத்தகங்களினூடே ஊர்கின்றன.
பறவைகள் அவன் பாடலை பாடுகின்றன
ஓர் அங்குலம்கூட அசையாதே!

தர்க்க நீதியின் வெளிக்கூடம்
அவன் இருத்தலின் புகை கொண்டு நிறம்பட்டும்
ஓர் அங்குலம்கூட அசையாதே!
கூரை திறந்துள்ளது, பலகோடி நஷத்திரங்களும்,
சூரியனும், சந்திரனும் உன்னைச் சுற்றி நகர்கின்றன
ஓர் அங்குலம்கூட அசையாதே!

ஓர் அங்குலம்கூட அசையாதே!
அன்பின் அலைகள்
உன் இதயத்தில் எழும்பட்டும்
உன் வாழ்க்கை பரவசமாகட்டும். நான்தான் பாதை,
நானே இலக்கு, நானே தேடுபவன்
ஓர் அங்குலம்கூட அசையாதே!!

யார் நகரக் கூடாது. நகராமல் இருக்க வேண்டியது உடலா! மனமா! இதைப்பற்றி யோசித்தபடியே தியானத்தில் மூழ்கும்போது இதுவா, அதுவா என்ற இரட்டை நிலையைக் கடந்த, ஏதோ ஒரு தரிசனம் கணப்பொழுது கிடைக்கிறது.

11

முணுமுணுக்கும் ஆனந்தம்

என் எதிரில் அமைதியான கடல் இருக்கிறது. அதில் சில படகுகள் பல்வேறு திசைகளில் விரைந்து கொண்டிருக்கின்றன. படகில் இருப்பவர்களுக்கும் பார்வையாளர்களுக்கும் அது மகிழ்ச்சியூட்டுகிறது. உண்மையில் நமது வாழ்க்கையில் வரும் பல எண்ணங்கள் அப்படித்தான் - வெறும் மகிழ்ச்சியூட்டுவதை மட்டுமே கொண்டவை. ஆனால், என்னையும் என்னைச் சுற்றியுள்ள அனைத்தையும், படைத்த தெய்வீகத்தின்பால் நான் மிக அதிக அளவில் அன்பு செலுத்துகிறேன். ஏனெனில், இலக்கில்லாமல் அலைய வேண்டிய அவசியமின்றி, குருவின் அருகிலேயே இருக்கும் பாக்கியம் எனக்குக் கிடைத்திருக்கறது.

குருதேவை சந்திக்க வரும் அனைவரும் நன்றியுள்ளவர்களாக இருப்பதோடு, அவருடைய ஞானத்தை பரப்ப என்ன செய்ய வேண்டும் என்றும் அவரிடம் கேட்கும் போது, 'ஞானத்தைப் பரப்பி இந்த மகிழ்ச்சியைப் பகிர்ந்து கொள்ளுங்கள். அடுத்தவர்களின் வாழ்விலும் ஒளியைக் கொண்டு வாருங்கள்,' என்று கூறுவது வழக்கம். ஆனால் அவர் போல அதே ஆற்றலுடன் மற்றவர்களால் அவருடைய செய்தியைப் பரப்ப முடியுமா? அவர், 'நீங்கள் இந்த பாதையில் நடக்கிறீர்கள், சரி. உங்களோடு இன்னும் சில கரங்களையும் சேர்த்துக் கொண்டு நடக்கும்படி சொல்கிறேன். அப்படிச் செய்தால், (உங்களுக்கான) இலக்கை நோக்கி உங்களை எடுத்துச் செல்ல நான் தயார்,' என்று கூறியுள்ளார். உதாரணத்திற்கு அவர், ஆசிரியர்களுக்கான பயிற்சி நிகழ்ச்சியை (Teachers training program TTP) வடிவமைத்துள்ளார். ஆசிரியர்களாக விரும்புபவர்களுக்குத் தீவிரமான பயிற்சிகளை நடத்துவதோடு, பயிற்சி காலத்திற்குப் பிறகும் பயிற்சி சாதாரண முறையில் தொடர்ந்து கொண்டேயிருக்கும். குருதேவ் பல கொள்கைகளை முதலில் தனதாக்கிக் கொண்டு பின், அவற்றை மற்றவர்களுக்கு

உதாரணங்களுடன் புரியும் விதத்தில் விளக்குவார். ஒருமுறை அடுத்த நிகழ்ச்சிக்காக அவர் ஹூப்ளி (கர்நாடகா) செல்ல வேண்டியிருந்தது. காலையில், அவர் தான் முதல் நாள் இரவு தங்கியிருந்த அறையைச் சுத்தம் செய்து கொண்டிருந்தார். அதைச் செய்ய வேண்டாம் என்று தடுத்தவர்களிடம் குருதேவ் சொன்னார்: 'நாம் பார்க்கும் போது இருந்ததைவிடச் சிறந்த இடமாக விட்டுச் செல்ல வேண்டும்.'

பாரத் ஷிரூர் என்பவர், இப்போது சுவாமி பிரம்மதேஜ் என்ற பெயரில் வாழும் கலையில் இருபது ஆண்டு ஆசிரிய அனுபவம் பெற்றவர், குருதேவிடம் ஒருமுறை சொன்னார்: 'நீங்கள் அவ்வப்பொழுது என்னைக் கண்டிக்க வேண்டும். அப்போது தான் என் வேலையில் நான் ஒழுங்காக இருக்கிறேனா என்று உறுதி கொள்ள முடியும்.' நெற்றியில் சந்தனம் இட்டுக் கொள்வதற்காகக் கண்ணாடி பார்த்துக் கொண்டிருந்த குருதேவ் அவர் பக்கம் திரும்பிக் கேட்டார்: 'நீங்கள் என் குணத்தை மாற்ற விரும்புகிறீர்களா? ஏன், நீங்கள் மாறுங்களேன்! அடுத்தவர்களை கண்டிப்பது என்னுடைய குணமல்ல, சரியா?' பரத் உடனடியாகத் தன்னுடைய பொறுப்புக்களைத் தான் தான் உணர்ந்து செயலாற்ற வேண்டும் என்பதை உணர்ந்து கொண்டார்.

எனக்கென்று குடும்பப் பொறுப்புக்கள் இருந்ததால், நான் விரும்பிய அளவிற்கு என்னால் ஆசிரமத்திற்கு நேரம் செலவிட முடியவில்லை. ஒரு நாள், இதைப்பற்றி நினைத்துக் கொண்டே குருதேவின் அறைக்குள் சென்ற போது, நான் எதுவும் சொல்வதற்கு முன்பாகவே அவர் என்னைப் பார்த்து, 'புகார் சொல்லவும் வேண்டாம், சமாளிப்புகளும் வேண்டாம்,' என்றார். அவருடைய வார்த்தைகள் அன்றிலிருந்து வாழ்க்கையைப் பற்றிய என்னுடைய நோக்கத்தை வடிவமைத்துக் கொள்ள உதவியாக இருந்தது. வாழும் கலையின் ஆசிரியராக இருப்பதென்பது சில மணி நேரம் மட்டுமே ஒரு குறிப்பிட்ட பணியைச் செய்வதல்ல, மாறாக, சொல்லித்தரும் விஷயங்களைத் தன்னுடைய வாழ்க்கையில் பயன்படுத்த வேண்டும் என்பதுமாகும்.

என்னுடைய குழந்தைகளில் இறைவனைக் காண குருதேவ் கற்றுக் கொடுத்தார். அவர்களுக்கு உணவு அளிப்பது இறைவனுக்கு உணவு அளிப்பது போலாகும், அவர்களுடன் விளையாடுவது இறைவனிடம் விளையாடுபவதைப் போலாகும், அவர்களை வளர்ப்பது ஆனந்த யோகமே அன்றிச் சோர்வான சுமையல்ல என்று எனக்குப் புரிந்தது. மக்களிடம் சிறந்த குணங்களை மட்டும் பார்க்கச் சொல்லி அதை மேலும் பராமரிக்கவும் அவர் தான் கற்றுக் கொடுத்தார். அவர் யாரையும் குற்ற உணர்வில் தவிக்கவிட

மாட்டார். ஒருவர் தெரியாமல் தன் நாக்கைத் தானாகவே கடித்துக் கொண்டால் அதற்குப் பற்களைக் காரணமாக சொல்லக்கூடாது. காரணம் பற்கள் நம் உடலின் பிரிக்க முடியாத ஓர் அங்கமாகும். அதேபோல், ஆசிரியர்கள் குருதேவின் வாழ்வில் ஒரு பாகமாவர். இதை அறியவில்லையெனில் குருதேவிடமிருந்து அவர்கள் தொடர்பற்றுப் போவதாகத் தோன்றக்கூடும்.

குருவின் ஆசனத்திற்கு 'வியாசபீடம்,' என்று பெயர். எந்த வினாடி ஒருவர் அந்த இருக்கையில் அமர்கிறாரோ, அவருக்கும் தெய்வீகத்திற்கும், தொடர்பு ஏற்பட்டு விடுகிறது. அவரிடமிருந்து அறிவு பிரவாகம் எடுத்து ஓடுகிறது, அதோடு அவர் பேசும் போதோ அல்லது கேட்கும் போதோ, உபயோகப்படுத்தப்படும் வார்த்தைகள், தீர்வுகள் மற்றும் பதில்கள் தானாக வந்து விழுகின்றன. ஒருமுறை, உயர்நிலைப் பயிற்சியின் போது ஒரு பங்கேற்பாளர் குருதேவிடம் ஒரு கேள்வியைக் கேட்டார். பிறகு அவசரமாக இதையும் சேர்த்துக் கொண்டார்: 'தயவு செய்து என் கேள்வியைப் பற்றி நன்கு யோசித்து அதற்குப் பின்பே பதிலளியுங்கள்.' குருதேவ் சொன்னார்: 'நான் பேசுவதற்கு முன்னால் யோசிப்பதேயில்லை. அந்த வினாடியில் என்னுடைய பிரக்ஞை என்ன பேச வேண்டும் என்று விரும்புகிறதோ அதையே நான் சொல்கிறேன்.' வாழ்நாள் முழுவதும் அனைவரும் யோசித்த பின்பே பேசு என்று சொல்லும் போது இங்கே இவர் 'பேசுவதற்கு முன்னால் யோசிப்பதேயில்லை,' என்கிறார். இருந்தாலும், அவருடைய பதில்கள் பிரச்சினைகளுக்கு மிகச் சரியான தீர்வாக இருக்கும். இந்த நிகழ்வைப் பார்க்கும் போது, அவரிடம் பேரண்டத்தின் நுண்ணறிவு இருப்பது வெளிப்படையாகத் தெரியும். அதோடு, அவர் தாராள மனத்துடன் தன்னுடைய எல்லா அனுபவங்களையும் ஒவ்வொரு வாழும் கலை ஆசிரியரிடமும் பகிர்ந்து கொள்வார். 'குரு என்பவர் உடல் அல்ல, அவர் ஒரு தத்துவம்- ஒரு கொள்கை, ஒரு சக்தி - சுயத்தைப் போல் அனைத்து இடங்களிலும் இருக்கும் சக்தி,' என்று குருதேவ் அடிக்கடி சொல்வார். குருவை மதிப்பதென்பது, தன்னைத்தானே மதிப்பது போன்றதாகும்.

1980களின் பின்பாதியில், குர்ஷித்பட்லிவாலா மற்றும் ராஜேஷ் கிருஷ்ணமூர்த்தி என்ற இரண்டு கல்லூரி மாணவர்களை தியானத்தில் ஈடுபடுத்தும்படி குருதேவ் எனக்குக் கட்டளையிட்டார். அவர்கள் தான் என்னுடைய முதல் மாணவர்கள். ஒருமுறை அவர்களுக்கு மந்திரம் கிடைத்தவுடன், அவர்கள் தியானம் செய்ய ஆரம்பித்ததோடு சீக்கிரமே பரவச நிலையை அடைந்தார்கள். பல நிமிடங்கள் சென்ற பின்பும், அவர்கள் அதே ஆழமான தியான நிலையிலேயே தொடர்ந்து இருந்தார்கள். தாங்களாகவே கண்களைத்

திறப்பார்கள் என்று காத்திருந்தேன், ஆனால் நடக்கவில்லை. நாற்பத்தைந்து நிமிடங்கள் சென்றபிறகு நான் மெள்ள 'ஜெய் குருதேவ்,' என்று முணுமுணுத்தேன், இதைக் கேட்டாவது தங்கள் சூழலைப்பற்றி அறிந்து தங்கள் தியான நிலையிலிருந்து விழிப்புணர்வு பெறுவார்கள் என்று நினைத்தேன். மெதுவாக, அவர்கள் தங்கள் கண்களைத் திறந்தனர். நேரம் போனதே தங்களுக்குத் தெரியவில்லை என்று கூறினார்கள். குருமந்திரம் ஒருவரை அவருடைய உணர்வின் ஆழ்நிலைக்கு இட்டுச்சென்று தொடர்பை ஏற்படுத்துகிறது. இணையத்தில் இந்நாளில் பல்வேறு மந்திரங்களும் தியான முறைகளும் கிடைக்கின்றன. அவற்றால் பயனில்லை. எரியும் விளக்கினால் தான் இன்னொரு விளக்கை ஏற்ற முடியும். ஆன்மீகத்தில் தேர்ச்சி பெற்ற குருவினால் மட்டுமே ஒருவருடைய வாழ்க்கையில் மாற்றங்களைக் கொண்டுவர இயலும். அதனால்தான், முன்பெல்லாம் குரு இல்லாத நபரை 'அநாதை' அதாவது கடவுள் இல்லாதவன், குரு இல்லாதவன், அல்லது உதவிக்கு யாருமில்லாதவன் என்று அழைத்தனர்.

உலகெங்கிலும் ஆயிரக்கணக்கானோருக்கு தியானக்கலையைச் சொல்லித்தரும் பாக்கியம் எனக்குக் கிட்டியிருக்கிறது. தியான அனுபவத்தை அடைந்தபின், அவர்கள் தம் கண்களைத் திறக்கும் போது, அவர்கள் முகத்தில் ஒரு மென்மையான புன்னகை, நன்றி கலந்த கண்ணீர், அதைவிட, தாங்கள் மிக ஆழமாக ஏதோ ஒன்றை அனுபவித்துவிட்டோம் என்ற உணர்வு, அவர்களுக்கு இருக்கும். அதைப் பார்ப்பதே எனக்கு மிகப்பெரிய திருப்தியைக் கொடுத்தது. ஒருமுறை, ஒருவர் அந்த உணர்வினால் மிக அதிகமாக உந்தப்பட்டு, நன்றியுடன் கண்ணீர்மல்க குருதேவிடம், 'நீங்கள் என்னை வாழ்க்கையின் வெயிலில் இருந்தும் மழையிலிருந்தும் காக்கும் கூரையாவீர்கள்,' என்று கூறினார். குருதேவ் அதற்கு, 'நான் கூரையல்ல, ஒரு குடை. நீங்கள் எங்கு சென்றாலும் உங்களுடன் வருவேன்!' என்று கூறினார்.

ஒரு முறை கலிஃபோர்னியாவிலுள்ள, ஆப்பிள் வேலியில் குருதேவுடன் இருந்தேன். அன்று நிகழ்த்தவிருந்த சொற்பொழிவை முன்னிட்டு அவர் சீக்கிரமே கிளம்பிச் சென்றுவிட்டார். அதற்குப் பிறகு, எங்களை அங்கு வரவழைத்து உபசரித்த நிர்மலா என்ற பெண்மணியுடன் நான் காரில் செல்வதாக இருந்தது. ஐந்து மாத கர்ப்பிணியான நிர்மலா, மெதுவாகவும் ஜாக்கிரதையாகவும் காரை ஓட்டினார். இரவு நெருங்கிக் கொண்டிருந்ததால் காரைச் சற்று வேகமாகச் செலுத்தலாமே என்று நினைத்தோம். அப்போது சாலையில் இருந்த வழிகாட்டும் பலகை காட்டிய வலது திசையில் காரைத் திருப்பிய போது கீழே வாய்க்காலைக் கொண்டிருந்த ஒரு பாலமாக இருந்தது. நிர்மலா தன் முழுபலத்துடன் பிரேக்கை

அழுத்தினார். கார் சப்தத்துடன் நின்றது, அதன் முன்பக்க டயர்கள் தரையிலிருந்து மேலேயும் அதன் அடிப்பாகம் பாலத்திலும் சிக்கிக் கொண்டது. எங்களில் யாருக்கும் அடிபடவில்லை என்ற நன்றியுணர்வோடு வண்டியிலிருந்து இறங்கினோம். ஆனால் அந்த சம்பவத்தினால் நாங்கள் ஆடிப்போய் விட்டோம். சீக்கிரமே உதவி வந்தது, நாங்கள் பத்திரமாகப் போய்ச் சேர்ந்தோம். எப்படியோ, அந்த வழிகாட்டிப் பலகை நகர்ந்திருந்ததால் இடதுபக்கம் காட்ட வேண்டிய பலகை வலதுபக்கம் காட்டியுள்ளது. மக்கள் எங்களுக்காகக் கவலையுடன் இருந்தார்கள், ஏதோ அசம்பாவிதம் நடக்கப்போவதை அறிந்திருந்தாற் போல் தோன்றியது. குருதேவ் என்னைப்பற்றித் தொடர்ந்து கேட்டுக் கொண்டே இருந்ததாக அவர்கள் சொன்னார்கள். 'பானு எங்கே? அவர்கள் எங்கே வந்திருக்கிறார்கள்?' ஒரு கட்டத்தில் அவர் தன்னுடைய இடத்திலிருந்து எழுந்து நின்று, 'பானுவிற்கு ஏதாவது ஆகிவிட்டது என்றால் நான் கற்பிப்பதை நிறுத்திவிடுவேன்,' என்று கூறியிருக்கிறார். நான் குருதேவிடம் சென்று அந்த விபத்தைப்பற்றிச் சொல்லி இப்போது எல்லாம் சரியாகிவிட்டது என்று கூறினேன். அந்த வழியே மறுநாள் காலை நாங்கள் சென்ற போது, அந்தப் பாலத்திற்குச் சற்று தூரத்தில் ஓர் ஆழமான பள்ளம் இருந்தது. அந்தப் பாலம் மட்டும் இல்லாதிருந்தால், அந்த விபத்து மரணத்தில் தான் முடிந்திருக்கும்.

இன்னொரு சம்பவத்தில், மார்சி என்ற கனடா அன்பர், குருதேவிற்காக பனிகொட்டும் வடதுருவ வானிலைக்குப் புகழ் பெற்ற இகாலிட் (Iqualit) என்ற நகரில் ஒரு நிகழ்ச்சிக்கு ஏற்பாடு செய்திருந்தார். அவர் ஐந்து பேருடன் ஒரு தனி விமானத்தில் சென்றார். அங்கு அவரை எஸ்கிமோ மக்களின் தலைவர் வரவேற்று, 'எங்களுடைய மக்கள் உங்களுக்காகப் பல்லாயிரம் ஆண்டுகளாகக் காத்திருக்கின்றனர்,' என்று கூறினார். அவர் தங்களுடைய பாரம்பரியத்தையும் மதிப்பீடுகளையும் காப்பாற்றுவதற்கு குருதேவின் உதவியை நாடினார். அங்குள்ள மக்களைச் சந்தித்து ஒரு தியான நிகழ்ச்சியை ஏற்பாடு செய்தபின்பு, குருதேவ் அங்கிருந்து உடனடியாகக் கிளம்பினார், ஆனால், உள்ளூர் மக்கள் அவர் இன்னும் சிறிது நேரம் இருக்க வேண்டும் என்று விரும்பினார்கள். கடைசியில், கிளம்ப வேண்டிய நேரம் வந்ததும், பலத்த குளிர்காற்று வீசியதால், அவர்கள் ஒருநாள் கூடுதலாகத் தங்க வேண்டியதாயிற்று. குழு இதற்குத் தயாராக இல்லாததால் அவர்களிடம் தேவையான உணவோ அல்லது சமைப்பதற்கான பொருட்களோ இல்லை. அடுத்தநாள் கிளம்புவதாகத் திட்டம், ஆனால் மறுநாள் அவர்களுடைய விமானம் வானில் பறந்த போது, பனிப்புயலில் சிக்கிக்கொண்டது. விமானியால் எதையுமே

பார்க்க முடியவில்லை. விமானம் எந்த வினாடியும் நொறுங்கி விழலாம் என்றார் அவர். ஆனால் குருதேவ் அந்தக் குழுவினரிடம் '*ஓம் நமச்சிவாய,*' என்ற மந்திரத்தைச் சொல்லச் சொன்னார், அதன் பலனாக வெளியே வீசிக்கொண்டிருந்த சூறைக்காற்றுக்கு மாறாக அவர்கள் மனதில் அமைதி நிலவியது. ஒருவருக்கு ஒன்று குரு இருக்க வேண்டும், அல்லது அவர்கள் மனத்தின் ஆசைகள், வெறுப்புகள் மற்றும் பயங்கள் ஆகியவற்றினால் சூழப்பட்டிருக்க வேண்டும். விமானியையும் அந்த அமைதி தொற்றிக் கொள்ள, அவரும் அந்த வினாடி என்ன வழங்க இருக்கிறதோ அதை ஏற்றுக் கொள்ளத் தயாராகினார். அதன்பிறகு சிறிது நேரத்திற்கெல்லாம், அந்தப் புயலின் நடுவே ஒரு பள்ளம் தெரிந்தது. உடனே விமானி அதில் இறங்கிவிட்டார். அதிசயமாக அந்தப் பள்ளம் விமான நிலையத்தின் ஓடுபாதையின் மேலேயே இருந்ததால் அவர்கள் தரை இறங்க முடிந்தது.

விமான நிலைய அதிகாரிகள் முன் அனுமதி இல்லாமல் தரை இறங்கியதற்காக விமானியிடம் விளக்கம் கேட்டனர். ஆனால் அவர்தனக்கு வேறு வழியே இருக்கவில்லை என்று விளக்கிக் கூறினார். அந்த விமானத்தில் அவர்களுடன் சென்றிருந்த மெர்சி அந்த அனுபவத்தைப் பற்றிக் கூறினார். முன் அனுமதியில்லாமல் தரை இறங்கியது பற்றி முட்டாள்தனமான தகராறு நடந்து கொண்டிருந்த போது, குருதேவ் விமானத்திலிருந்து கீழே இறங்கினார். விமான நிலையத்திலிருந்து அனைத்தையும் சமாளித்துக் கொண்டிருந்த அலுவலர்கள் குருதேவைப் பார்த்தவுடன் ஆச்சரியமடைந்தார்கள், அவருடைய நீண்ட தலைமுடி, தாடி மற்றும் வெள்ளை நிற ஆடையை பார்த்து அவர்கள் 'ஜீஸஸ்!' என்று அதிசயித்தனர். விரைவிலேயே இந்த விவாதம் முற்றுப்பெற்று அவர்கள் பத்திரமான இடத்திற்கு அழைத்துச் செல்லப்பட்டனர். இந்தச் சம்பவம் பற்றிக் குறிப்பிடும் போது, குருதேவ் எங்களிடம் அந்த நேரத்தில் தான், தான் மேற்கொண்டு உயிர் வாழ்வதா வேண்டாமா என்று யோசித்ததாகச் சொன்னார். அவர் ஏற்கனவே தன்னுடைய அறிவைப் பரப்புவதற்காக நிறுவனங்களை நிறுவியிருந்தார். ஆனால் இன்னும் அவரைக் காண்பதற்காக ஏங்கும் முகங்கள் அவர் கண்களுக்கு முன்னால் தெரிந்தன. இந்த உடலை விட்டுப் போக விரும்பினால், அதற்கான வழி வாழ்க்கையின் சில நேரங்களில் வருவதுண்டு என்று குருதேவ் கூறினார். இந்தப் படைப்பை (உடலை), கண்ணில் தெரியாத சில சக்திகள் ஆட்சி செய்கின்றன. அம்மாதிரி நேரங்களில் அவர்களுடைய பங்கு மிக அதிகமாகிறது. 'கண்களை நிமிர்த்திப் பார் - கடவுளின் உலகம் உனக்குச் சில அங்குலம் தான் மேலே இருக்கிறது,' என்பார்

குருதேவ். நமக்கு வெளிப்படுத்தப்பட்ட அகண்டமாகத் தெரிவது, ஒரு பிரம்மாண்டமான பனிப்பாறையின் சிறுமுனை போன்றதே. விஞ்ஞானம் நம்மால் காண முடிந்தவற்றின் மர்மங்களைப் புரிந்துகொள்ள முயற்சிப்பது போல், ஆன்மீகம் நம்மைச் சுற்றியுள்ள படைப்பைப் பற்றிய அறிவை ஆழமாக்கி, தெரியாத உலகிற்குள் நம்மை அழைத்துச் செல்கிறது. இந்தப் பாதையில்லாத பாதையில் நடக்க நமக்கு குருவின் உதவி தேவைப்படுகிறது.

ஒருவர் தன் உடலை விட்டுப் போகத் தயாராகும் போது, இரண்டு முக்கியமான கேள்விகள் எழுகின்றன என்று குருதேவ் சொல்லுவார். 'ஒருவர் எவ்வளவு அன்பு கொடுத்திருக்கிறார்? ஒருவர் எவ்வளவு அறிவைப் பெற்றிருக்கிறார்?' எங்களை தியான ஆசிரியர்களாகப் பயிற்சி கொடுப்பதன் மூலம் எங்களுடைய வாழ்விலேயே ஒரு அடிப்படை மாற்றத்தை உருவாக்கினார். அன்பின் மூலமாகத்தான் அறிவைப் பரப்ப முடியம், அது ஓர் ஆழமான ஞானமாக மாறுகிறது. சிறையில் நடைபெற்ற வாழும் கலை நிகழ்ச்சிகளின் காரணமாகத் தங்களுக்குக் கிடைத்த ஞானத்தினால் மேம்பட்ட வாழ்க்கைத் தரத்தை உணர்ந்த பல கைதிகளை நான் சந்தித்திருக்கிறேன். அதேபோல், மனம் நொந்த விவசாயிகள் புதிய நம்பிக்கையைப் பார்த்திருக்கிறார்கள், தங்கள் பெற்றோர்களின் நம்பிக்கையை ஏமாற்றிவிட்டதாக ஆழமாக வருத்தமடைந்த மாணவர்கள் தங்களுடைய உறவை ஒரு புதிய ஒளியில் பார்த்ததோடு அவர்களுடைய சுயநம்பிக்கையையும் மீண்டும் பெற்றார்கள். சுனாமியினால் அனைத்தையும் இழந்த மீனவர்கள் மூச்சுப்பயிற்சி பெற்ற பிறகு மீண்டும் தண்ணீருக்குள் செல்லும் பலத்தைப் பெற்றார்கள். அதேபோல் பயங்கரமான கனவுகளினால் கண்களை மூடக் கூட முடியாமல் தவித்த காஜாவின் குழந்தைகள் இப்போது நிம்மதியாக உறங்குகிறார்கள். முன்பு புரட்சியாளர்களாக இருந்த காஷ்மீரின் ஆண்கள் இந்த நிகழ்ச்சியில் பங்கேற்ற பிறகு மற்றவர்களின் வேதனையைப் போக்குவதில் முனைப்பாக இருக்கிறார்கள். இளைஞர்களும் யுவதிகளும் தங்கள் வெற்றிக்குக் காரணம் தங்களுடைய சாதனைகளே என்று நினைத்தவர்கள் இப்போது உண்மையான வெற்றி என்பது என்றும் மறையாத புன்னகைதான் என்பதைப் புரிந்து கொண்டார்கள். நம்பிக்கை, வயது, தொழில், படிப்பு இப்படி வாழ்க்கையின் பல்வேறு தளங்களிலிருந்து வந்தவர்கள்- இந்த மாற்றத்தை உணர்ந்ததோடு அவர்களுக்குள்ளிருந்து ஒரு மகிழ்ச்சி ஊற்று பெருக்கெடுத்து ஓடுவதை உணர்ந்தார்கள். அந்த மாதிரி உணர்வை நான் அனுபவிக்கும் போதெல்லாம் கற்பிப்பது என்பது மற்றவர்களிடம் கனிவு காட்டுவது என்று புரிந்து கொண்டேன். மக்கள் குருதேவைப் பார்க்க வரும் போது பழங்கள், இனிப்புகள்

மற்றும் மலர்களைப் பரிசுகளாக எடுத்து வருவார்கள். ஆனால் அவர்களிடம் அவர், 'உங்களுடைய புன்னகை மலர்க்கொத்து போன்றது. அதுதான் எனக்கு உண்மையான பரிசு,' என்பார்.

தன்னுடைய முப்பத்து மூன்றாம் பிறந்தநாளின் போது குருதேவ் பாரீஸிலிருந்தார், அவருக்குப் பலரும் பரிசுகளை வாங்கிவந்தனர். ஒருவரிடமிருந்து நன்றாகக் கட்டப்பட்ட பரிசுப் பொட்டலத்தை வாங்கி அதை அப்படியே மற்றவரிடம் கொடுத்து விடுவார். இது இப்படியே தொடர்ந்தது. 'நீங்கள் உண்மையிலேயே ஏதாவது பரிசு கொடுக்க விரும்பினீர்களானால் ஞானத்தைப் பரப்புங்கள்,' என்று சொல்வார். ஒருமுறை, ஒரு சிறு பையன் தன் பிறந்தநாளன்று குருதேவிடம் வாழ்த்துப் பெற வந்தான். குருதேவ் அவனிடம் சில இனிப்புகளைக் கொடுத்து அனைவரிடமும் பகிர்ந்து கொள்ளச் சொன்னார். அந்தப் பையன் இனிப்புக்களை பகிர்ந்து கொடுத்துவிட்டு இன்னும் அதிகம் கேட்டு வந்தான். குருதேவ் அவனிடம் அதிகம் இனிப்புக் கொடுத்தார், இது இப்படியே தொடர்ந்து கொண்டிருந்தது. இது பல முறைகள் நடந்தன. மேடையில் இருந்த தன்னார்வலர்கள் குருதேவைப் பார்த்து என்ன செய்வது என்று தெரியாமல் விழித்தார்கள். அவர் அவர்களிடம், 'அவன் வரட்டும்,' என்றார். 'அவன் எவ்வளவுக்கெவ்வளவு அடுத்தவர்களிடம் பகிர்ந்து கொள்கிறானோ அதுவரையில் நான் கொடுத்துக் கொண்டே இருப்பேன்,' என்றார்.

இளையவர்கள் வயதானவர்கள் என்று வயது வித்தியாசம் பாராமல் அவரிடம் வந்த அனைத்து நபர்களும் தங்களுக்குள் ஒரு மின்னல் தூண்டப்படுவதை உணர்ந்தார்கள். வாழும் கலை ஆசிரியராக இருப்பதன் நோக்கமும் அர்த்தமும் அவர்களுக்குப் புரிந்தன. ஹரீஷ் ராமச்சந்திரன் என்ற ஓர் இளம் ஆசிரியர், குருதேவ் நூற்றுக்கணக்கான நபர்களிடையே சொன்னதை என்னிடம் கூறினார், 'என்னுடைய உடலின் ஒவ்வொரு உயிரணுக்களும் உங்களுக்காகத்தான்,' என்று குருதேவ் சொன்னாராம். ஆசிரியர்களுக்கான பயிற்சியில் முக்கியமாக நடப்பது என்னவென்றால், எனக்கு இது வேண்டும் என்ற மனநிலையிலிருந்து மேலே சென்று, அடுத்தவர்களுக்காக வாழ்வது என்ற நிலைக்கு மாறுவதுதான். பராகுவே நாட்டைச் சேர்ந்த காஸ்பர் இன்ஸ்ஃப்ரான் என்ற சிறுவன் சுதர்சன் கிரியாவை அனுபவம் செய்த பிறகு போதை மருந்தின் பிடியிலிருந்து விடுபட்டான். அவன் இப்போது அதே மாதிரி பாதிப்பில் இருக்கும் இளைஞர்களுக்குப் பயிற்சி வகுப்பு எடுப்பதன் மூலம் அவர்களை அதிலிருந்து வெளியே கொண்டு வருகிறான். மும்பையிலிருந்து இளம் பெண் ஒருத்தி ஐவரி கோஸ்டில் சண்டையிட்டுக் கொண்டிருந்த இரண்டு பிரிவுகளுக்கு இடையே

இணக்கம் ஏற்படுத்தியிருக்கிறாள். குஜராத்தைச் சேர்ந்த இன்னொரு பெண் மணிப்பூரில் தீவிரவாதிகளைத் தங்கள் ஆயுதங்களைக் கீழே போட வைத்திருக்கிறாள். கேரளாவின் அரசவம்சத்தைச் சேர்ந்த ஒரு பெண் ஸ்ரீலங்காவில் ஆயிரக்கணக்கானவர்களின் வலியைக் குறைத்திருக்கிறாள். இமாச்சல பிரதேசத்தைச் சேர்ந்த ஒரு பெண் பல நாடுகளைச் சேர்ந்த ஆயிரக்கணக்கான நபர்களுக்கு யோகா கற்றுக் கொடுத்திருக்கிறாள்-இம்மாதிரி சராசரி மக்கள் தங்களுக்குள் இருக்கும் ஞானத்தை வெளியே கொண்டு வந்து அசாதாரண வாழ்க்கையை வாழ்கின்றனர்.

ஒருவர் வைரத்தை அணியும் போது, அவர் நடக்கும் விதமே மாறுகிறது. காரணம் விலைமதிப்புள்ள அக் கல் அவரது நடத்தையில் நம்பிக்கையை ஊட்டுகிறது. குருதேவ் சொல்வார், ‘அரசனைப் போல் நடந்துக் கொள்ளுங்கள், சிறந்த வேலைக்காரராக இருங்கள். இந்தத் தெய்வீகத்தில் நீங்கள் ஓர் அங்கமாக இருப்பதோடு விலைமதிப்பற்ற ஞானத்தையும் உங்களுடன் சுமந்து கொண்டிருக்கிறீர்கள். உள்ளுக்குள் நீங்கள் உங்களை அரசனைப் போல் உணர்ந்தாலும், வெளிப்படையாக நீங்கள் மக்களுக்கு வேலைக்காரராகத்தான் இருக்க வேண்டும். அப்போது தான் மனிதகுலத்திற்கு நீங்கள் ஏதாவது சேவை செய்ய முடியும்,’ என்று குருதேவ் கூறுவார். வாழும் கலையின் ஒவ்வொரு ஆசிரியருக்கும் தங்களைச் சுற்றி இருக்கும் மற்றவர்களுக்கு மகிழ்ச்சியையும் சந்தோஷத்தையும் கொண்டு வர, இந்த ஞானம் என்னும் விதையை விதைக்கும் தங்கமான வாய்ப்பு வழங்கப்படுகிறது.

ஒருமுறை, குருபூர்ணிமா தினத்தன்று, குருதேவ் கூறினார், ‘கொடுப்பவன் நமக்குச் சோர்வேயில்லாமல் தந்து கொண்டே இருக்கிறான். அவன் அதற்காக நம்மிடம் எந்த ஒப்புதலையும் எதிர்பார்க்காததோடு, அவைகளை நம்முடைய சொந்த வெற்றிகளாகக் கருத வைக்கிறான். அனந்தம் நமக்கு வாரி வழங்குகிறது. அதை நாம் நல்லவிதமாகப் பயன்படுத்த வேண்டும். நம்முடைய சொந்த இலாபத்திற்காக அல்லாமல், சமுதாயத்தின் இலாபத்திற்காகப் பயன்படுத்த வேண்டும். இந்த உலகிற்கு சேவை செய்வது என்பது இறைவனை வணங்குவதற்கு இணையாகும். நமக்குக் கொடுக்கப்பட்ட ஞானத்தை நாம் பகிர்ந்து கொள்வதன் மூலம் அதை மதித்தால், நம்முடைய வாழ்க்கை மேன்மையடையும்,’ என்பார் குருதேவ்.

இந்த சம்பவம் நான் குருதேவுடன் முதல்முறையாக யு.எஸ். சென்ற போது நிகழ்ந்தது: அவர் மேடையில் இருந்தார். நான் முதல் வரிசையில் அமர்ந்திருந்தேன். அவர் என்னை மேடைக்கு

வரும்படி ஜாடை செய்தார். நான் மேலே சென்றவுடன், அவர் கண்களை மூடிக் கொள்வதற்கு முன்னால் என்னை பாடச் சொன்னார். நான் அதற்கு முன்னால் பொதுமேடைகளில் பாடியது கிடையாது, அவரைப் பார்த்தேன், அவர் கண்கள் மூடியிருந்தன. அதனால் நானும் கண்களை மூடிக் கொண்டு கணேச ஸ்துதியைப் பாடினேன். 'ஒரு சிறு பறவை பாடும் போது, அனந்தத்தின் குரல் அதன் மூலம் பொங்கி வழிகிறது,' என்று குருதேவ் சொன்னார். என்னுள்ளிருந்து இசை வெளியே வரும் போது நானும் அதேபோல் உணர்ந்தேன். நான் மீண்டும் அவரைப் பார்தேன், அவர் கண்களைத் திறந்து என்னைப் பார்த்துப் புன்னகைத்தார். அதிலிருந்து, நான் மேடையில் ஏறிப் பாடும் போது எந்தத் தடங்கலும் எனக்கில்லை.

சந்த கபீர்தாஸின் கவிதை ஒன்று உண்டு. அதில் அவர் ராமனைத் தேடிக் கதறிய போது அவரைக் காண முடியவில்லை. ஆனால் அவர் நான் எங்கிருக்கிறேன் என்று கேட்ட போது, அவர் அனைத்து இடங்களிலும் ராமனைக் கண்டார். அவர் இறைவனைத் தனக்குள் கண்டார். குருதேவ் ஆசிரியர்கள் தன்னுடைய ஆத்மாவின் அங்கம் என்று சொல்வார். குருதேவ் என்னுடைய நல்ல நண்பர், என்னை நானாகவே ஏற்றுக் கொண்டதோடு எங்கெல்லாம் தேவையோ அந்த இடங்களிலெல்லாம் எனக்கு வழிகாட்டியாக இருக்கிறார். என்னுடைய உணர்வுகளையும் எண்ணங்களையும் நான் எந்த ரூபத்தில் வெளிப்படுத்தினாலும் அவர் இருக்கிறார். குருவுக்காக அர்ப்பணிக்கும் பாடல்கள் சிறப்பாக இருக்கும் காரணம் குரு எனக்கு ஒரு கண்ணாடி போன்றவராவார். ஒருவர் எப்படி இருக்கிறாரோ அவரை குரு அப்படியே பிரதிபலிப்பார். அதனால் தான் அவரோடு இருக்கும் போது நமக்கு மனம் அமைதியாகவும் திருப்தியாகவும் இருக்கிறது. அங்கு கருத்து வித்தியாசங்களுக்கோ அல்லது விவாதங்களுக்கோ இடமேயில்லை. மூத்த சகோதரராகக்கூட அவர் என்மீது ஆதிக்கம் செலுத்தியதில்லை, ஆனால் அவர் தான் என்னுடைய மிகப் பெரிய முதலாளி! ஒரு குரு இருப்பதென்பது எவ்வளவு மறைபொருளாக அதே நேரம் பலமுள்ளதாக இருக்குமென்றால் உங்களுடைய அடையாளத்தை குருவின் அடையாளத்திலிருந்து பிரிக்கவே முடியாது.

ஒருமுறை, எங்களுடைய ஆசிரியர்களில் ஒருவர் சத்சங்கில் அனைவரும் குருவின் பேச்சையும் ஞானத்தையும் பாராட்டுவதாகச் சொன்னார். குருதேவ் அவரிடம், 'உங்களுடைய பேச்சு? உங்களுடைய ஞானம்?' என்று கேட்டார். அவர் உடனேயே விஷயத்தைப் புரிந்து கொண்டார். அவர் தான் இறைவனின் கையில் இருக்கும் ஒரு கருவி என்பதை மறந்துவிட்டார். இரண்டு நாட்கள் கழித்து என்னைப் பற்றிச் செய்தித்தாளில் 'சகோதரரின்

நிழலில்,' என்ற தலைப்பில் வந்திருந்தது. என்னைப் பேட்டி கண்ட நிருபர் நான் பகிர்ந்து கொள்ள நினைத்திருந்த செய்திகளை நன்றாகப் புரிந்து கொண்டிருந்தார். இது நடந்து இருபது ஆண்டுகளாகின்றன, அப்போது இம்மாதிரி செய்தித்தாளில் வருவது என்பது பெரிய விஷயமாகக் கருதப்பட்டது. சுவாமி சத்யோஜாதா இதை குருதேவிடம் காண்பித்து அந்தக் கட்டுரையைப் பாராட்டினார். குருதேவ் அதற்கு என்ன பதில் சொன்னார் என்பது என் மனதில் இன்றும் பசுமையாக நினைவிருக்கிறது. ஆகவே நான் குறுக்கே புகுந்து ''குருதேவ், இவையெல்லாமே நீங்கள்தான்!'' என்று சொன்னேன். அவர் உடனே என்னைப் பார்த்து, 'சொந்தமாக்கிக் கொள்.' ''நீ'' எங்கிருந்து வந்தது? எப்போதும் அத்வைதத்தில் (ஒருங்கிணைந்திருப்பது) இரு!' நான் ஒரு வினாடி அயர்ந்து போனேன். ஒரே மாதிரி இரண்டு விஷயங்கள் ஆனால் அவரிடமிருந்து முற்றிலும் மாறுபட்ட பதில்கள். அவர் அடுத்து என்ன சொல்வார் என்பதை உங்களால் யூகிக்கவே முடியாது! குருவை வர்ணிக்கும் குருதேவின் வார்த்தைகள் எனக்கு இப்போது நினைவுக்கு வருகிறது. அவர் சொல்லுவார், 'நீ மந்தமாக இருந்தால், அவர் புத்திசாலியாக இருப்பார். நீ புத்திசாலியாக இருந்தால், அவர் தர்க்கத்திற்கு அப்பாற்பட்டவராக இருப்பார். நீ தர்க்கத்திற்கு அப்பாற்பட்டவராக இருந்தால், அவர் அதிமேதாவியாக இருப்பார். நீ குற்றம் சுமத்துபவளாக இருந்தால், அவர் கடினமானவராக இருப்பார். நீ குறையற்றவளாக இருந்தால், அவர் குறைகளின் பிறப்பிடமாக இருந்திருப்பார்! குருவைக் கொண்டிருப்பதென்பது அனைத்துவிதமான பிரச்சினைகளையும் அழைப்பது போல் தான்! உனக்கு ஒரு குரு வேண்டும் என்று நினைக்கிறாயா?'

12

அன்பு என்பது ஓர் உணர்ச்சியல்ல

என் இதயம் அலைஅலையாக எழும்பி
உன் பாதங்களில் வந்து
மோதித் தவழுகின்றது நித்யமாய்.
ஓ அன்பே!
உனது இருப்பைக் கொண்டவே
இப்படைப்பு வேறெதற்குமில்லை!!

நான் உன்னைக் காண்கின்றேன்!
இலைகளிலும், இதழ்களிலும், தண்டிலும்,
முட்களிலும், உள்ளே காணாத வேர்களிலும்
இவை அனைத்தும், நீயே, நீ, நீ மட்டுமே,
நீயன்றி வேறேதுமில்லை!!

மரப்பட்டையோ, முள்ளோ, மண்ணில்
புதைந்திருக்கும் வேரோ!

உன் முகத்தில் பிரதிபலிப்பே,
புன்னகைத்து, நடனமாடி, சிரித்துப்பாடியபடியே
இவை அனைத்தும் நீ, நீயே, நீமட்டுமே,
நீயன்றி வேறேதுமில்லை!!

ஆனந்தக் கண்ணீரோ, துக்கக் கண்ணீரோ,
எதிலும் நீ விளையாடி, நீ நடனமாடி
பாடிக் கொண்டேயிருக்கிறாய்!
இவை அனைத்தும் நீ, நீயே, நீ மட்டுமே
நீயன்றி வேறேதுமில்லை!!

இப்படைப்பில் எல்லாமும், மற்ற எல்லாவற்றையும்
உயர்வாகக் கொண்டாடுகிறது!

என் இதயத்தில், இருப்பில், நீ உன் கைகளைக்
கொட்டி ஆனந்தமாக கொண்டாடிக் கொண்டிருக்கிறாய்,
நீயன்றி வேறேதுமில்லை!!
அனைத்தும் நீ, நீயே, நீ மட்டுமே
நீயன்றி வேறேதுமில்லை.

அட்லாண்டிக் பெருங்கடலில் ஒரு தீவிருக்கிறது. அங்கிருந்து நிலத்தில் இருக்கும் மலைகள் தெரிகின்றன. தீவுகளின் கரைகள் கற்களினால் ஆனவை. கட்டுக்கடங்காத அலைகள் அதன்மேல் இரவுபகலாக மோதுகின்றன. தீவின் பரிசுத்தமான இடத்தில் காற்று மனம்போல் மகிழ்ச்சியுடன் வீசுகிறது. குருதேவ் மௌனமாகத் தரையில் நின்று கொண்டிருக்க, அலைகள் அவருடைய பாதங்களைச் சுற்றி வந்தன. குளிர்ந்த நீரினால் நனைத்தன. அவர் கடலையும் மலைகளையும் பார்த்துக்கொண்டிருந்தார். அவர் அசையாமல் நின்றாலும், அவருடைய ஆடைகளும், நீண்ட கூந்தலும், தாடியும், காற்றுக்கேற்ப நடனமாடின. இந்த அழகான உருவத்தை நான் என்னுடைய கேமராவில் பதிவு செய்து இன்றும் என்னுடன் வைத்துக் கொண்டிருக்கிறேன்.

1990ன் கோடைகாலத்தில், குருதேவ் கனடா நாட்டின் நோவா ஸ்காட்டியாவிலுள்ள அழகான தீவான கேப் பிரெட்டனுக்குச் சென்றார். கிஷன், பாரதி வர்மா என்ற கனடாவிலிருந்து வந்திருந்த தம்பதியர் அவரை காரில் அழைத்துச் சென்று கொண்டிருந்தனர். போகிற வழியில் அவர்கள் ஒரு பாலத்தைக் கடக்க குருதேவ் ஆச்சரியத்துடன், ‘ஓ! அந்தப் பாலம் இங்கு தான் இருக்கிறதா?’ என்று கேட்டார். அந்தப் பாலம் எந்தவிதத்திலும் தனித்தன்மை வாய்ந்ததாக இல்லை. அதிக அளவில் போக்குவரத்துக்கும் அப் பாலம் பயன்படுத்தப்படவில்லை. ‘இந்தப் பாலத்தின் அப்பால் எனக்காகக் காத்திருக்கும் மக்களை நான் பார்த்திருக்கிறேன்’ என்றார் அவர். அந்தப் பாலத்திற்கு அப்பால் வாழும் உண்மையான மக்களைப் பற்றிப் பேசுகிறாரா அல்லது அதை அந்த நேரத்தில் ஒரு மைல்கல்லாகக் கருதுகிறாரா என்று எங்களுக்குத் தெளிவாகப் புரியவில்லை. யாரும் கேட்கவில்லை. சீக்கிரமே அவர்கள் கேப் பிரெட்டனை அடைந்தவுடன் குருதேவ் தன்னால் நாரத பக்தி சூத்திரங்கள் (அன்பு பற்றிய சுருக்கமான வாக்கியங்கள்) அந்த மலையிலிருந்து எதிரொலிப்பதைக் கேட்க முடிகிறது என்று அவர்களிடம் கூறினார். அதைத் தொடர்ந்து, அவர் சூத்திரங்களைப் பற்றிச் சொற்பொழிவுகளை ஆற்றத் துவங்கினார். குரு பேசுவதைக் கேட்கும் போதே அவை அனுபவங்களாக மாறியது. குருதேவ் கனடா மற்றும் யு.எஸ். நாடுகளில் சுற்றுப்பயணம் மேற்கொண்ட அந்த மூன்று மாதங்களில் பல்வேறு

இடங்களில் சொற்பொழிவுகளை ஆற்றினார். அவற்றுள் சில, உயர்நிலைப் பயிற்சியின் அங்கமாகவும், வேறு சில, பொதுச் சொற்பொழிவுகளாகவும் அமைந்தன. ஒவ்வொரு சொற்பொழிவும் எந்த முன்னறிவுப்பும் இல்லாமல் திடீரென்று ‘அடுத்த சூத்திரம் என்னவென்றால்...’ என்று துவங்கிய போது, முதலில் புதிதாக வந்தவர்கள் குழம்பினார்கள். ‘அப்படியானால் இதற்கு முன்னால் என்ன நடந்தது?’ என்று மக்கள் கேட்பார்கள். ஆனால் அவர் பேசத் துவங்கியவுடன், அனைத்துக் குழப்பங்களும் விலகி விடுவதோடு அவர்களுடைய மனம் நிகழ்காலத்திற்கு வந்துவிடும். சில சமயங்களில் குருதேவ் தன்னுடைய சொற்பொழிவுகளின் இடையில் அந்த நிமிடம் அவராகவே உருவாக்கிய காதல் கவிதைகளைத் தூவுவதும் உண்டு.

இந்தச் சுற்றுப்பயணத்தின் போது குருதேவ் ஒரு ஜென் துறவகத்தில் சற்று நேரம் தங்கினார். அப்போது அவர் பேசிய போது அந்தக் காற்று ஜென் புதிர்களினால் (‘கோன்கள்’) நிரம்பியுள்ளதாகக் கூறினார். அவர் ஒருமுறை இப்படிச் சொல்லி ஆரம்பித்தார், ‘அடுத்து வரும் சூத்திரம் 2 + 1= 0 என்று கூற அன்றைய மாலைப்பொழுது முழுவதும் நாங்கள் அதன் அர்த்தம் என்னவாக இருக்கும் என்று குழம்பினோம். இன்னொரு இடத்தில், அவர் வந்தார், அமர்ந்தார் பின் தியானம் செய்ய ஆரம்பித்தார். கிட்டத்தட்ட நாற்பது நிமிடங்கள் அந்த நிலையில் இருந்த அவர், தன் கண்களைத் திறந்து... ‘ஆக இதுதான் அடுத்த சூத்திரம்,’ என்று கூறிவிட்டுச் சென்றுவிட்டார்!

எங்களுடைய பயணத்தின் போது நாங்கள் நின்ற பல்வேறு இடங்களில் கேப் பிரேடனிலிருந்த லூன் லேக் பகுதியும் ஒன்றாகும், அங்கு அவர் பக்தி சூத்திரங்களின் வர்ணனையில் சாதாரணமாக இல்லாத அளவிற்கு அன்பு மற்றும் பக்தி பற்றி நிறையப் பேசினார். குருதேவ் தங்கியிருந்தது ஒரு கேபினில். அது முற்றிலும், அதிலிருந்த கொத்துவிளக்கு உட்பட, மரத்தினால் ஆனதாக இருந்தது. ‘இப்படித்தான் தெய்வீகம் என்பது இருக்கும்! எப்படி இந்த அறை முழுவதும் மரத்தினால் ஆகியிருக்கிறதோ அதேபோல் இந்தப் படைப்பு முழுவதுமே ஓர் தெய்வீகத்தினால் படைக்கப்பட்டது.’ மிகச் சுருக்கமான சூத்திரமான ‘2+1= 0’ விற்கு அர்த்தம் இதுதான். பல ஆண்டுகள் கழித்து, இந்த சம்பவத்தை சுவாமி நாராயண் பாரம்பரியத்தில் வந்த சில ஆன்மீக குருக்களிடம் சொன்னார். இந்த உலகம் முழுமையாக எதிர்பதங்களால் ஆனது: இன்பம், துன்பம்; உயரம், தாழ்வு. நாம் தெய்வீகத்தை உணர்ந்து அனுபவித்தும் விட்டோமானால் இந்த இரட்டை நிலை நின்று போய்விடும்.

அதே இடத்தில் உயர்நிலைப் பயிற்சியும் நடத்தப்பட்டது, அது குருபூர்ணிமா கொண்டாட்டங்களில் முடிந்தது. நாங்கள் தங்கிய முதல் நாள் இரவன்று, நடுராத்திரியில் எழுப்பப்பட்டு நிகழ்ச்சி நடக்கும் இடத்திற்கு அழைக்கப்பட்டோம். நான் குழந்தை போன்ற உற்சாகத்துடன் உடை மாற்றிக்கொண்டு கிளம்பினேன்! குருவுடன் கூடுதல் நேரம் கிடைக்கிறது என்பதால் தூக்கம் உடனடியாகப் பின்னுக்குத் தள்ளப்பட்டது. எனக்கு இருந்தது போன்ற உணர்வு மற்றவர்களுக்கும் இருந்ததா என்று எனக்குத் தெரியவில்லை, காரணம் பங்கு பெற்றவர்களில் சிலர் பிரதான ஹாலை நோக்கி அரைத் தூக்கத்துடனேயே சென்றார்கள். நாங்கள் அந்த அரங்கத்தை அடைந்தவுடன், குருதேவைத்தான் பார்த்தோம், அவர் அந்த முக்கியமான இரவின் நடுஜாமத்தில் காலைக் கதிரவனைப் போல் பளிச்சென்று இருந்தார். ‘கொசுக்கள் எங்களிடம் பாடின, ஆதலால், நான் அவர்களிடம் பாடலாம் என்று நினைத்தேன்.’ இரவு வானத்தின் கீழ் மிகவும் அற்புதமான சத்சங்கை அன்றிரவு நாங்கள் அனுபவித்தோம்.

நாங்கள் தங்கியிருந்த சமயம்,ஒரு சிறிய ஓரங்க நாடகத்தை அங்கிருந்தவர்கள் தயாரித்தனர். டெலிவிஷனுக்குக் கதை எழுதுபவரான பாரி பார்னல் (Barry Parnell) என்பவர் அந்த தியான நிகழ்ச்சியின் ஓர் அங்கமாக இருந்தார். அவருடைய உதவியுடன் ஒரு நிகழ்ச்சிக்குத் தேவையான திரைக்கதை அமைக்கப்பட்டது. அதாவது ‘ஐ லவ் லூஸி,’ என்ற அமெரிக்காவின் பிரபலமான தொலைக்காட்சி நிகழ்ச்சியைத் தழுவி ‘லூஸி குருவைப் பார்த்தபோது,’ என்ற திரைக்கதை தயார் செய்யப்பட்டது. பிலிப் ஃபேரஸர் குருவின் கதாபாத்திரத்தில் நடித்தார், அவருடைய நீண்ட கூந்தல் அந்தக் கதாபாத்திரத்திற்குப் பொருத்தமாக இருந்தது. ராபின் வான்ஸ் என்பவர் லூஸி ரிகார்டோவாக நடித்தார். அவர் குருதேவைச் சந்திப்பவராகவும் அவருக்குப் பரிசுகள் வழங்குபவராகவும் நடித்தார். அவர் தடுக்கி விழுந்து தவறு செய்தார், அதன் அர்த்தம் என்னவாயிற்று என்றால், அந்தக் கதாபாத்திரத்திற்கு அதிகமான நடிப்பு தேவைப்படவில்லை என்பதுதான்! ஜான் ஆஸ்பார்ன் ஃப்ரெட் மெர்ட்ஜாகவும், சுதர்ஷனா பென்னர் ஈதல் மெர்ட்ஜாகவும் மற்றும் மைக்கேல் ஃபிஷ்மேன் ரிக்கி ரிகார்டோவாகவும் நடித்தார்கள். அவர்கள் அந்த நாடகத்தை குருதேவின் முன்னால் நடித்தனர். எங்களுக்கு என்ன மகிழ்ச்சி என்றால் குருதேவ் நிகழ்ச்சியை சிரித்து ரசித்துப் பார்த்ததுதான்!

ஒவ்வொரு நாள் மறையும் போதும் ஏரியின் மேலிருந்த நிலவு தேய்ந்து கொண்டேயிருந்தது, எங்களுடைய மனம் போல. இந்திய வானங்களோடு ஒப்பிடும் போது முழு நிலவு இந்தப் பகுதியில்

இரண்டு மடங்கு பெரியதாகத் தெரியும். அது நமக்கு இன்னும் அருகில் இருப்பது போன்ற எண்ணத்தையும் ஏற்படுத்தும். நிலவு கூட குருவின் அருகில் இருக்க விரும்பியது போலிருந்தது. அம்மாதிரி பல நிலவுகள் வந்து சென்றன, ஆனால் எங்கள் இதயம் முழுமையாக நிறைந்து திருப்தியாக இருந்தது. அடிக்கடி நாம் சிறு விஷயங்களுக்குக் கூடக் கோபப்படுகிறோம். உதாரணத்திற்கு ஷூவைக் காணாவிட்டால் அல்லது கேக்கின் மேல் செர்ரிப் பழம் இல்லாவிட்டால். அந்த கேக் நம்மைவிட்டு அகன்ற நீண்ட நேரத்திற்குப் பின்புகூட நம் மனம் கலங்கியே இருக்கும். இந்தப் பாணியை குருவினால் அப்படியே தலைகீழாக மாற்ற முடியும். அவரால் நம்முடைய மனம் அமைதியாக இருப்பதோடு நேர்மறையாகவும் சிந்திக்கும். வாழ்க்கையின் சின்னச்சின்ன அர்த்தமற்ற விஷயங்களினால் சலனம் அடையாது.

எங்களுடைய அறிவு விளக்கை இத்தனை நாட்கள் ஏற்றி வைத்ததற்காக எங்களுடைய குருக்களுக்கு நன்றி செலுத்தும் விதமாக - எங்களுடைய குரு பூஜைக்கு, நாங்கள் பூக்களை அலங்கரித்து, கனிகள், ஊதுபத்திகள், சந்தனம் மற்றும் தண்ணீர் ஆகியவற்றை அலங்காரமாக வைத்தோம். மேஜையின் மேல் ரோஜாக்கள் பூத்துக் குலுங்கின, தேங்காயின் மேல் ஒரு வெண்ணிற கர்சீப் வைக்கப்பட்டிருந்தது, மற்றும் ஒரு சிறிய பிளாஸ்டிக் கப்பில் சிறிய மெழுகுவர்த்திகள் குருவின் வருகையை எதிர்பார்த்துக் காத்திருந்தன. அந்த மரக் கொட்டடி முழுவதும் பலூன்களாலும் தோரணங்களாலும் ஏதோ பிறந்த நாள் விழாவுக்குச் செய்வது போல் அலங்கரிக்கப்பட்டிருந்தது. ஞானம் தன்னை ஒரு குழந்தைத்தனத்துடன் பல வண்ணங்களில் வெளிப்படுத்திக் கொண்டிருந்தது. குருதேவின் நாற்காலிக்கு முன்னாலிருந்த தரைவிரிப்பில் நாங்கள் ஆவலுடன், அதே நேரம் அவசரமில்லாமல், அமர்ந்திருந்தோம். எங்களுடைய பாடலும் இனிமையான இசையும் ஒன்றொடொன்று இயைந்து ஒலித்தன. இன்னும் சிறிது நேரத்தில் குரு வரப்போகிறார் என்றவுடன் எங்கள் பாட்டின் வேகம் அதிகரித்தது. குருதேவ் மெழுகுவர்த்தியையும் ஊதுபத்தியையும் ஏற்றினார். மென்மையாக ரோஜா இதழ்களைத் தன் விரல்களுக்கிடையே பிடித்துக்கொண்டு சன்னமான குரலில் மந்திரங்களை ஓதத் தொடங்கினார். எங்களுடைய கண்கள் மூடிக்கொள்ள நாங்கள் காற்றுவெளியில் மிதப்பது போன்ற உணர்வுடன் நீண்ட நேரம் தியானத்தில் மூழ்கியிருந்தோம். கண்களைத் திறந்தும்கூடச் சில நிமிடம் மௌனமாக அமர்ந்திருந்தோம்.

கடைசியில் அவர் பேசிய போது, அந்தக் குரலின் இனிமையை வர்ணிக்க வார்த்தைகளே இல்லை. குருவிடம் வரும் மூன்று

விதமான மனிதர்களைப் பற்றிப் பேசினார்: மாணவர்கள், சீடர்கள், பக்தர்கள்.

> மாணவன் ஆசிரியரிடம் ஏதாவது கற்றுக் கொள்ளச் செல்கிறான். நீங்கள் அனைவரும் ஆரம்பப்பள்ளி, நடுநிலைப்பள்ளி மற்றும் மேல்நிலைப்பள்ளிக்குச் சென்று கம்ப்யூட்டர்கள் மற்றும் கணிதம் பற்றிக் கற்றுக் கொண்டீர்கள். ஒரு மாணவன் தகவல்களைச் சேகரிக்கிறான், ஆனால் தகவல் என்பது அறிவோ, ஞானமோ ஆகாது. தகவல் எந்த மாற்றத்தையும் ஏற்படுத்தாது. சீடனோ, தன் குருவிடம் அனுபவ அறிவைப் பெறவும், தன் வாழ்க்கையை முன்னேற்றிக் கொள்ளவும், மேலான ஞானத்தைப் பெறவும் வருகிறான். ஒரு நோக்கத்துடன் வருவதால், அவன் செய்திகளை மட்டும் சேகரிப்பதில்லை, அதைவிட ஆழமாகச் சென்று தன்னுடைய வாழ்க்கையில் மாற்றத்தை ஏற்படுத்திக் கொள்ள விரும்புகிறான். ஆனால் சீடன் தன்னிலேயே நிற்பதால், தன் சக்திக்கேற்ற வகையிலேயே உயர்ந்து பின் ஞானம் பெறுவான். பக்தனோ எனில், குருவிடம் வருவது ஞானத்தைப் பெறுவதற்காகக் கூட அல்ல. அன்பில் திளைத்தவனாகவே அவன் வருவான். குருவின்பால், முடிவில்லாத அனந்தத்தின்பால், கடவுளின்பால் ஆழ்ந்த அன்பில் அவன் தோய்ந்திருப்பான். தன்னுள் ஞானஒளி பிறந்ததா இல்லையா என்று கவலைப்படமாட்டான். தெய்வீக அன்பில் மூழ்கியிருப்பதே அந்த பக்தனுக்குப் போதுமானது. மாணவர்களை எங்கும் பார்க்கலாம். சீடர்களோ மிகவும் குறைவு. பக்தர்கள் அரிதாகவே நம் கண்ணில் படுவார்கள்.

ஆனந்தக் கண்ணீர் அழகானது. ஒருமுறையேனும் அன்பினால் ஒருவர் அழுதிருந்தால், சரணம் மற்றும் பக்தியின் ருசி என்னவென்று புரியும். இந்த உடல் ஒரே ஒரு விஷயத்திற்காகத்தான் ஏங்குகிறது - கசப்பான கண்ணீர், ஆனந்தக்கண்ணீராக மாற வேண்டும் என்பது தான் அந்த ஏக்கம். குருபூர்ணிமா என்பது, பக்தர்களின் தினம் என்று சொன்னார் குருதேவ். புத்தரின் சீடரான சாரிபுத்ராவைப் பற்றிக் குறிப்பிட்டார். சாரிபுத்ரா குருசேவை செய்யவே விரும்பினார், ஆனால் புத்தர் அவருள் ஒளி பிறந்துவிட்டதால் அவர் ஞானத்தைப் பரப்பச் செல்ல வேண்டும் என்றார். கோபியர்களும் கோபிகைகளும் கிருஷ்ணரின் மீது வைத்திருந்த அன்பைப் பற்றியும் குருதேவ் குறிப்பிட்டார். அப்போது, அவருடைய கண்கள் குளமாயின. அந்த அறை முழுவதும் ஒருவிதமான நன்றியுணர்வால் நிரம்பியிருந்ததால்

கூடியிருந்தவர்களின் கண்களிலும் நீர் வழிந்தது. அழகான முத்திரையுடன் '*ராதே கோவிந்த்,*' என்று பாடியபடியே குருதேவ் ஒருவித பரவசநிலைக்குச் சென்றுவிட்டார். நாங்கள் சுமார் நூறுபேர் அவரைச் சுற்றி நின்று பாடிக் கொண்டிருந்தோம். அக்கணமே எங்கள் உணர்வானது மேலே மேலே உயர்ந்து சென்று அனந்தத்தைத் தொடுவதைப் புரிந்து கொண்டோம்.

சத்சங் முடிந்த பிறகு, குருதேவ் கட்டுமரத்தில் ஏரியைச் சுற்றினார். எல்லோரும் அவருடன் அதே கட்டுமரத்தில் பயணிக்க விரும்பினார்கள். ஆதலால், அவர்களுடன் பலமுறை ஏரியில் பயணித்தார். படகை ஓட்டும் கயிற்றை அவரே இழுத்துப் பிடித்துக்கொண்டிருந்தார். சூசன்னா, ஃபிலிப், கிஷன் வர்மா போன்ற புல்லாங்குழல் வாசிப்போர் பலர் எங்கள் குழுவில் இருந்ததால் ஒருவர் மாற்றி ஒருவர் இனிமையாகக் குழல் இசைத்துக் கொண்டிருக்க, அந்த இசை மலைகளிலிருந்து மீண்டுவந்து எங்கள் மேல் எதிரொலித்து எங்களைச் சுற்றியிருந்த வெளியை முழுமையாக நிரப்பியது. படகை மீறித் தெறிக்கும் நீர்த்துளிகள், துணைதேடித் தொலைவிலிருந்து ஒலிக்கும் ஒற்றை லூன் (Loon) பறவையின் சோககீதம், நிலவொளியின் குளுமை, இருளில் பளபளக்கும் கண்கள், குருவின் அணுக்கம் இவையெல்லாம் சூழ்ந்த நிலையில், '*அம்பிகே, உன்னை நம்பினேன் நான்,*' என்ற பழைய கன்னடப் பாடலைப் பாடாமல் இருக்க முடியவில்லை. 'இறைவா, நீதான் படகோட்டி. இக்கரையிலிருந்து அக்கரைக்குச் செல்ல உன்னையே நம்பியிருக்கிறேன்...' என்ற பொருளமைந்த பாடல் அது. பாடல் முடிந்தவுடன் குருதேவ் 'அற்புதம். அற்புதம். அழகான பாடல். அதனால் தான் நாம் மீண்டும் மீண்டும் திரும்பி வர வேண்டியிருக்கிறது,' என்றார்.

ஏன் இப்படி நிகழ்கிறது என்று எனக்குப் புரியவில்லை.
உன்னைப் பார்க்கும் போது என் இதயம் பிளந்து
அன்பு பிரவாகம் எடுத்து
என்னுடைய ஜீவனைச் சிலிர்க்க வைக்கிறது
ஏன் இப்படி நிகழ்கிறது என்று எனக்குப் புரியவில்லை.

வானவெடியானது, விண்ணில் உயர்ந்து
ஒளியை உமிழ்வது போல்
ஏன் இப்படி நிகழ்கிறது என்று எனக்குப் புரியவில்லை

ஏன் இப்படி நிகழ்கிறது என்று எனக்குப் புரியவில்லை
புல்லாங்குழலின் மேல் விரல்களாடும்
நடனத்திற்கு ஏற்ப,

மூச்சு என்னுள் பரவி இசையை எழுப்புகையில்
ஏன் இப்படி நிகழ்கிறது என்று எனக்குப் புரியவில்லை.

எந்த நிகழ்ச்சியானாலும் முடிவு என்று உண்டல்லவா, அந்தக் கடைசி நாள் வந்தது. அங்கிருந்து போக வேண்டியிருப்பதை நினைத்து அனைவரும் வருத்தமாக இருந்தார்கள். முடிந்தவரையில், குருதேவுடன் அதிக நேரம் செலவழிக்க அனைவரும் விரும்பினார்கள். மரக் கொட்டடியில் அவரைச் சுற்றி அமர்ந்திருந்த நாங்கள் சோகமாக இருந்தோம். அவர் புன்னகைத்துக் கொண்டே எங்களை எதிர்புறம் திரும்பி சுவற்றை பார்க்கச் சொன்னார். நாங்கள் எதிர்த்தோம், நாங்கள் பார்க்க விரும்பியது அவர் முகத்தைத்தான். அவர் 'தயவு செய்து தெரிந்து கொள்ளுங்கள். நான் எப்போதும் உங்கள் பின்னால் இருக்கிறேன்,' என்று சொல்லி விட்டு, எங்களை தியானம் செய்யச் சொன்னார். 'இப்போதும் நான் இருப்பதை நீங்கள் உணருகிறீர்களா? அப்படியானால் நான் கிளம்பியபிறகும், இதே உணர்வு தான் இருக்கும். நான் அப்போதும் உங்களுடன் தான் இருப்பேன்.' அந்த வினாடிகளில் எங்களால் உணரக்கூடிய நிலைக்கு மேல், ஒரு குரு இருப்பதை உணர்ந்தோம். எப்போதும் எங்களுடனேயே இருக்கும் குருவை, எங்களுடைய வாழ்க்கையின் ஒவ்வொரு நொடியிலும் எங்களுடன் இருக்கும் குருவை நாங்கள் உணர்ந்தோம்.

ஏரியில் குருபூர்ணிமா கொண்டாட்டங்கள் முடிந்த பிறகு, அந்தக் குழு குருதேவை ஹேலிஃபேக்ஸின் மற்றொரு பகுதிக்குப் பின்தொடர்ந்தனர். பக்தி சூத்திரச் சொற்பொழிவுகளிலும், மேம்பட்ட தியான நிகழ்ச்சிகளிலும், கலந்து கொள்ளவே அவர்கள் சென்றார்கள். பள்ளிக்கூட பாஸ்கெட் பால் கோர்ட்டை மேடையுடன் கூடிய தியான மண்டபமாக மாற்றியிருந்தார்கள். அந்தப் புதிய இடத்தில் தான் நிகழ்ச்சிகள் நடைபெற்றன. அப்போது ஒருநாள், பார்தி வர்மாவிடம் ஹோலி கொண்டாட்டத்திற்காக, வண்ணங்களைத் தயார் செய்யச் சொன்னார் குருதேவ். (உண்மையில் பார்த்தால் அன்று ஹோலி பண்டிகையே இல்லை) வாளிகள் நிறைந்த தண்ணீர், அரைத்த சந்தனம் மற்றும மலர்கள் இவற்றோடு ஒருவர் மீது ஒருவர் வண்ணத்தை வாரி இறைத்து மிகவும் மகிழ்ச்சியாக இருந்தோம். இன்னொரு நாளில், குருதேவின் கட்டளைகளின்படி, பிலிப்பும் இன்னும் சிலரும் பங்கு பெற்றவர்களின் பொருட்களை இடம் மாற்றி வைத்தனர். ஓர் ஆழமான தியானத்திற்கு பிறகு எங்கள் அறைகளுக்குள் சென்ற போது ஒரே கலாட்டா! சிறுசிறு பொருட்களோடு கூட எவ்வளவு பற்று வைத்திருக்கிறோம் என்பதையும், ஆழமான அமைதியில் இருந்த மனம்கூடச் சில நொடிகளிலேயே மீண்டும் குழப்பம்

அடைந்துவிட முடியும் என்பதையும் அறிந்து கொள்வதற்கான சுவையான அனுபவமாக அது அமைந்தது. அவரவர் பொருள் திரும்பக் கிடைத்துவிட்டது, ஆனால், மனித மனம் எத்தகையது என்பதைப் புரிந்துகொண்ட அதிர்ஷ்டசாலிகள் வெகுசிலரே.

குருபூர்ணிமாவிற்கு அடுத்த பௌர்ணமி அன்று நாங்கள் '*ஸ்ரீ ராதே ராதே ராதே ஷ்யாம்...*' என்று எங்களுடைய சத்சங்கில் பாடிக்கொண்டு சென்ற போது, குருதேவ் அரங்கத்தைவிட்டு வெளியே செல்ல ஆரம்பித்தார். நாங்கள் அவரைப் பின் தொடர்ந்தோம். பிலிப்பிடம் புல்லாங்குழலை எடுத்து வரச் சொன்ன குருதேவ் ஒரு காலியான இடத்திற்கு நடந்து சென்றார். நாங்கள் அவரைச் சுற்றி வட்டமாக நின்று பாடிக்கொண்டேயிருந்தோம். ஒருசமயம் அவர் வட்டத்திற்குள் வருவார், மறுசமயம் அதைவிட்டு வெளியே போய் விடுவார். அவருடைய ஒவ்வொரு அசைவுக்கும் நாங்கள் நடனமாடினோம். ஒவ்வொரு முறை அவர் சுற்றிய போதும், பார்த்துக் கொண்டிருந்த எங்களுக்கு எங்களுடைய முழு உடலும் ஆத்மாவோடு சேர்ந்து சுழன்றது போலிருந்தது. வானம், நட்சத்திரங்கள், நிலவு, புல், மரங்கள், மென்மையான காற்று - இயற்கையே எங்களோடு சேர்ந்து கொண்டாடுவது போலிருந்தது. நாங்கள் இந்த உலகோடு தொடர்பில்லாத ஒன்றைப் பார்த்துக் கொண்டிருந்தோம். ஏதோ அழிவில்லாத ஒன்றைப் பார்த்துக் கொண்டிருந்தோம்.

'நீயே இசையின் ஒரு பகுதி தான், பாடப்படாத பாடல். நீ மௌனத்தின் பாடல். அந்த ஆழத்தை அடைய, நீ பாடுவது நல்லது, நடனமாட வேண்டும் போல் உனக்குத் தோன்றினால், நடனமும் ஆடு. உன்னுடைய உடல் மனம் இரண்டையும் அதோடு தொடர்புபடுத்திச் செய். இதுவே பரமானந்தமாகும்,' என்று குருதேவ் பின்னர் கூறினார். அந்தப் பொன்னான தருணங்களை மீண்டும் நினைவுபடுத்திப் பார்த்த சூஸான்னா, 'நாங்கள் அனைவரும் குருவின் அந்த அழகான, நகைச்சுவையான, நேசிக்கத்தகுந்த மற்றும் நம்மால் எட்டவே முடியாத அந்த வடிவத்தின்மீது ஆழ்ந்த அன்பு கொண்டுவிட்டோம். ஒருபுறம் அவர் ஒரு குழந்தை போல் விளையாட்டுத்தனமாக இருந்தார்; இன்னொருபுறம் அவர் மிகவும் பழமையானவராக இந்த அண்டத்தைப் போன்று ஆழமானவராக இருந்தார். குருவின் வடிவத்தின்மீது கொண்ட அன்பிற்கு அப்பால் நாங்கள் அண்டத்தின் மீதும் சந்தேகமில்லாமல் அன்பு கொண்டுவிட்டோம். 'அன்பு என்பது ஓர் உணர்ச்சியல்ல. அதுதான் நம் வாழ்வின் ஆதாரம்,' என்று குருதேவ் அடிக்கடி சொல்வார்.

13

மூழ்குங்கள் பிழையுங்கள்

மாலத்தீவுகளுக்குப் போய்க் கொண்டிருந்த போது நாங்கள் ஒரு புயலைச் சந்திக்க வேண்டியிருந்தது. அன்று கடலுக்குப் போன ஒரே படகு எங்களுடையது தான் என்று தோன்றியது. குருதேவை மாலத்தீவு அதிபர் இரவு விருந்துக்கு அழைத்திருந்தார். உயரமாக எழும்பிய அலைகள் எங்களுடைய படகைப் பல அடி உயரத்திற்குக் கொண்டு போய் அங்கும் இங்கும் அலைக்கழித்தது. வந்து மோதும் அலைகளின் சப்தத்துக்கு இணையாக பலமாகப் பொழிந்து கொண்டிருக்கும் மழையின் ஒலியும் இருந்தது. ஓர் ஆபத்தான அனுபவத்தைத் தேடி நாங்கள் கிளம்பியது போலிருந்தது.

அந்தப் படகின் கேப்டன் தன்னம்பிக்கையும் கைத்திறனும் கொண்டவராக இருந்தார். கடலின் ஆக்ரோஷத்தை முழுமையாக எதிர்கொள்ளும் ஆற்றலுடன் இருந்த அவர், அடுத்து வரும் அலை எப்படி இருக்கும் என்று யூகித்து எதிர்கொண்டு படகை பத்திரமாக ஓட்டுவதில் கவனமாக இருந்தார். ஒருகட்டத்தில், பிரம்மாண்டமான சுவர் போல் ஓர் அலை எங்கள் முன் தோன்றியது. அதன் பிரம்மாண்டத்தின் அருகில் நாங்கள் ஒரு சிறுதுளி போலிருந்தோம். அதிலிருந்து தப்பிக்க வழியேதும் இருப்பதாக எங்களுக்குத் தெரியவில்லை. கேப்டன் இப்போது என்ன செய்யப் போகிறார்? அலை எங்களுக்கு மேல் அடித்த போதும் எப்படியோ படகை அதற்கு நேர் எதிராகத் திருப்பினார். நாங்கள் வேகமாக முன்னேறிக் கொண்டிருக்க, முடிவில்லாத சுரங்கம் போன்ற நீருக்குள் நாங்கள் போய்க் கொண்டிருந்தோம். கேப்டன் வெற்றிகரமாக அந்த இடத்தைக் கடந்துவிட்டார். அலைகள் பேரொலியுடன் எங்களுக்குப் பின்னால் நொறுங்கின. அந்த அதிசயத்தின் ஒவ்வொரு வினாடியையும் என்னுடைய மனம் ஆச்சரியத்துடன் பார்த்தது, பயத்துடன் அல்ல. இதே மனம்

பல ஆண்டுகளாக பல்வேறு அலைகள் - உணர்வுகளின அலைகள் - எழும்பி அடங்குவதைப் பார்த்திருக்கிறது. இந்த அலைகளைக் கடக்க ஒரே வழி ஞானம் தான். நம்மை ஞானத்தில் மூழ்க விட்டோமானால், உணர்வுகளில் மூழ்குவதிலிருந்து நம்மைக் காப்பாற்றிக் கொள்ளலாம்.

அதிபரின் இல்லத்தை அடைந்தவுடன், எங்களுக்கு தேனீர் வழங்கப்பட்டது. அந்த அதிரடியான பிரயாணத்திற்குப் பிறகு நிலத்தின் ஸ்திரத்தன்மை எங்களுக்கு அமைதியை அளிப்பதாக இருந்தது. அந்த அழகிய தேனீர்க் கோப்பையை நான் கையில் எடுத்தபோது, மென்மையான மணங்களுடன் கூடிய தேனீரின் மேல்புறம் அசைந்து சிறுசிறு அலைகள் சுழன்றுகொண்டிருந்தன. இந்த அலைகள் மென்மையானவையாக இருந்தன, குருவின் அருகாமையில் இருக்கும் போது நாம் அனுபவிக்கும் மெல்லிய ஆனந்த அலைகள்போல. குரு பேசும் போது, அது அனுபவமாக மாறுகிறது. அவருடைய சொற்பொழிவுகள் நம்மை நாமே அறிந்து கொள்ளும் பயணத்திற்கு நம்மை அழைத்துச் செல்லும்.

அம் மாதிரியான ஒரு சொற்பொழிவு 1991ல் பெங்களூரு ஆசிரமத்தில் நடந்தது. உலகின் பல பாகங்களிலிருந்தும் உண்மையான ஞானத்தைத் தேடி மிகப் பெரிய தாகத்துடன் அங்கு வந்து குழுமியிருந்தனர். குருதேவ் ஒவ்வொருவரிடமும், ‘ஆசிரமத்திற்கு ஆகஸ்ட் மாதம் வாருங்கள்,’ என்று சொல்லியிருந்தார். அதனால் அவர்கள் வந்திருந்தார்கள். ஆனால் அவர்களுக்கு என்ன காத்துக் கொண்டிருக்கிறது என்று சுத்தமாகத் தெரியவில்லை. மாலை சத்சங்கின் போது, அவர் மௌனத்தில் ஆழ்ந்தவராக தேவி ஹாலுக்குள் நுழைந்தார். அவருடைய நுழைதலே என்னுள்ளே ஒரு சிறு அசைவை ஏற்படுத்தியது. ஆழ்ந்த மௌனம் என்ற நிலையிலிருந்து, அவர் ‘அஷ்டவக்ர கீதா’வைப் பற்றிச் சொற்பொழிவாற்றினார். அஷ்டவக்ர கீதா என்பது அஷ்டவக்ர முனிவருக்கும் மிதிலையின் மன்னன் ஜனகனுக்கும் இடையே நடந்த உரையாடல் ஆகும். அந்தச் சொற்பொழிவின் போது ஒரு முனிவருடையதைப் போல் என் மனம் நிறைவாக இருந்தது. ஆனால், என்னுடைய புத்தியோ, ஒரு முற்போக்கான அரசனைப் போல் அவரிடமிருந்து இன்னும் அதிகம் கேட்க விரும்பியது. அது முப்பத்து - மூன்று நாட்களுக்கான நிகழ்ச்சி, அதில் ஒவ்வொரு நாள் சொற்பொழிவுக்கு முன்னாலும் குருதேவ் பாட, நாங்களும் அவரோடு இணைந்து ‘*அலக் நிரஞ்சனா*’-அதாவது ‘யாரும் தொடாத காற்றுவெளி,’ என்ற பாடலைப் பாடினோம். பாடும் அந்த வினாடிகளில் நான் வேறு ஏதோ உலகத்தில் சஞ்சாரம் செய்வது போல் உணர்ந்தேன். அஷ்டவக்ர கீதா பற்றிய அவருடைய வர்ணனைகளைக்

கேட்டால், ஒருவருடைய வாழ்க்கை, அவருடைய சிந்தனை, உலகம் அனைத்தையும் அப்படியே மாற்றிவிடும். கருத்தாக்கங்கள் தகர்க்கப்பட்டு, படிமங்கள் மாற்றப்பட்டு, அர்த்தங்களைப் புரிந்து கொள்வதில் புதிய தொடுவானத்தை நாம் அடைவோம். ஒவ்வொரு சொற்பொழிவின் முடிவிலும், அன்று பங்கு பெற்றவர்களில், யாருக்கு பிறந்த நாட்கள், திருமண நாட்கள் என கொண்டாடுவதற்கு கேட்பார். அது நம்மை இன்னொரு உண்மையான உலகிற்கு அழைத்து வரும், அதாவது இந்த யதார்த்தமான உலகத்திற்கு அழைத்து வரும். ஆனால் அவர் இரண்டு உலகங்களிலும் வாழ்ந்தார். நம்முடைய மனத்தில் எத்தனை தீவிரமாகக் கருத்தாக்கங்கள் இருக்கின்றனவோ அதே தீவிரத்துடன் பிறந்தநாள் கேக்கும் வெட்டப்படும்.

வேற்று மொழிகளில் அவர் ஆற்றிய இரண்டு சொற்பொழிவு களில் கலந்து கொள்ளும் பாக்கியம் எனக்குக் கிடைத்தது. 'கடவுள் யார்?,' 'உணர்வுகளின் புயல்,' 'மோதல்கள் இல்லாமல் மகிழ்வது,' 'அண்டங்களின் வகைகள்'- முதலியன அந்தச் சொற்பொழிவுகளின் சில தலைப்புகள். இப்போது கூட, அவைகளின் ஒலிப்பதிவு செய்யப்பட்ட சொற்பொழிவுகளைக் கேட்கும்போது, எனக்குப் புதிய கதவுகளும் புதிய கோணங்களும் திறப்பது போல் தோன்றும். பின்னர், ஸ்விட்சர்லாந்தில் உள்ள வெக்கிஸ் என்ற இடத்தில் குருதேவ் 'பதஞ்சலி யோக சூத்திரங்கள்' பற்றி உரை நிகழ்த்தினார். மனித உடலைப்பற்றி, இலையைப் பற்றி அல்லது நம்மால் கையால் தொட முடிந்த அனைத்து விஷயங்களைப் பற்றியும் படித்துத் தெரிந்துகொள்கிறோம், ஆனால், நம் மனத்தைப் பற்றித் தெரிந்துகொள்ள முடிவதில்லை. அது எப்போதுமே புரிந்து கொள்ள முடியாத, நுட்பமானதாக, உளவியலாளர்களின் ஆய்வுக்குரிய விஷயமாகவே இருக்கிறது. ஆனால் யோக சூத்திரத்தில் பதஞ்சலி முனிவர் நம்முடைய மனத்தின் குணத்தைப்பற்றி மிகத் தெளிவாகவும் விவரமாகவும் விளக்கியிருக்கிறார். ஒரு மீனால் தான் இருக்கும் கடலின் மொத்த அளவைக் கணக்கிட முடியாது, ஆனால் வானில் பறக்கும் பறவைக்கு மேலிருந்து பார்க்கும் போது இந்த உலகம் எவ்வளவு பரந்து விரிந்து இருக்கிறது என்பது தெரியும். எவர் ஒருவரால் தன்னுடனேயே பேச முடிகிறதோ, அவரால் மட்டுமே மனத்தைப்பற்றித் தெளிவாகப் பேச முடியும்.

யுஎஸ்-ஸின் மேற்குக் கடற்கரைப் பகுதிகளில் பயணம் செய்த போது, குருதேவ் நிறைய சொற்பொழிவுகளை ஆற்றினார். அவைகளுக்கு 'சாண்டா மோனிகா சீரீஸ்,' என்று பெயர். அவர் ஏசுநாதரைப் பற்றிப் பேசிய பிறகு, குருதேவிடம் ஒருவர் மேரி மெகதலீனா பற்றிக் கேட்டார். தான் அவரைப்பற்றி அதிகம்

படித்ததில்லை என்றாலும், சில வினாடிகளுக்குக் கண்களை மூடிக்கொண்டுவிட்டு, பின்னர் அவரைப்பற்றி ஒரு சொற்பொழிவை ஆற்றினார் குருதேவ். அந்த மனிதர் குருதேவிற்கு நன்றி கூறிவிட்டு குருதேவின் கருத்துக்கள் தற்போது மேரி மெகதலீனா பற்றி நிலவிவரும் கருத்துக்களோடு ஒத்துப்போவதாகக் கூறினார்.

அம்மாதிரியான ஒருநாளில், சான்டா மோனிக்காவில் அவர் பேசுவதாக இருந்த நிலையில், மின்சாரம் நகரின் பெருவாரியான பகுதிகளில் நின்றுவிட்டது. பத்து நிமிடத்தில் அடையக்கூடிய தூரத்தில் இருந்த தன்னார்வலர்கள், நிகழ்ச்சி நடக்கும் இடத்திற்கு வந்து சேரக் குறைந்தது ஒன்றரை மணி நேரத்திற்கு மேல் ஆகும் என்று கருதினர். அதனால், அவர்கள் நிகழ்ச்சியைப் பின்னொரு நாளைக்கு வைத்துக் கொள்ளலாமா என்று கேட்டனர். குருதேவ் அவர்களிடம், சொற்பொழிவு துவங்குவதற்கு முன்னால் மின்சாரம் வந்துவிடும் என்று உறுதியளித்தார். அதேபோல் நடந்தது. சாண்டா மோனிக்கா சிவிக் ஆடிடோரியத்தில் குரு பேசுவதைக் கேட்க ஆயிரக்கணக்கானோர் வந்தனர். அவருடைய வழிகாட்டுதல்களில் நடந்த தியானங்களில் ஆழமான மௌனத்தை அனுபவித்தனர். மற்றும் ஆடிப்பாடி அவரோடு கொண்டாடி மகிழ்ந்தனர். குருதேவின் பேச்சுக்களுக்குக் கொடுக்கப்பட்ட தலைப்புகள் ‘பண்டைய புதிய காலம்,’ ‘அண்டங்களிடையே தொடர்பு: கோள்கள், நட்சத்திரங்கள் மற்றும் வாழ்க்கை,’ ‘இறுதியான உறவு,’ ‘ஜீஸஸ்: அன்பின் சின்னம்,’ ‘புத்தா: மௌனத்தின் வெளிப்பாடு,’ ‘கிருஷ்ணா: ஸம்பூர்ண ஆனந்தம்,’ மற்றும் ‘மரணமும் அதற்கு அப்பாலும்.’ அந்தச் சொற்பொழிவுகள் அனைத்தும் உடனுக்குடன் ஒலிநாடாக்களில் கிடைத்ததால் யாரும் அவற்றை வீட்டிற்கு எடுத்துக்கொண்டு செல்லலாம். ஜீஸஸின் அன்பு, புத்தரின் மௌனம் மற்றும் கிருஷ்ணாவின் குதூகலம் ஆகியவற்றை என்னுடைய வாழ்க்கைப் பாதையில் உணர முடிந்தது. ஒரு சொற்பொழிவில், குருதேவிடம் ‘பயன்படுத்தப்பட்ட கார்களை’ (used cars) பற்றிக் கேட்டார் ஒருவர். அதுவரையில், நான் ஒரு ஆன்மீக குருவிடம் அன்பு, கடவுள் மற்றும் அது போன்ற விஷயங்களைப் பற்றியே கேட்க வேண்டும் என்று நினைத்திருந்தேன். இந்த வளையத்தைவிட்டுக் கேள்விகள் கேட்பது அவமரியாதையான செயல் என்று நினைத்திருந்தேன். கேள்வி கேட்டவர் விளையாட்டுக்காகக் கேட்டிருந்தாலும், குருதேவ் கிட்டத்தட்ட நாற்பது நிமிடங்களுக்கு, பயன்படுத்தப்பட்ட கார்கள் மூலமாக மிகுந்த ஆழமான ஞானத்தைப் பற்றி நகைச்சுவை கலந்து பேசினார்! அவர் பேட்டரிகளை ரீசார்ஜ் செய்வதை மனித மூளையைப் புதுப்பிப்பதோடு ஒப்பிட்டு, அதே ரீதியில் நடைமுறை ஞானத்திற்கு உகந்தவாறு விளக்கினார். யதார்த்தமான

ஞானத்தில் நகைச்சுவை எப்படி இன்றியமையாத ஒரு விஷயம் என்பதை எங்களுக்குக் காண்பித்தார். மிக மிகச் சாதாரணமான விஷயங்களில்கூட மதிக்கத்தக்க ஞானத்தைப் பார்க்க முடிந்த அவரது ஆற்றல் எங்களை வியக்க வைத்தது.

ஒருமுறை குருதேவை ஸ்ரீ ஆதி சுஞ்சுனகிரி மடத்தின் (பெங்களூரு) பார்வையற்றோர் பள்ளியில் சிவன் கோவிலையும் சத்சங் ஹாலையும் திறந்து வைப்பதற்காக அழைத்தார்கள். குருதேவுடன் நூற்று இருபத்தைந்து ஆசிரியர் பயிற்சியாளர்கள் அந்தத் திறப்புவிழா இடத்திற்குச் சென்றனர். பின் அருகிலிருந்த அழகான அருவிக்குச் சென்றனர். அது ஓர் அழகான மாலைப்பொழுது. இயற்கை மிக அழகாகக் காட்சியளித்தது. தங்கநிறத்தில் மேகம் மினுமினுத்தது, மேகங்களின் அழகான வடிவங்கள், சறுக்கல்களுடன் உள்ள சிறிய மலைக்குன்றுகள், இனிமையான தட்பவெட்பம் மற்றும் அற்புதமான அருவி என்று இயற்கை அன்னை அன்று அற்புதமாகக் காட்சியளித்தாள். இந்தியன் இன்ஸ்டிட்யூட் ஆஃப் டெக்னாலஜியிலிருந்து வந்திருந்த தினேஷ் கோட்கே என்ற இளம் ஆசிரியர் திடீரென்று 'நாம் இங்கே குருதேவ் இல்லாமல் தனியாக வந்திருக்க வேண்டும்!' என்று கூறினார். சுற்றியிருந்த அனைவரும் இதைக் கேட்டு அதிர்ச்சி அடைந்தார்கள். காரணம் அவர்கள் அந்த அருவிக்கு வந்ததே குருதேவினால்தான். ஆனால் தினேஷ் உடனடியாக, 'ஆனால் நாம் இப்போது குருதேவையே அல்லவா பார்த்துக்கொண்டிருக்கிறோம்!' என்றார். குருதேவ் சிரித்துக் கொண்டே, 'அருவியைப் பாருங்கள். ஒரு கல் விழுந்தது என்றால் அது உடைந்து சிதறி விடும், ஆனால் நீர் கீழே விழுந்தால் அது பார்க்க அழகாக இருப்பதோடு ஆற்றலையும் உருவாக்குகிறது. யாரோ ''தான்'' ஒருவராக இருப்பது என்பது கல் போன்று இருப்பதாகும், ''தான்'' என்பது இல்லாதவராக இருப்பது, என்பது தண்ணீர் போன்று இருப்பதாகும், எல்லோருமாக போல் இருப்பது நீர் ஆவி போன்றதாகும்.'

எப்போதுமே ஆன்மீகம் என்பது எளிதில் புரிந்து கொள்ள முடியாத, தெரிந்து கொள்ள முடியாத விஷயமாகவே இருந்து வந்திருக்கிறது. ஆனால், குருதேவின் எளிமையான ஞானம் பலரை ஆன்மீகப் பாதையில் எளிதில் தொடர்பு கொள்ள வைத்திருக்கிறது. நம்முடைய உற்சாகம் எப்படி இருக்கவேண்டுமென்றால் மெழுவர்த்தியின் ஒளியைப் போல் எப்போதும் மேல்நோக்கி இருக்க வேண்டும். மெழுகுவர்த்தியைத் தலைகீழாகப் பிடித்தால்கூட அதன் ஒளி மேல்நோக்கித் தான் இருக்கும். அதேசமயம் தண்ணீரை நீங்கள் எவ்வளவு உயரத்தில் தேக்கி வைத்திருந்தாலும், கீழ் நோக்கித் தான் விழும். அதன் மூலம் நமக்கு அடக்கத்தைக் கற்றுக் கொடுக்கிறது. தாமரையிலை மேல் இருக்கும் நீர்த்துளி நமக்குப்

பற்றற்ற நிலையை நினைவுபடுத்துகிறது. தென்னைமரம், அதன் காய்கள், இலைகள் மற்றும் பட்டை ஆகிய அனைத்தும் பல்வேறு விதங்களில் பயன்படுவதன் மூலமாக நாம் மற்றவர்களுக்கு எத்தனை விதங்களில் முடியுமோ அத்தனை விதங்களில் பயனுள்ளவர்களாக இருக்க வேண்டும் என்பதை உணர்த்துகிறது. ஒரு பட்டாம்பூச்சி தன்னுடைய ஆரம்ப நிலையிலிருந்து பட்டாம்பூச்சியாக மாறுவது, குருவிடம் வந்த பிறகு நம்முடைய வாழ்க்கையில் ஏற்படும் மாற்றங்களைக் காட்டுகின்றது. இராணித் தேனீ சென்றவுடன் ஒட்டுமொத்த தேன் கூடும் மறைந்து விடுகிறது - இங்கு இராணித் தேனீ நம்முள் இருக்கும் தெய்வீகத்திற்கு ஒப்பானது. மலரானது, உணர்வின் பூரணமடைந்த நிலையை நமக்கு உணர்த்துகிறது. துளைகளாலான புல்லாங்குழல் தெய்வீகத்தின் கையில் நாம் எப்படிச் சிறந்த கருவியாக இருக்க வேண்டும் என்பதைக் காட்டுகிறது.இதுமாதிரியாக, நம்மைச் சுற்றியுள்ள எல்லாப் படைப்புகளும் ஏதோ ஒரு செய்தியை நமக்குச் சொல்லி அதன் மூலம் நம்முடைய ஆழ்ந்த சுயத்தோடு தொடர்பு கொள்ள வைக்கின்றன.

ஒரு நாள், எங்கள் குடும்ப நண்பர் ஒரு ஃபேக்ஸ் மெஷினை ‘மஞ்சுளா’விற்கு எடுத்து வந்தார். அப்போது தான் அறிமுகம் ஆகியிருந்த அந்தக் கண்டுபிடிப்பு வியப்புக்குரியதாக இருந்தது- உலகின் ஒரு கோடியில் ஒருவர் எழுதியதை இன்னொரு கோடியில் இருப்பவர் பிரிண்ட் எடுத்துக் கொள்ளலாம். அதன்பிறகு, குருதேவ் யுஎஸ்ஸிற்கு பயணம் செய்தார். அங்கு கலிஃபோர்னியாவில் பிக் சுரில் (BigSur), முதல் ‘நாலட்ஜ் ஷீட்’ பிறந்தது. ஒவ்வொரு புதன்கிழமை மாலையும், அவர் தன்னைச் சுற்றியுள்ளவர்களிடம் அவர்களுக்குப் பிடித்த தலைப்புகளைக் கேட்பார். பின் அந்த தலைப்புகளில் அவர் பேசுவார், அதை அப்படியே டைப் செய்து உலகின் பல பாகங்களில் உள்ள வாழும் கலை மையங்களுக்கு ஃபேக்ஸ் அனுப்பப்பட்டு வியாழக்கிழமைகளில் அவை படிக்கப்படும். என்னுடைய தாயார் ஒவ்வொரு வியாழக்கிழமையும் ஃபேக்ஸ் மெஷின் அருகில் ஆவலுடன் அமர்ந்திருப்பார், ஃபேக்ஸ் வந்தவுடன் அவர் முதலில் படித்துவிட்டுப் பிறகு தான் மற்றவர்களுக்கே கொடுப்பார். அவருக்கு ஆங்கிலத்தில் அவ்வளவு புலமை இல்லாவிட்டாலும், அவர் தானாகவே படிக்க வேண்டும் என்று விரும்பினார். என்னுடைய முறைக்காக நான் பொறுமையின்றிக் காத்திருப்பேன்- தாளில் வரும் அந்த அறிவு எப்போதுமே சுறுசுறுப்பாக, சிறியதாக, சுவையாக அதேசமயம் நகைச்சுவையாகவும் இருக்கும்.

ஒருமுறை நவராத்திரியின் போது குருதேவ் ஆழமான தியான மௌனத்தில் ஆழ்ந்துவிட்டார். சுவாமி சத்யோஜாதா குருதேவின்

படுக்கையை விரித்துவிட்டு, அவருடைய அறையைப் பூட்டிவிட்டு, அன்றைய பொழுதுக்குச் வெளிச்சென்றுவிட்டார். குருதேவ் மௌனத்தில் அமர்வதற்கு முன்னால் அவரிடம் அந்த வாரத்தில் தர வேண்டிய ஞான விஷயங்களைப் பற்றிக் கேட்க மறந்துவிட்டார். சிறிது நேரம் கழித்துத்தான் தான் செய்த பிழை புரிந்தது. அடுத்து என்ன செய்வது என்று யோசிக்கையில், ஆசிரமத்தில் இருந்த சிறுவர்கள் ஏதோ எழுதப்பட்ட ஒரு காகிதத்தை எடுத்துக்கொண்டு அவரை நோக்கி ஓடிவந்தார்கள். குருதேவ் அதைக் கொடுத்ததாகக் கூறினார்கள். ஆனால் அது சாத்தியமில்லை. காரணம் சுவாமிஜி குருதேவை ஓர் அறைக்குள் வைத்துப் பூட்டிவிட்டதோடு அவர் மௌனத்தில் வேறு ஆழ்ந்துவிட்டார். ஆனால் நாலட்ஜ் ஷீட் கைகளில் இருந்தது, அந்த வார்த்தைகளை வேறு யாராலும் பேசியிருக்க முடியாது!

மூச்சுக்குள் செய்யும் பிரார்த்தனை
மௌனம்
அன்பினுள் இருக்கும் மூச்சு
மௌனம்
அகண்டத்தினுள் இருக்கும் அன்பு
மௌனம்
வார்த்தைகளில்லாத ஞானம்
மௌனம்
இலக்கில்லாத கருணை
மௌனம்
கர்த்தா இல்லாத காரியம்
மௌனம்
அனைத்துப் படைப்புடனும் சிரிப்பது
மௌனம்!

இந்த நாலட்ஜ் ஷீட்கள் குருதேவ் எங்கிருந்தாலும் அவருடன் எங்களைத் தொடர்பில் வைத்திருந்தன. இந்த ஷீட்டுகளை குருதேவ் 'உண்மையான தேடல் உள்ளவர்களுக்கான அணுக்கமான குறிப்புகள்,' என்றழைக்க, இது ஏழு ஆண்டுகளாகத் தொடர்ந்தது. அந்த வரிசை முடிந்தவுடன், மொத்தம் 365 ஷீட்டுகள் இருந்தன-வருடத்தின் ஒவ்வொரு நாளுக்கு ஒவ்வொன்று.

1990ஆம் ஆண்டு உயர்நிலைப் பயிற்சி நிகழ்ச்சிக்காக குருதேவ் முதன்முறையாக போலந்து சென்ற போது, யுஎஸ்ஸிலிருந்து ஸ்காட் ஹேக் (ScottHague) என்ற வாழும் கலை ஆசிரியர் அவருடன் பயணம் செய்தார். பின்னர் அவர் தன்னுடைய அனுபவத்தை என்னுடன் பகிர்ந்து கொண்டார். அவர்கள் நேரங்கழித்து அங்கே சென்றாலும், அந்த நிகழ்ச்சியில்

பங்கு பெற்றவர்கள் ஆவலுடன் குருதேவிற்காகக் காத்திருந்தனர். போலிஷ் குழுவினரிடம் ஒரு பாரம்பரியப் பழக்கம் இருந்தது. அவர்கள் இரவில் மெழுகுவர்த்திகளை ஏற்றுவார்கள், அதாவது, ஒருவர் ஒரு மெழுவர்த்தியைக் கொளுத்தி அதை அடுத்தவருக்கு அனுப்ப, அவர் அதை மற்றவர்க்கு அனுப்ப, இப்படிக் கடைசியில் அனைவரது கைகளிலும் எரியும் மெழுகுவர்த்திகள் இருக்கும்வரை கிறிஸ்துமஸ் இரவு போல், அதைச் செய்வார்கள். குருதேவ் அந்த அறையில் மௌனமாகவும் கம்பீரமாகவும் அமர்ந்திருந்து விட்டுப் பின் உறங்கச் சென்றார். அடுத்தநாள் காலை, ஒருவர் கோபத்தில் வெடித்துச் சிதறும் போது, மற்றவர்கள் அதற்கு எந்தப் பதிலும் சொல்லாமல் இருப்பதின் அவசியத்தைப் பற்றிப் பேசினார் குருதேவ். அந்த வினாடி, அதிகமாக வந்த மின்சாரத்தினால், விலை அதிகமுள்ள காமிரா ரிகார்டரின் பல்ப் ஒன்று வீணாகிப்போனது. அந்த வினாடியையும் விடாமல், 'உங்களைச் சுற்றியுள்ள விஷயங்கள் வெடிக்கும் போது, நீங்கள் புன்னகைத்துக் கொண்டு முன்னேறிக் கொண்டேயிருங்கள்,' என்று குருதேவ் சொன்னார். கடைசி நாளன்று, அனைவரும் தங்களுடைய மௌனத்திலிருந்து வெளியே கொண்டு வரப்பட்டார்கள். அவர்கள் தங்களுடைய அனுபவங்களைப் பகிர்ந்து கொள்கையில், தங்களிடையே ஏற்பட்டுள்ள அற்புதமான மாற்றங்களைப் பற்றிக் கூறி அதற்குக் கைம்மாறாகத் தாங்கள் என்ன செய்ய வேண்டும் என்று கேட்டனர். அவருடைய பதில்:

> சேவை அன்பின் வெளிப்பாடாகும். எத்தனை விதங்களில் உங்களால் முடியுமோ அத்தனை விதங்களில் சேவை செய்யுங்கள். மரம் மிகவும் பயனுள்ளதாக இருக்கிறது. அது ஆக்ஸிஜன் தருவதோடு, நிழல் தருகிறது. மேஜைகள் செய்யவும் தன்னைத் தருகிறது. மரம் இறந்த பிறகுகூடப் பயனுள்ளதாக இருக்கிறது. அதேபோல் நாமும் நம்மைச் சுற்றியுள்ளவர்களுக்கும் இந்த உலகத்திற்கும் எந்த வகையில் பயனுள்ளதாக இருப்பது என்று நாமே கேட்க வேண்டும். அதன்பின் நம்முடைய இதயங்கள் மலருவதோடு ஒரு புதிய வாழ்வும் துவங்குகிறது. இல்லாவிட்டால், நாம் எப்போதும் நம்மிலேயே மூழ்கி, நம்முடைய நன்மையைப் பற்றியே யோசித்துக் கொண்டிருப்போம், இது நேரத்தை வீணடிக்கும் செயலாகும். இன்னும் ஐம்பது ஆண்டுகளில் நாம் ஒருவேளை இங்கு இல்லாமலும் போகலாம், ஆனால் நாம் இருக்கும்போது, நம்மால் எவ்வளவு முடியுமோ அவ்வளவு நன்மைகளைச் செய்வோம். மிகச் சிறந்த பரிசு, அறிவு தான். ஒருவர் இது அது என்று எதையாவது கொடுக்கலாம்,

ஆனால் ஒருவருடைய அறிவை நாம் மேம்படுத்துவது நிலைத்து நிற்பதுபோல் வேறெதுவும் நிற்காது. மகிழ்ச்சி என்பது வாழ்வின் நிரந்தரத்தன்மையைப் புரிந்து கொள்ளுதல் ஆவதோடு, உண்மையான பரிசு என்பது இந்த அறிவை நம்மைச் சுற்றியுள்ள அனைவரிடமும் பகிர்ந்து கொள்வதைத் தவிர வேறெதுவும் கிடையாது.

14

நாடகங்களில் மிகப் பெரிய நாடகம்

அரக்கு வண்ண ஒன்பது கெஜப் புடவை என் கைகளில் மென்மையாகவும் புனிதமாகவும் தெரிந்தது. நான் அதை ஜாக்கிரதையாக என்னுடைய அலமாரியிலிருந்து எடுத்தேன். நவராத்திரி பண்டிகை அருகில் வந்துவிட்டது- ஒன்பது இரவுகளாலான அந்தப் பண்டிகை ஒரு குழந்தை தாயாரின் வயிற்றில் இருக்கும் ஒன்பது மாதங்களைப் பிரதிபலிப்பதாகும். அந்த ஒன்பது நாட்களும் என்னுடைய தாயார் பட்டுப்புடவைகளைத்தான் உடுத்துவார். எனக்கு ஆறு கெஜப் புடவைகளில் தான் நாட்டம் அதிகம். காரணம் அதில் நிறைய வண்ணங்களும் அழகிய டிசைன்களும் இருக்கும். ஒன்பது கெஜப் புடவைகள் எப்போதுமே டிசைன் இல்லாதவை. நான் ஒவ்வொரு நாளும் கட்டப்போகும் புடவையைத் தேர்ந்தெடுத்து அதோடு ஒத்துப்போகும் வண்ணத்தில் வளையல்களையும் பொட்டுக்களையும் தேர்வு செய்தாலும், என்னுடைய முக்கியமான நோக்கம் என்னைத் தயார் செய்து கொள்வதாகத்தான் இருந்தது. என் தாயார் என்னை ஒன்பது கெஜ பட்டுப் புடவைகளைக் கட்டும்படி சொன்ன போது, நான் அவரைத் தவிர்த்தேன். 'நீங்களே அணிந்து கொள்ளுங்கள், எனக்கு அது மிகவும் பெரியதாக இருக்கிறது,' என்றேன்.

நான் அவருடன் பூஜையில் அமர்ந்து கொண்டேன். எனக்கு அந்த மந்திரம், தியானம், வண்ணங்கள் எல்லாம் பிடித்திருந்தன. எங்கள் இல்லத்தில், பிரத்தியேகமாகத் தயாரிக்கப்பட்ட படிகளில் பேப்பர்கூழினால் செய்யப்பட்ட பொம்மைகளை அலங்காரமாக அடுக்கி வைப்போம். நாங்கள் குழந்தைகளாக இருந்த போது, குருதேவும் நானும் ஒவ்வொரு வீடாக அவர்கள் வீட்டுக் கொலுவைக் காணச் செல்வோம். நான் பட்டுப் பாவாடை சட்டை அணிந்து கொண்டு பின்னிய கூந்தலில் மல்லிகைப் பூவைச் சூடிக்கொண்டு செல்வேன். ஒவ்வொரு வீட்டிலும் எங்களைப்

பாடச் சொல்வார்கள், நாங்களும் இதற்கெனவே பழகி வைத்திருந்த பாடலைப் பாடுவோம். நாங்கள் பாடி முடித்தவுடன், எங்களுக்குப் பருப்புகளால் செய்யப்பட்ட சுண்டல் கொடுக்கப்படும். கிடைத்த சுண்டல் பொட்டலங்களை வீட்டிற்கு எடுத்துச் செல்வோம், எங்கள் தாயார் அவற்றைச் சோதனை செய்துவிட்டு எதை நாங்கள் சாப்பிட வேண்டும் என்பதை நிர்ணயம் செய்வார். எங்களுடைய குழந்தைப் பருவத்திலிருந்தே, நவராத்திரியின் ஒன்பது நாட்களும் '*லலிதா ஸஹஸ்ரநாமம்*' பாராயணம் செய்வது பழக்கமாக இருந்தது. ஒரு நாள் குருதேவ் எல்லாருடைய நலனையும் முன்னிட்டு 'சண்டி யக்ஞம்,' செய்ய முடிவு செய்தார்.

யக்ஞம் பல்வேறு தெய்வீக வடிவங்களையும் போற்றுவதற்காகச் செய்யப்படுவது. உடல், மனம் மற்றும் சுற்றுச்சூழலைத் தூய்மையாக்குவது. நம் ஒட்டுமொத்த உணர்வுநிலைமீது செயல்பட்டு, அதனை உயர்த்துவதாகும். நவராத்திரி எப்போதுமே கொண்டாட்டத்திற்குரிய காலமாகும். இப்போது அத்துடன் தியானத்துடன் கூடிய மந்திர உச்சாடனமும் மௌனமும் சேர்ந்துவிட்டன. நவராத்திரி நாட்களில் குருதேவ் மௌனத்தில் ஆழ்ந்துவிடுவார். அது என் மீதும் வலிமையான பாதிப்பை உண்டாக்கியது. அந்த நாட்களில் மனத்தில் சிந்தனை என்பதே தோன்றாது. எனவே எல்லாவற்றையும் முன்கூட்டியே திட்டமிட்டாக வேண்டும். மந்திர உச்சாடனங்கள் என்னை அப்படியே இன்னொரு உலகிற்கே அழைத்துச் சென்றுவிடும். அந்தப் பண்டிகைக்கான முழுப் பொறுப்பை நானே ஏற்கும் காலம் வரும்வரை இந்த நிலை தொடர்ந்தது. 1999ல் என் தாயார் காலமானார். அப்போது முதன்முதலாக நான் ஒன்பது கெஜப் புடவையை உடுத்திக் கொண்டேன். அந்தப் புடவையைக் கட்டுவது எளிதல்ல. அது ஒரு நீண்ட வழிமுறை என்பதோடு யாராவது மூத்தவர்களின் உதவியும் தேவைப்படுமாதலால் ஒவ்வொரு தடவை அந்தப் புடவையைக் கட்டும் போதும், வேதனையான காரியமாகவே தோன்றும். அது போதாதென்று என் கணவர் வேறு 'சீக்கிரம் உடுத்திக் கொண்டு வா, முகூர்த்தம் நேரம் போய்விடும்,' என்று என்னை அவசரப்படுத்துவார்.

நவராத்திரியின் ஆறாவது நாளில் யக்ஞங்கள் துவங்கும். ஐந்தாவது நாள் மதியம் முழுவதும் அழகழகான பூக்கள் வடிவத்தில் மருதாணி இட்டுக் கொள்வதற்காக ஒதுக்கப்பட்டது. மருதாணி இட்டுக் கொள்வதென்பது ஓர் அழகான கலைவடிவம் ஆகும், அதில் எல்லாப் பெண்களும் கலந்து கொள்வார்கள். அடுத்தநாள் அதிகாலை 4 மணிக்கே என் கணவர் என்னை உறக்கத்திலிருந்து எழுப்பிவிட்டார். அந்த நேரம் தியானம் என்ற ஒரு வேலைக்கு மட்டுமே உகந்த நேரமாகும். ஒருவேளை நான்

கொஞ்சம் சோம்பேறியாக இருந்திருப்பேன் என்று நினைக்கிறேன். போக்குவரத்து நெரிசலிலிருந்து தப்பிக்க வேண்டுமானால் 'மஞ்சுளா'வை விட்டு சீக்கிரமே கிளம்ப வேண்டும் என்று என் கணவர் விளக்கினார். அதனால் நான் சீக்கிரமே எழுந்து சீக்கிரமே தயாராகி யக்ஞம் நடத்தப்படவிருந்த ஆசிரமத்தின் பழைய தியான மண்டபத்தை அடைந்த போது, அங்கு யாருமே இல்லை. பண்டிதர்கள் கூட அத்தனை சீக்கிரம் வந்திருக்கவில்லை! அதிகாலையின் மௌனத்தில மலர் அலங்காரம் மென்மையாகவும் வண்ணமயமாகவும் விளங்கிப் புத்துணர்ச்சியூட்டுவதாக இருந்தது. பாரம்பரிய முறைப்படி அந்த அரங்கை மாட்டுச் சாணத்தினால் சுத்தம் செய்திருந்தார்கள்.

அந்தக் குறிப்பிட்ட நாளில், மூன்று ஹோம குண்டங்கள் அந்த அரங்கில் தயார் செய்யப்பட்டிருந்தன. பண்டிதர்கள் ஒவ்வொருவராக வரத் துவங்கினார்கள். அவர்கள் அரிசி மாவு, மஞ்சள் மற்றும் வேறு சில இயற்கை வண்ணங்களைக் கொண்டு பல வடிவங்களைத் தரையில் வரையத் துவங்கினார்கள். மிகத் துல்லியமாக அளவெடுத்தாற் போன்ற வடிவங்களை அவர்கள் விரல்கள் மிக வேகமாகவும் ஆற்றலுடனும் வரைந்தன. பின்னர், குருதேவ் என்னிடம் அந்த வடிவங்கள் யந்திரங்கள் எனவும், அவைகள் பல்வேறு சக்திகள் நகர்வதற்கு உதவுவதாகவும், நம்முடைய மனம் மற்றும் உடலின் பல்வேறு அம்சங்களின் குறியீடு என்றும் விளக்கினார். கையால் வரையப்பட்ட ஒரு சித்திரம் சக்திகள் நகர்வதற்கு மார்க்கமாக இருக்கலாம் என்பது எனக்குக் குழப்பமாக இருந்தது! அரங்கம் வேகமாக நிறைந்ததும் பூஜைகள் துவங்கும் நேரமும் வந்தது. குருதேவும் அங்கு வந்தார். நான் என் கணவருடன் சென்று, குருதேவ் முன்னால் வணங்கிவிட்டு, என்னுடைய ஆசனத்தில் அமர்ந்து கொண்டேன். அந்த வினாடி, எனக்கு நானே முதிர்ந்தவளாகத் தெரிந்தேன். என் தாயாரைப் போல் உணர்ந்தேன்.

மந்திர உச்சாடனங்கள் துவங்க, நான் சுற்றிப் பார்த்த போது, அனைத்தும் ஒரு புது ஜீவனோடு இருப்பதுபோல் தோன்றியது. எதையெல்லாம் நான் முன்பு பார்த்தேனோ அவைகளை இப்போது இன்னும் முதிர்ந்த கண்களால் பார்ப்பது போல் உணர்ந்தேன். அங்கு வந்திருந்தவர்களைப் பார்த்த போது என்னுள் தோன்றிய எண்ணம், 'இவர்கள் சௌகரியமாக இருக்கிறார்களா? இவர்களுக்கு ஏதாவது வேண்டுமா?' என்பதே. இப்போதெல்லாம் புடவைகளுக்கும் வளையல்களுக்கும் முன்பிருந்த முக்கியத்துவம் இல்லை. நான் சிறுமியாக இருந்த போது, ஒரு வீட்டைக் கற்பனை செய்து வைத்திருந்தேன், அந்த வீட்டில் நிறைய சிறுமிகளும்,

பெங்களூருவிலுள்ள ஆஷ்ரமத்தில்
ருத்ர பூஜையின் போது ஆரத்தி
எடுக்கும் குருதேவ்

1990 களின் பிற்பாதிகளில்
ஒரு பூஜையின் போது
புனித நீரை குருதேவின் மீது
தந்தையார் தெளிக்கிறார்

நவராத்திரி பூஜைகளின் போது
வீணை வாசிக்கும் குருதேவ்

நவராத்திரி பூஜைகளின் போது
தரிசனம் தரும் குருதேவ்

1993 ஆம் ஆண்டு கானடாவில்
நடந்த குருபூஜையின் போது
அம்மாவுடன் குருதேவ்

ரிஷிகேஷில் கங்கை நதிக்கரை ஓரத்தில்
ப்ரஞ்ஞாநந்த்ஜி மகாராஜ் மற்றும் சில
சன்னியாசிகளுடன்குருதேவ்

கானடா நாட்டிலுள்ள
க்யுபெக் நகரில்
இருக்கும் லா மோரிஸ்
நேஷனல் பார்க்கில்
தண்ணீருக்குப்
பக்கத்தில் தியானத்தில்
குருதேவ்

பஞ்சாபிற்கு சென்ற போது சிக்கியர்களின் பாரம்பரிய உடையில் குருதேவ்

2012 ஆம் ஆண்டு அசாமில் உள்ளூர் போடோக்களுக்கும் இஸ்லாமியர்களுக்கும் இடையே நடைபெற்ற கலவரத்தின் போது வங்காள இஸ்லாமியர்களின் குறைகளைக் கேட்கும் குருதேவ்

2014 ஆம் ஆண்டு ஈராக்கிலுள்ள சிஞ்ஜார் மலையில் உள்ள அகதிகள் முகாமில் உள்ள யஜிதி குழந்தைகளுக்கு இனிப்புகள் வழங்கும் குருதேவ்

2014 ஆம் ஆண்டு குர்திஷின் தலைநகரான எர்பில்லில் நடந்த 'புரோடெக்டிங் விமன் அண்டு பிரிங்கிங் பீஸ் அண்டு ஸ்டபிலிட்டி' என்ற தலைப்பில் நடந்த அமைதி கருத்தருங்கத்தில் உரையாற்றும் குருதேவ்

2014 ஆம் ஆண்டு குர்திஷ் பாராளுமன்றத்தின் சபாநாயகர் டாக்டர் யூசுப் முகம்மதுடன் அளவளாவும் குருதேவ்

2015 ஆம் ஆண்டு ஹவானாவில் நடந்த பத்திரிகையாளர் சந்திப்பில் FARC (Revolutionary Armed Forces of Colombia & People's Army) தலைவர்களான இவான் மார்க்யூஸ் மற்றும் பவுலோ கேடாடும்போவுடன் குருதேவ்

2012 ஆம் ஆண்டு நெதர்லாந்து நாட்டின் நையன்ரோடு பல்கலைக்கழகம் அளித்த கௌரவ டாக்டர் பட்டம் பெற்றவுடன் குருதேவ்

2016 ஆம் ஆண்டு கொலம்பியா அரசாங்கத்திடமிருந்து மிக உயர்ந்த குடிமகனுக்கான விருது வாங்கும் குருதேவ்

2004 ஆம் ஆண்டு வெர்ல்டு பாங்க் மற்றும் டர்கிஷ் எதிகல் வேல்யூஸ் சென்டர் பவுண்டேஷனால் மாஸ்கோ, ரஷ்யாவில் நடத்தப்பட்ட மத நல்லிணக்க கருத்தரங்கில் முக்கிய பேச்சாளராக குருதேவ்

புருசல்ஸ் நாட்டில் ஐரோப்பிய பாராளுமன்றத்தில் வெர்ல்டு ஃபோரம் ஃபார் எதிக்ஸ் இன் பிஸினெஸ் கருத்தரங்கில் பங்கு பெற்றவர்களிடையே பேசும் குருதேவ்

2012 ஆம் ஆண்டு
ஆர்ஜென்டினாவில் ஒரு பொது
நிகழ்ச்சியில் குருதேவ்

2012 ஆம் ஆண்டு ப்யூனஸ் ஏயர்ஸில்
நடந்த ''தி பிளேனெட் மெடிட்டேஸ்''
பொது நிகழ்ச்சியில் 150,000 அர்ஜெண்டிய
மக்களிடையே குருதேவ்

2006 ஆம் ஆண்டு நடந்த வெள்ளி விழாக் கொண்டாட்டம் மேடையிலிருந்து ஒரு காட்சி

கேரளாவில் நடந்த
மகாசத்சங்கில்
குருதேவ்

2006 ஆம் ஆண்டு
பிப்ரவரி மாதம் நடந்த
வெள்ளி விழா
நிகழ்ச்சிகளில்
பங்கேற்க வந்த
அப்போதைய
ஜனாதிபதியான
மேதகு டாக்டர்
ஏ பி ஜே அப்துல்
கலாமை வரவேற்கும்
குருதேவின்
தகப்பனார்

2016 புதுடில்லி யமுனா நதிக்கரையில் 35 லட்சம்பேர் கூடிய உலக கலாச்சார விழாவின் போது மேடையின் ஒரு பகுதி

'மேரி தில்லி மேரி யமுனா' நிகழ்வின் போது குருதேவ். புதுடில்லி மார்ச் 2010இல் இந்த நிகழ்வின் மூலமாக யமுனையைத் தூய்மை செய்யவருமாறு தன்னார்வலர்களை உற்சாகமூட்டினார்

2010 ஆம் ஆண்டு நதியிலிருந்து
டன் கணக்கில் குப்பையை அள்ள
நூற்றுக்கணக்கான படகுகளில்
சென்ற தன்னார்வலர்களுடன்
குருதேவ்

சிறுவர்களும், பெண்களும், ஆண்களும் இருந்தனர் - பெண்கள் ஒன்றாக இணைந்து விதவிதமான உணவு வகைகளைச் சமைத்து, பேசி, பாடி மகிழ்ந்தனர். அந்த அரங்கைச் சுற்றிலும் பார்த்த போது, என்னுடைய கனவு நினைவானது போல் தோன்றியது. அனைவரும் மிகச் சிறந்த ஆடை அணிகலன்களை அணிந்து, தெய்வீகத்தை உணரும் ஆசையோடு முகத்தில் புன்னகை மலர அமர்ந்திருந்தனர். இசையைப்போல் இனிமையாகவும், மனதிற்கு இதமாகவும் இருந்த இந்த எண்ணங்களோடு நான் அமர்ந்திருந்தேன். அந்த நிகழ்வில் பாடிய பஜனைகளும் இனிமையாகவும் தெய்வீகமாகவும் இருந்தன. அங்கு குழுமியிருந்த அனைவருமே பரவசமான நிலையில் இருந்தனர். கடைசி ஆஹூதி நடைபெற்ற போது, (யக்ஞத்தின் அக்னியில் நிவேதனப் பொருட்குவியலை இடுவது) நான் குருதேவில் சாக்ஷாத் பிள்ளையாரே இருப்பதாக உணர்ந்தேன். அவருக்கு முன்னால் தான் அமர்ந்திருந்தேன், ஆனால் மிகப் பெரிய யானையின் முன்னால் அமர்ந்திருப்பது போல் உணர்ந்தேன். நான் லால்பாகில் இருந்த மிகப்பெரிய பிள்ளையார் சிலையைப் பார்த்திருக்கிறேன். அந்தச் சிலையின் முன்னால் நாம் மிகச் சிறியதாக உணர்வோம். குருதேவின் முன்னாலும் இப்போது அதே மாதிரி உணர்ந்தேன். அவருடைய இருத்தல்நிலை சக்தி வாய்ந்ததாக இருந்தது. அதே நேரத்தில் மென்மையானதாகவும் இருந்தது. சில நிமிடங்களில் யக்ஞம் முடிவுக்கு வந்து உணவுக்கான நேரம் வந்தது.

அன்றைய மாலைப் பொழுது ‘சண்டி பிராரம்பா’ அதாவது, ‘சண்டி ஹோமத்தின் ஆரம்பம்’ நிகழ்ந்தது. இந்தியா ரிஷிகளும் விவசாயிகளும் நிறைந்த பூமியாகும். ஒவ்வொரு பூஜையும் ‘பீஜ வாபனா’ (விதை விதைப்பு) - உடன் துவங்கும் - அதாவது ஒன்பது விதமான விதைகள் சிறிய மண் குடத்தில் விதைக்கப்பட்டு அதன்மேல் பாலும், நீரும் கலந்து தெளிக்கப்படும். குருதேவ் வாழ்க்கையும், பூஜையும் வேறு வேறல்ல என்பார். வாழ்க்கையே ஒரு பூஜை தான். நாம் நடப்பது பிரதக்ஷணம் (‘வலம் வருதல்’) போன்றது; நாம் உண்பதே நைவேத்தியம் ஆகும். அதே போல்தான் எல்லாமே என்பார் குருதேவ். வாழ்க்கையைப் பற்றிய இந்தக் கண்ணோட்டம் நம்மிடம் தூய்மையைக் கொண்டுவரும். தூய்மையால் மனம் பலமாகிறது, புத்தி கூர்மையாவதோடு உற்சாகமும் பிறக்கிறது. விதையை விதைக்கக் கூட, மங்களகரமான நேரம் தேர்ந்தெடுக்கப்படுகிறது. கால்கள் தெரியாதபடி ஒன்பது கெஜப் புடவையணிந்த ஏழு பெண்கள் அடங்கிய ஒரு குழு, பக்தியுடன் விதைகளை விதைத்தது. அப்போது அவர்கள் எப்படி உணர்ந்தார்கள் என்று தெரியாது, ஆனால் அங்கு அழகும் சிரிப்பும் அத்துடன் ஆழமான மகிழ்ச்சியும் நிலவியது.

மறுநாள் காலையில் ருத்ர ஹோமம் நடக்கவிருந்தது. சிவனின் ஓர் அம்சம் தான் ருத்ரன். ஹோமத்தீ வளர வளர, தெய்வீக சக்தி அங்கு நிலவுவதை நன்கு உணர முடிந்தது. அன்று மாலை குருதேவ் வீணை வாசித்தார். என் இளையமகன் அர்விந்த் தபேலாவையும், மணிகண்டன் மேனன் புல்லாங்குழலையும், சிறுமி மாளவிகா சிதாரையும் இசைத்தார்கள். நேரம் பறந்து சென்றது. இசையும் பாடல் வரிசையும் பல நாட்ககளாகத் திட்டமிட்டு, ஒத்திகை செய்யப்பட்டிருந்தாலும் ஆரம்பித்த சில நொடிகளிலேயே முடிந்துவிட்டது.

மறுநாள் காலையில் அனைவரும் எதிர்பார்த்த ‘மஹா சண்டி ஹோமம்’ நடைபெற்றது. விடியற்காலைப் பொழுதில் ஓர் உற்சாகம் இருந்தது. படபடக்கும் தட்டாம்பூச்சிகள், குயில்களின் கூவல்கள் தெய்வீக அன்னையை வரவேற்கக் காத்திருந்தன. ஒன்பது கஜம் அணிந்த ஒன்பது சுமங்கலிப் பெண்கள், வயதான தம்பதிகள்; ஒன்பது தேவிகளாக வரிக்கப்படுவதற்கு ஒன்பது கன்னிப்பெண்கள், வடுக்கள் என்ற அழைக்கப்படும் ஒன்பது அந்தணச் சிறுவர்கள், பண்டிதர்கள், அக்னிக்கு வழங்குவதற்கான 108 வித மூலிகைகள்; ‘யந்த்ர’ வடிவங்கள்; நறுமணம்; ஆசிரமத்தைச் சேர்ந்த இந்திராணி, மகேஷ்வரா என்ற யானைகள்; இவற்றோடு, தொனி மாறாமல் ஒலிக்கும் மந்திரங்கள் - எல்லாம் ஒன்றாக இசைவோடு அமைந்திருந்தன.

இப்போது நினைத்தாலும் அந்த ஒவ்வொரு விஷயமும் எனக்குத் தெளிவாகத் தெரிகிறது. அப்போது எடுக்கப்பட்ட படங்களைப் பார்க்கும் போது முழு உருவப்படங்கள் போலவே உள்ளன. எல்லாரும் அழகாகவும், மகிழ்ச்சியோடும் காட்சி தருகின்றனர். அமைதியான அந்தச் சூழலில், கலசநீரில் ஆவாகனம் செய்யப்பட்டிருந்த தேவி, அவளுக்கே உரிய சகல உபகரணங்களுடன் மேளங்கள் முழங்க சங்கு ஒலிக்க அங்கு எழுந்தருளினாள். வேத கோஷங்கள் முழங்க, மலர்களைத் தூவ, குருதேவ் வழிகாட்ட, தலைமை புரோகிதரின் சிரசின் மேல் வைத்து தேவி எடுத்துச் செல்லப்பட்டாள். தேவியின் பிரம்மாண்டத்தில் மூழ்கிய பக்தர்கள் கைகூப்பியபடி இரு புறங்களிலும் நின்று கொண்டிருந்தனர். சக்தி வாய்ந்த மற்றும் அன்பு நிறைந்த தேவியின் முன்னிலையில் நான் அவளோடு கூடவே சென்று கொண்டிருந்தேன். ‘இந்த அனுபவத்தை மீண்டும் எய்துவதற்கு முழுமையாக ஓராண்டு காத்திருக்க வேண்டுமே!’ என்று யோசித்தபடியே நடந்தேன். ஆனால் அவள் தான் எப்போதும் என் இதயத்தில் வசிக்கிறாளே என்று என்னை நானே தேற்றிக் கொண்டேன்.

கலசத்தில் இருந்த புண்ணிய நீர் முதலில் குருதேவிற்கு வழங்கப்பட்டுப் பின்னர் பக்தர்கள் மேல் தெளிக்கப்பட்டது. வாழ்க்கை என்னும் மாபெரும் லீலைக்குள் இது ஒரு தெய்வீக லீலையாகத் தோன்றியது எனக்கு. அதிலும் மேன்மையான லீலை. ஒவ்வொரு ஆண்டும் இதே போல் தான் உணருவேன், 'ஆம், இந்த வாழ்விற்காகத்தான் நான் பிறந்தேன்!' பூஜையின் செயல்பாடுகளோ, சொல்லப்படும் மந்திரங்களோ புரியாமல் போனாலும் பரவாயில்லை. தன்னுடயை ஜீவனின் ஆழத்தில் ஒருவன் மூழ்கியிருக்கும் போது புத்தியின் ஆராய்ச்சிக்கு அங்கு வேலையில்லை.

அடுத்தநாள் காலைப்பொழுது ரிஷி ஹோமத்துடன் விடிந்தது - பாரம்பரியத்தை கட்டிக்காத்து நமக்களித்த வேதகாலத்து முனிவர்களுக்கு மரியாதை செலுத்தும் விதமாக இது அமைந்தது. யோகப்பயிற்சிகள் எப்படி ஒன்றிலிருந்து இன்னொன்றிற்கு நளினமாக மாறுமோ, அதேபோல் தினசரி நிகழ்வுகளும், நளினமாக மாறிக்கொண்டிருந்தன. குருதேவ் அன்று குருபூஜை நடத்தினார். பூஜைக்கான மந்திரங்களை நான் சொல்லத் தொடங்கியதும், உலகம் முழுவதிலிருந்தும் என் மாணவர்கள் என்னுடன் இணைந்து கொண்டார்கள். அந்த நொடியில் குஞ்சுகளைப் பெருமிதத்தோடு நோக்கும் கோழியைப் போல இருந்தேன். அந்த நேரம் சாத்வீகமான 'நான்' என்ற எண்ணம் செயலில் இருந்ததை நான் பொருட்படுத்தவில்லை. ஒவ்வொரு நாள் பூஜை முடிவிலும் '*அபயம் அபயம் அம்மா...*' என்ற தெய்வீக் அன்னைக்கு அர்ப்பணிக்கப்பட்ட பாடலைப் பாடுவோம். என் தாயாரின் பூஜையில் இப்பாடல் ஓர் அங்கம். இந்தப் பாடலைக் கேட்கும் போது குருதேவ் தன் கைகளால் பல முத்திரைகளைப் பிடித்தபடி பரவசநிலைக்கே சென்றுவிடுவார். அவருடைய அசைவுகளில் இருந்த சக்தியையும் அழகையும் வர்ணிக்க வார்த்தைகள் போதாது. அப்படிப்பட்ட தருணங்களில் அவரைச் சுற்றிவந்து ஆரத்தி காட்டுவேன். அந்த வினாடியின் புனிதத்தன்மைக்கு இணையாக என்னால் எதையும் சொல்ல முடியாது. அனைத்தும் பிரகாசமாகவும் ஒளி மிகுந்ததாகவும் இருந்தது. தனித்தனி முகங்கள் எல்லாம் ஒளியில் கரைந்துவிட்டது போல் தெரிந்தது. ஒருநாள், கண்களால் காண முடியாத ஜீவன்களைப் புகைப்படம் எடுக்கும் கிர்லியன் புகைப்படக் கலையில் திறமை வாய்ந்த இருவர் ஆசிரமத்திற்கு வந்து ரிஷி ஹோமத்தின் போது ஹாலையும் பூஜைகளையும் படம் பிடித்தார்கள். அந்தப் புகைப்படங்களைப் பின்னர் பார்த்த போது பல்வேறு சக்திகள் பல்வேறு வண்ணங்களில் அரங்கின் குறுக்கே செல்வதைப் பார்க்க முடிந்தது. குருதேவிடமிருந்து எக்கச்சக்கமான பச்சை நிற ஒளி வந்து கொண்டிருந்தது, அந்த ஒளி

அரங்கையும் தாண்டி வெளியே சென்றது. அந்தப் பச்சை ஒளி தான் குணப்படுத்தும் வண்ணமாகும். அந்த ஹாலில் தியானம் செய்து கொண்டிருந்த அனைவரையும் சுற்றி ஒரு துடிப்புள்ள சக்தி இருந்தது. என்னுடைய அனுபவம் இப்போது சாட்சியோடு நிரூபிக்கப்பட்டது.

ஆசிரமத்தின் உறுப்பினர்கள் யக்ஞசாலையின் கூரையில் இருந்து தண்ணீர் தானாகத் தெளிக்கும்படியான வசதி செய்து வைத்திருந்ததால் கங்கை போன்ற புண்ணிய தீர்த்தங்கள் அனைவர் மேலும் தெளிக்கப்பட்டது. ஹோமம் முடிந்த பிறகு, இந்தத் தீர்த்தத்துளிகள் அனைவரின் மீதும் ஆசீர்வாதம் போல் விழும். அந்த நேரத்தில் நான் புனிதமான கங்கையில் மூழ்கியது போல் உணர்ந்தேன், அதோடு என் தாயாரின் நினைவும் வந்தது. என்னை இந்த அனுபவத்திற்குத் தயார் செய்ததற்காக, அவருக்கு நன்றிக்கடன் பட்டவளாக உணர்ந்தேன். அவர் உயிருடன் இருந்த போது, கலந்துகொண்ட கடைசி பூஜையின் போது, அவர் ஒரு பதினாறு வயது தேவி தன்னுள் நடனமாடுவதைப் போல் உணர்ந்ததாகக் கூறினார். அது அவருடைய பதினாறாவது பூஜையாகும். 2016ஆம் ஆண்டு எனக்குள்ளும் அதே உணர்வு ஏற்பட்டதோடு கூடுதலாகப் பதினாறு வருடங்கள் கடந்து விட்டதையும் உணர்ந்தேன். நேரம் பறந்து சென்றாலும், இந்த வினாடிகளின் முழுமை என்றும் மாறாமல் அப்படியே இருக்கும். ஆசிரமத்தில் நடக்கும் பூஜையின் அளவும் பெருகலானது. காரணம் அந்தப் பாரம்பரியத்தில் கலந்து கொள்ள ஆயிரக்கணக்கானோர் வந்து தங்கியதால் அதற்கேற்ற ஏற்பாடுகளைச் செய்ய வேண்டியிருந்தது. சமையலறையில் மிக அதிகமான பொருட்களை சேமித்து வைக்க வேண்டியிருந்தது. உணவில் என்ன தயாரிக்கப்பட வேண்டும் என்பதை குருதேவ் தானே முடிவு செய்வார். உதாரணத்திற்கு 2015ஆம் ஆண்டு 30,000 கிலோ அரிசியும் 3,500 கிலோ உப்பும் மற்றும் 90,000 கிலோ காய்கறிகளும் பயன்படுத்தபபட்டன! கிட்டத்தட்ட 80,000 மக்களுக்கு ஒவ்வொரு வேளையும் உணவு சமைப்பது என்பது நிச்சயமாக ஒரு சவால் தான். எவ்வளவு உணவு தேவைப்படும் என்று எப்படி நிர்ணயம் செய்வது? அதுவும் ஒன்று அல்லது இரண்டு வகை உணவா? இல்லை, ஹோமம் நடக்கும் நாட்களில் பதினாறிலிருந்து பதினெட்டுவகை உணவுகள் தயாரிக்கப்படும். கடந்த இரண்டு ஆண்டுகளாக, இயந்திரங்கள் பயன்படுத்தப்படுவதால் பெரிய அளவுக்கு உணவு தயாரிப்பது எளிதாகி விட்டது. ஆனால் ஆரம்ப நாட்களில் எல்லாம் தன்னார்வலர்களாலேயே செய்யப்பட்டன. அவர்களுக்கு உறங்கவும் நேரமின்றி இரவும் பகலும் கடுமையான வேலை இருக்கும்.

நவராத்திரி நாட்களில் மழை இருக்கும். கூரைகள் கசியும், சாலைகளில் சேறு மிகுந்திருக்கும். மின்சாரம் அடிக்கடி நின்று போகும். ஆசிரமம் கொள்ளாத அளவுக்கு மக்கள் வந்து கொண்டிருந்தனர். முதலில் வருபவர்களுக்கே இடம் என்று அமல்படுத்தலாம் என்ற ஆலோசனையை குருதேவ் ஏற்றுக் கொள்ளவில்லை. அவரைப் பொறுத்தவரையில், இந்த ஆசிரம் அனைவரையும் வரவேற்கும் ஒரு திறந்த வீடாகும். வந்தவர்களைத் தங்க வைக்கும் பொறுப்பில் இருப்பவர்கள், எப்போதும் ஓடிக் கொண்டேயிருப்பார்கள், கடைசி வினாடிவரை ஏற்பாடுகளைச் செய்தவண்ணம் இருப்பார்கள். சவால் என்னவென்றால், எத்தனை நபர்கள் வருவார்கள் என்று யாராலும் கணிக்க முடியாது என்பது தான். இரண்டு அல்லது மூன்று விருந்தினர்கள் வந்தாலே நாம் எத்தனையோ ஏற்பாடுகளை செய்யும் போது, ஒரே நேரத்தில் ஆயிரக்கணக்கானோர் வந்தால் எத்தனை ஏற்பாடுகள் செய்ய வேண்டியிருக்கும் என்பதைக் கற்பனை செய்து கொள்ளலாம்! ஏற்பாடுகளைப் பல மாதங்களுக்கு முன்னரே செய்ய ஆரம்பித்து விடுவார்கள், ஆண்டுக்கு ஆண்டு சின்னச்சின்ன விஷயங்களில் கூட கவனம் செலுத்தியதால், ஏற்பாடுகளில் முன்னேற்றம் இருந்து கொண்டேயிருந்தது. எத்தனை நபர்கள் வந்தாலும் சரி, இந்த மங்களகரமான நேரத்தில் வந்திருக்கும் அனைத்து விருந்தினர்களையும் ஒவ்வொருவராக குருதேவ் சந்திப்பார். தரிசனம் செய்வதற்கான வரிசைகள் அதிகம் இருப்பதோடு மிக நீண்டதாகவும் இருக்கும். முடிவதற்குப் பல மணி நேரமாகும். சில சமயம் இந்த வரிசைகள் ஆசிரமத்தின் ஆரம்பத்தில் துவங்கி யக்ஞசாலை வரை செல்லும். குருதேவ் அனைவரிடமும் அவர்களுடைய அனைத்துத் தேவைகளும் பூர்த்தி செய்யப்பட்டதா என்று கேட்பார். பூஜையின் முடிவில், இந்த பூஜையில் கலந்து கொள்வதற்காக மற்ற கோவில்களில் இருந்து வந்திருந்த பண்டிதர்கள், என்னிடம் மற்ற எந்த பூஜையின் போதும் இந்த அனுபவத்தைத் தாங்கள் பெற்றதில்லை என்று கூறியிருக்கிறார்கள். குரு கூடவே இருப்பதால் ஒரு புதிய உணர்வு உருவாக்கப்படுகிறதே அதற்கு இணையும் கிடையாது வர்ணிக்கவும் முடியாது. இந்த அற்புதமான பாரம்பரியத்தை இன்னும் நடத்திக் கொண்டிருக்கும் பக்தியில் விழிப்புணர்வு பெற்ற ஒரு சில குருக்களில் குருதேவும் ஒருவர்.

ஒரு நவராத்திரி நாளில், நாடி ஜோதிடர் ஒருவர் தனக்குத் தெரிவிக்கப்பட்ட இரகசியமொன்றைச் சொல்வதற்காக வந்தார். அவர் ஒரு முனிவருக்கும் அவருடைய சீடனுக்கும் இடையே நடந்த உரையாடலைப் பற்றிப் பேசினார். நவராத்திரி நேரத்தில் குருதேவுடன் இருப்பதற்காகவே வானத்தில் இருக்கும் எல்லா

தேவதைகளும் ஆசிரமத்திற்கு வருவதாக முனிவர் கூறினார். அப்படி எல்லா தேவதைகளும் குருதேவின் பூஜைக்கே வந்துவிட்டால் மற்றவர்கள் செய்யும் பூஜைகள் என்னாவாகும் என்று சீடர் கேட்டார். மனிதகுலத்தின் நன்மைக்காகவே ஆசிரமத்தில் பூஜைகள் நடத்தப்படுகிறதே அன்றி, தனிப்பட்ட லாபத்திற்காக அல்ல என்று முனிவர் பதில் கூறினார். அதனால் தேவதைகள் அனைவரும் ஆசிரமத்தில் இருக்கும் போது, உலகம் முழுவதும் பலன் அடைகிறது.

மரம் முழுவதும் கனிகள் இருக்கலாம், ஆனால் எட்டிப் பறிக்க முடிகிறவன் மட்டுமே கனியைச் சுவைக்க முடியும். சில நேரங்களில், அன்பின் காரணமாக, மரங்கள் நிலத்தில் கனிகளை விழ வைக்கிறது. ஏனெனில் அப்போது தான் எல்லாக் குழந்தைகளும் எடுத்துச் சுவைக்க முடியும். அதேபோல், ஆன்மீகச் செயல்பாடுகளின் பலன்கள், அதேவழியில் முன்னேறிச் செல்பவர்களுக்குக் கூட எளிதில் கிடைத்துவிடாது. ஆனால் நவராத்திரி போன்ற நேரங்களில், குருவின் அருகாமையில் இருக்கும் போது, மிக உயர்ந்த ஆன்மீக நிலையை எளியவர்களும் உணர்ந்து கொள்ள முடியும்.

இது செப்டம்பர் மாதம். இப்போது நான் ஒன்பது கெஜப் புடவையை உடுத்திக் கொள்ளும் போது, அதனுடைய மென்மையை உணர்வதோடு, என்னுடைய தாயாரின் நினைவும் எனக்கு வருகிறது. அதோடு இன்னொரு விஷயமும் தான். இந்தப் புடவை சுமார் முப்பது வருடங்களாக இந்தப் பூஜையைப் பாரத்துக் கொண்டிருக்கிறது. லீலைகள் தொடர்கின்றன.

15

காலம் உறைந்து ஞானம் பரவும் இடம்

சில்லென்ற நீர் என் காலில் மோதிச் சென்றது. அது முன்னேறிச் செல்வதற்கு என்னுடைய கால்கள் தடையாக இருந்ததால் விடாமல் என் கால்களில் மோதியது. பெரிய நதி பண்டைய நதி தான் என்றாலும், அது புதியதும் கூட. பல்லாயிரம் ஆண்டுகளாக அந்த நதியின் நீரானது, தனது கரையிலிருந்து முனிவர்கள் ஓதிய மந்திரங்களைத் தன்னுள் உட்கொண்டிருந்தது. சிறிய விழுதுகளும் ஆரத்தி விளக்குகளும் அந்த நதியின் வேகத்தோடு எங்களைக் கடந்து ஓடிக் கொண்டிருந்தன. அந்தப் புனித நீரில் முங்குவதற்குத் தயாராக ஆண்களும் பெண்களும் தங்கள் மூக்கை பிடித்துக் கொண்டிருந்தனர். நீரில் மூழ்கி எழுந்தால் பாவங்கள் கரைந்து போய் விடும் என்பது நம்பிக்கை. சிறிய குட்டையானால் நிறைய மக்கள் கால்களை வைத்தாலே சகதியாகிவிடும். ஆனால் கங்கை அப்படியல்ல. எதுவும் அவளை அழுக்காக்க முடியாது. எவ்வளவு நிம்மதியான விஷயம்! கடந்த காலங்களில் முனிவர்கள் சீடர்களை ஏற்றுக்கொள்ளும் போது, மிகவும் சோதித்துப் பார்த்தே ஏற்றுக் கொண்டார்கள். காரணம், சீடனின் கர்மாக்களும் முனிவர்களின் பொறுப்பாகிவிட்டதே. ஆனால் இங்கே குருதேவிடம் ஏற்கனவே நிறைய சீடர்கள் இருந்ததோடு இன்னும் பலர் நாளுக்கு நாள் வந்து கொண்டேயிருந்தனர். அப்படிப்பட்ட கருணையினால் அவருக்கு ஏற்படக்கூடிய பின்விளைவுகளைப்பற்றி நான் மிகவும் கவலை கொண்டிருந்தேன். ஆனால் கங்கையின் முன்னால் நின்ற போது என்னுடைய மனத்திரை விலகியது. குருதேவ் ஒரு சிறு ஏரியோ அல்லது குளமோ அல்ல. ஆனந்தமயீ மா இளம் வயதில் குருதேவைப் பார்த்தவுடன் சொன்ன வார்த்தைகள் என் மனத்தில் மின்னல் போல் தோன்றி மறைந்தன. 'நீங்கள் என்னிடம்

கங்கையைக் கொண்டு வந்திருக்கிறீர்கள்,' என்றார் அல்லவா அவர்.

ரிஷிகேஷின் கம்பீரமான மலைகள், அமைதியான அதே நேரம் பெருக்கெடுத்து ஓடும் கங்கை, மற்றும் மெய்சிலிர்க்க வைக்கும் குருவின் அண்மை - இவை அனைத்தும் சேர்த்து அந்த இடத்தை சொர்க்கமாக்கியது. ஒவ்வொரு இடத்திற்கும் ஒரு சிறப்பு உண்டு. ரிஷிகேஷ் அதற்கு விதிவிலக்கல்ல. அந்தப் புனித நகரில் பல்வேறு உயர்நிலை தியான நிகழ்ச்சிகள், சிவராத்திரி கொண்டாட்டங்கள் மற்றும் அறிவைப் பகிர்ந்து கொள்ளும் நிகழ்ச்சிகள் நிறைய நடந்திருக்கின்றன. அந்தக் குறிப்பிட்ட நாளில், நதிக்கரை ஓரத்தில் நாங்கள் அறைகளை முன்பதிவு செய்திருந்தோம். விடிவதற்கு முன்பே தன்னார்வலர் ஒருவரின் இனிய புல்லாங்குழல் இசை எங்களைத் துயிலெழுப்ப, நாங்கள் ஒவ்வொருவராக மெள்ள எழுந்து, 'ஓம் *நமச்சிவாய*' என்று உச்சரிப்பதற்கு தியான மண்டபத்திற்குச் சென்றோம். அந்த மந்திர உச்சாடனம் ஆழமான தியானமாக இருந்ததோடு ஒரு வர்ணிக்க முடியாத சக்தியையும் எழுப்பியது. மந்திரங்களில் மூழ்கிய பிறகு புனித நீரில் மூழ்கி எழுந்தோம். அதைத் தொடர்ந்து யோகா நிகழ்வுகள் நடந்தன. அரங்கின் நுழைவாயிலில் ஒரு சிறிய குறிப்பு இருந்தது அதில், 'உங்களுடைய காலணிகளையும் 'நான்' என்ற எண்ணத்தையும், இங்கேயே விட்டு விட்டு வாருங்கள்,' என்று எழுதியிருந்தது.

குருதேவ் என் தாயாருடன் மார்ச் மாதம் சில வாரங்களுக்கு ரிஷிகேஷ் வருவார். அந்த நேரம் என் குழந்தைகளின் பரீட்சை நேரமாக இருககுமென்பதால், நான் அவர்களுடன் போகாமல் இருந்துவிடுவேன். ஒரு குறிப்பிட்ட வருடம், பரீட்சைகள் வழக்கத்தைவிட சீக்கிரமே முடிந்துவிட, நாங்கள் அனைவரும் ஒன்றாக ரிஷிகேஷுக்குப் புறப்பட்டோம். என் மூத்த மகன் அஜய், அப்போது தான் பத்தாம் வகுப்பை முடித்திருந்தான். (குருதேவ் குழந்தைகளுக்காக பிரத்தியேகமாக ஆர்ட் எக்ஸல் என்று ஒரு நிகழ்ச்சியை உருவாக்கியிருந்தார்), அந்த நிகழ்ச்சிக்கு இந்த வருடம் அஜயை ஆர்ட் எக்ஸல் ஆசிரியராக்கியிருந்ததால் அவன் சிறு குழந்தைகளை கவனித்துக் கொண்டான். மாலை நேரங்களில், குருதேவுடன் நதிக்கரையோரம் நடந்து செல்வோம். திடீரென்று குருதேவ் கங்கை நதியில் குதித்து நீச்சல் அடிக்கத் துவங்குவார். அனைவரும் அவரைப் பின்பற்றுவோம். அந்த நேரத்தில் நாங்கள் என்ன ஆடை அணிந்து கொண்டிருந்தோம் என்பது எங்களுக்கு ஒரு பிரச்சினையேயல்ல, பட்டுப்புடவையோ அல்லது சாதாரண குர்தாவோ எதுவாக இருந்தாலும் நாங்கள் கவலைப்பட்டதில்லை.

எனக்கு ஆசிரமத்தின் சமையலறையிலும் ஆர்வம் இருந்தது. சமையல் செய்தவர்கள் அனைவரும் பக்தர்கள். அம்மா

அவர்களிடம் தினமும் ஒரு புதிய உணவு வகையைச் சமைக்கச் சொல்வார். நாங்கள் காய்களை நறுக்குவதோடு முட்டை வடிவத்தில் சப்பாத்திகள் செய்வோம். குருதேவும் அடிக்கடி சமையலறைக்கு வந்து என்ன செய்கிறோம் என்று பார்ப்பார். பெரிய கரண்டியைக் கையில் எடுத்து உணவைக் கிண்டுவார். செய்வதற்கு நிறைய வேலைகள் இருந்தன! எதைத் தயார் செய்தாலும், அது சீக்கிரமே தீர்ந்துபோய்விட, நாங்கள் மீண்டும் அனைத்தையும் சமைப்போம். குருதேவ் அடிக்கடி ஓர் இந்திப் பழமொழியைக் கூறுவார், அதன் அர்த்தம் '*மனம் இனிமையாக இருந்தால் உலகமும் இனிமையாக இருக்கும்*,' என்பதேயாகும். எங்களுடைய மனதில் குறை சொல்ல வேண்டும் என்று தோன்றினால் கூட குருதேவ் அருகில் இருக்கும் போது அது எங்கோ மறைந்து போய்விடும். ஒருவருக்கு ஏதாவது சின்ன விஷயத்தைப் பற்றிச் சிறிய மனத்தாங்கல் இருக்கலாம் அல்லது சமாளிக்க வேண்டிய பெரிய பிரச்சினைகளே இருக்கலாம், குரு அருகில் இருக்கும் போது நாம் உணருகின்ற அந்த நேர்மறை உணர்வினால் ஒருவரால் மறுபடியும் எதிர்மறையான சிந்தனைக்குள் செல்ல முடியாது. நாம் பத்து அடிகள் முன் வைத்த பிறகு, ஒருவேளை ஒன்று அல்லது இரண்டு அடிகள் வேண்டுமானால் பின்னால் போகலாமே தவிர ஒட்டு மொத்தமாகப் பின்னோக்கிச் செல்ல முடியாது. சேவை செய்வதன் மூலம், ஒருவருக்கு நேர்மறையான சூழலில் இருக்கும் வாய்ப்பு கிட்டுகிறது.

பெங்களூருக்குத் திரும்பிய பிறகு, நாங்கள் அனுபவித்த அனைத்தும் உண்மையானதா என்று தோன்றும். கங்கை நதி தன்னுடைய கரையில் நேரத்தைச் செலவிட்ட பல தெய்வீக மனிதர்களுக்கு சாட்சியாக இருந்திருக்கிறாள். நதியைப் புனிதம் என்பதன் காரணம் - அது பல முனிவர்களுடைய முத்திரைகளைத் தன்னுடன் எடுத்துச் செல்கிறது. அந்தப் புனித நீரில் அவர்கள் இருக்கிறார்கள் என்பதை நான் உணர்ந்தேன். நதியின் வேகத்தோடு என்னுடைய மனமும் செல்லும் போது, எனக்குள்ளேயே ஒரு பற்றற்ற தன்மை உருவாவதை நான் உணர்ந்திருக்கிறேன். அம்மா இறந்து போன போது, அவருடைய அந்திமக் கிரியைகளை அந்தப் புனித நீரின் கரையில் தான் செய்தோம். இப்போது கங்கையைப் பார்க்கும் போதும், அவளுடைய நீரைத் தொடும் போதும் என்னுடைய தாயார் என்னுடன் இருப்பதாகவே உணருகிறேன்.

நவம்பர் மாதம் 9 ஆம் தேதி 1999 ஆம் ஆண்டு, அம்மா உயிர் நீத்தார். அந்த நேரத்தில், குருதேவ் கங்கைக்கரை ஓரத்தில் வாரணாசியில் இருந்தார். அப்போது சக்தி பீடத்தில் தேவி விசாலாக்ஷியின் புதிய விக்கிரகத்தை ஸ்தாபனம் செய்வதற்காகச் சென்றிருந்தார். அம்மா மதியம் ஒன்றரை மணி அளவில் உயிர்

நீத்தார், குருதேவ் எங்களிடம் அம்மாவை மாலை ஐந்தரைக்குள் தகனம் செய்துவிட வேண்டும் என்று கூறினார். ஒரு சன்னியாசிக்கு, உடல் இருக்கும் வரை தான் உறவு நீடிக்கும். அதாவது சமுதாயத்தின்படி ஒரு மகன் செய்ய வேண்டிய கடமைகள் இருக்கும். அம்மா மறைந்த செய்தியைக் கேட்டவுடன், அவர் மாலை ஆறு மணிக்கு கங்கையில் மூழ்கி எழுந்து விக்கிரகத்தை பிரதிஷ்டை செய்தார்.

அம்மாவுக்குப் பிடித்தமான கடுகு-மஞ்சள் நிறச் சேலையில் அவரை அலங்கரித்திருந்தோம். அவருடைய நெற்றியில் ஒரு பெரிய மரூன் நிற பொட்டை வைத்தேன். முகத்தில் ஒரு திருப்தியான புன்னகையோடு என் அம்மா அழகாக இருந்தார். அவரைப் பாரத்த போது, என்னுள் ஓர் உணர்வு அவரைச் சிவப்பு நிறத்தில் அலங்கரிக்க வேண்டும் என்று தோன்றியது. அவர் சிவப்பு நிற மைசூர் சில்க் புடவை ஒன்றை வாங்கியிருந்தார். அவர் அதை அதிகம் உடுத்தவேயில்லை. அதை பீரோவிலிருந்து எடுத்து அவர் மீது போர்த்தினேன். எங்களுக்கு மிகக் குறைந்த நேரமே இருந்தது. நாங்கள் அவரை ஆசிரமத்திற்கு எடுத்துச் சென்றோம், அங்கு அனைவரும் அவருக்கு அஞ்சலி செலுத்தக் கையில் மலரோடு வரிசையில் காத்திருந்தனர். நான் சக்தி குடிலுக்குச் சென்று அங்கிருந்த சந்தன மாலையைக் கொண்டு வந்து அவர் கழுத்தில் அணிவித்தேன். அது குருவிடமிருந்து வந்த பிரசாதமாகும்.

தகனம் செய்வதற்காக நாங்கள் அவசரமாக நகரத்திற்குத் திரும்பினோம். எல்லாம் முடிந்தவுடன் குருதேவ் என்னை அழைத்துக் கூறினார், 'நீ அவருக்கு சிவப்பு நிறத்தை அணிவித்தாயா? நானும் அதையே தான் நினைத்துக் கொண்டிருந்தேன்,' என்றார். ஆனால் அவருக்கு இதைப்பற்றி எப்படித் தெரிந்தது? மாலை அவர் நடத்திய சத்சங்கில் எட்டாயிரம் பேருக்கு மேல் கலந்து கொண்டனர். அவர் பேசுவதைக் கேட்பதற்காகக் குழுமியிருந்தவர்களை அவர் ஏமாற்ற விரும்பவில்லை. அந்த சத்சங்கில் கலந்து கொண்ட சிலர் என்னிடம் அவர் அன்று சூரியனைப் போல் ஒளிர்ந்ததாகக் கூறினார்கள். அவரிடம் அதைப் பற்றிக் கேட்ட போது, 'என்னுடைய ஒவ்வொரு உயிரணுவிலும் நெருப்பு இருப்பதை நான் உணர்ந்தேன்,' என்று கூறினார். தகனம் முடிந்துவிட்டாலும், அவரால் அந்தத் தீயின் தாக்கத்தை உணர முடிந்தது. குருதேவ் காசியிலிருந்து ஹரித்வார் வந்தார், நாங்களும் அஸ்தி கலசத்துடன் அங்கு சென்றோம். குருதேவ் எங்களுக்காகக் காத்துக்கொண்டிருந்த இடத்தை நாங்கள் அடைந்ததும், அவரே முன்வந்து அஸ்தி இருந்த கலசத்தைத் தன் கைகளில் வாங்கிக்கொண்டார். அவர்

அதைக் கையில் அன்புடன் வைத்திருந்த போது, அம்மாவையே கையில் வைத்திருந்தது போன்று இருந்ததை எங்களால் இன்னும் மறக்க முடியவில்லை. என் கண்களில் இருந்து அடக்கமுடியாமல் கண்ணீர் வழிந்தோடியது. சில மாதங்கள் கழித்து, இத்தாலியில், குருதேவ் யாரோ ஒருவர் கையில் வைத்திருந்த பத்திரிகையின் அட்டையில் இருந்த தியான நிகழ்ச்சி புகைப்படத்தில் அம்மாவின் புகைப்படத்தையும் பார்த்தார். அந்த நிகழ்ச்சியில் சுமார் இரண்டாயிரம் பேர் கலந்து கொண்டனர். 'தன்னைவிட என்னை அதிகம் நேசித்த பெண் ஒருவர் இருந்தார்,' என்று குருதேவ் கூறினார். அந்தப் பத்திரிகையைப் பார்த்து கண்கள் பனிக்க 'அவர் தான் என்னுடைய தாயார்,' என்று கூறினார்.

இப்போதும் அம்மாவை நினைத்து நான் ஏங்குகிறேன். இறந்து போவதற்குச் சில மாதங்கள் முன்பாகவே, அவருக்குத் தன் முடிவு நெருங்கிவிட்டது தெரிந்தது போலும். அந்த ஆண்டு நவராத்திரியின் போது, அவர், என் தகப்பனாருடன் சேர்ந்து என்னையும் என் கணவரையும் பூஜை சங்கல்பங்களை எடுத்துக்கொள்ளச் சொன்னார். என்னைத் தன்னருகே வைத்துக் கொள்ளத் துவங்கினார், ஏதோ எல்லாவற்றையும் என்னிடம் கொடுத்துவிட்டுப் போக வேண்டும் என்று நினைப்பது போலிருந்தது அந்தச் செய்கை. சண்டி பூஜை முடிந்தவுடன், அவர் பலமாக முதுகு வலிப்பதாகச் சொன்னார். எனக்கு ஏதோ சரியாக இல்லையென்று தோன்றியது. ஆனால் குழந்தைகள் எப்போதுமே தங்கள் பெற்றோர்கள் உடல் நலமற்றவர்களாக நினைக்க விரும்பாததைப் போல் நானும், அவரிடம் 'உங்களுக்கு எல்லாம் சரியாகி விடும். கொஞ்சம் ஓய்வு எடுத்துக் கொள்ளுங்கள்,' என்றேன். அன்றிரவு ரிஷி ஹோமத்திற்குப் பிறகு நான் அவருடன் இருந்தேன். ஒவ்வொன்றாகத் தன்னுடைய நகைகளைக் கழற்ற ஆரம்பித்தார். அம்மா அம்மாதிரி சந்தர்ப்பங்களில் தன்னுடைய சிறந்த நகைகளை அணிந்து கொள்ள விரும்புவார். ஆனால் அவைகளை ஒவ்வொன்றாகக் கழற்றி என்னிடம் கொடுத்தார். '*இந்தா நீ வச்சுக்கோ*,' என்று என்னிடம் கூறினார். அவரை எப்போதும் நகைகள் அணிந்தவராகவே நான் பார்க்க விரும்பியதால் அவர் தன் நகைகளை என்னிடம் கொடுக்கவேண்டாம் என்று நினைத்தேன். இருந்தாலும், ஒருவேளை அந்த நகைகள் அவருக்கு மிகவும் கனமாக இருக்கிறதோ என்று நினைத்து, நான் அவர் கொடுத்த சில நகைகளை அணிந்து கொண்டேன். எனக்கு நானே விளக்கம் கொடுக்க முயன்றாலும், என்னுள் ஏதோ ஒன்று எதுவும் சரியாக இல்லை என்று சொல்லிக்கொண்டேயிருந்தது. அன்றிரவு அவருடன் நான் ஆசிரமத்தில் தங்க விரும்பினேன். ஆனால் அவர் என்னிடம் 'நீ உன் குழந்தைகளிடம் செல். அவர்கள் உனக்காகக்

காத்துக்கொண்டிருப்பார்கள்,' என்றார். அடுத்தநாள் அதிகாலை 4 மணிக்கு அவரை ஆஸ்பத்திரிக்கு அவசரமாக அழைத்துச் சென்றோம். குருதேவ் தானே அவரை ஆஸ்பத்திரிக்கு அழைத்துச் சென்றுவிட்டு என்னிடம் அவருடைய வெற்றி யாத்திரை துவங்கிவிட்டதாகக் கூறினார்.

சில மாதங்கள் கழித்து ஒரு கார்த்திகை பூர்ணிமா தினம். அந்த நாளில் தாயார்கள் தம் பெண்களுக்குப் பரிசுகளை அளிப்பார்கள். சாதாரணமாக, வருடத்தின் இந்தக் காலக்கட்டத்தில் குருதேவ் பிரயாணம் செய்து கொண்டிருப்பார், ஆனால் இந்த வருடம் அவர் ஆசிரமத்திலேயே தங்கினார். நான் அவரைப் பார்க்கச் சென்ற போது, அவர் எனக்காகக் காத்துக் கொண்டிருந்தார். என் தாயார் செய்வது போலவே பரிசுகளை அடுக்கி வைத்திருந்தார். அவர்பால் நன்றியுணர்வு என்னுள் எழுந்தது. அவர் அனைத்துக் கடமைகளையும் சிறப்பாகச் செய்து நம்முள் ஒரு வெறுமை ஏற்படாதவாறு பார்த்துக் கொள்வார்.

அந்த வெறுமை தான் பொருள் சார்ந்த வாழ்க்கைக்கும் ஆன்மீக வாழ்க்கைக்கும் இடையே இருக்கும் வாயில் என்றும், அந்த இடத்தில் ஒருவர் ஆன்மீக உணர்வைப் பெற முடியும் என்றும் குருதேவ் கூறுவார். வெறுமையிலிருந்து முழுமையான உணர்வு பிறக்கிறது. வெறுமையின் ஒருபுறம் வருத்தம்; மற்றொருபுறம் மகிழ்ச்சி. இந்தப் பள்ளத்தைத் தாண்டுவதற்கு குரு தான் உதவுகிறார். குருதேவ் நதியின் குறுக்கேயாகட்டும், வழுக்கும் பாறைகளாகட்டும் மற்றும் பெருக்கெடுத்து ஓடும் தண்ணீராகட்டும், எதுவாக இருந்தாலும் எளிதில் கடந்து விடுவார். சாதாரணமாக நதியோரம் நடக்கும் நேரங்களில் மட்டுமல்ல, வெள்ளத்தால் பாதிக்கப்பட்ட இடங்களுக்குச் செல்லும் போதும் அவர் அப்படித்தான் செல்வார். அவருடன் சேர்ந்து செல்பவர்களுக்கு, நிலை குலையாமல் அவருக்கு இணையாக வேகமாக நடப்பது கடினமாக இருக்கும். நதிக்கரையிலிருந்து அவரைப் பார்க்கும்போது மிகவும் எளிது போல் தோன்றும். ஆனால் அவரைப் பின்தொடரும் போது, உண்மையிலேயே நமக்கு ஆச்சரியம் ஏற்படும், அவர் தன்னுடைய வேட்டியை ஈரமாகவோ அழுக்காகவோ ஆக்கிக் கொள்ளாமல் அவ்வளவு வேகமாக எப்படி நடக்கிறார் என்று ஆச்சரியம் தோன்றும்.

இம்மாதிரிச் சிறிது தூரம் நடந்த பிறகு, குருதேவ் எங்களை தியானம் செய்யச் சொல்லி வழிகாட்டுவார். அம்மாதிரி நேரத்தில் நான் ஒரு கதவு திறப்பது போல் உணர்வேன், அதன்பின் இன்னொரு கதவு, பின் அடுத்த கதவு என்று திறக்க நான் முன்னேறிக் கொண்டே போய், ஒரு உலகத்தில் இருந்து இன்னொரு

உலகத்திற்குச் சென்றேன். சாதாரணமாக நமக்கு ஒருவிதமான வாழ்க்கை அல்லது இருத்தலைப் பற்றித்தான் தெரியும். ஆனால் அதைவிட உயர்ந்த பல தளங்கள் உள்ளன. வேதங்கள் பலவிதமான உலகங்களைப் பற்றிப் பேசியுள்ளன - பித்ரு லோகம் (நம் முன்னோர்களுடையது), தேவ லோகம் (கடவுள் மற்றும் வானுலகைச் சேர்ந்த மற்றவைகளுடையது) இவற்றோடு இன்னும் சில உலகங்களைப் பற்றியும் சொல்லியிருக்கின்றன. அந்தச் சில வினாடிகளில் நான் பல உலகங்களை அனுபவித்தேன். நாம் சுற்றிப் பார்க்கச் செல்லும் போது, நம்முடைய பார்வை வெளிப்புறமாக இருக்கும். இங்கே, குரு நம்மை உள்ளே போகச் சொல்கிறார். இந்த உள்புறம் நோக்கிச் செல்லும் பிரயாணத்தில், உடலுக்கென்று ஓர் இடம் இருக்கிறது, அதற்கேற்ற சரியான சூழலை குரு தான் ஏற்படுத்திக் கொடுக்க வேண்டும். குரு அருகில் இருப்பது அந்த அனுபவத்தை மூட்டிவிடும். ஒருமுறை ஒருவர் நுணுக்கமான மாயமான விஷயத்தின் ஒரு சிறு துளியைப் பார்த்துவிட்டு அந்த இடத்துடன் ஒட்டிக் கொண்டுவிட்டால், அவர் நகர்ந்து விடுவார். இப்போதெல்லாம் எங்களுடைய மார்ச் மாத திட்டத்தில் ரிஷிகேஷ் இருப்பதில்லை. எந்த ஒன்றுடனும் நாம் பாசம் வைத்து ஒட்டிக்கொள்வதை குருதேவ் அனுமதிக்க மாட்டார். அதேமனம், ஒன்று பாசத்தில் ஒட்டிக் கொள்ளும் அல்லது எதிலும் ஒட்டாமல் நிச்சலனமாக இருக்கும். ஒருவருக்கு தன் ஜீவனுடன் ஒரு தொடர்பு இருந்தால், அவர் எதன் மீதும் பற்றுவைக்க மாட்டார். முனிவர் என்பவர் உறுதியாகத் தன்னுடன் இணைந்திருப்பவர்.

குருதேவ் ரிஷிகேஷில் இருந்த போதெல்லாம் பல ஆன்மீகவாதிகள் அவரைச் தரிசிக்க வருவார்கள். அவர்கள் ஒருவரையொருவர் நண்பர்கள் போல் வரவேற்றுப் பேசிக் கொள்வார்கள். எல்லா நாட்களிலும் பிரக்ஞாநந்தாஜி மகாராஜ் வருவார். அவர்களிடையே நடக்கும் உரையாடல்கள் சுவையானதாக இருக்கும். உபநிஷத்துகள் பற்றிப் பேசும் போது, குருதேவ் அவரிடம் 'சொல்லுங்கள் மகாராஜ்-ஜி, வேதங்கள் என்ன சொல்கின்றன?' என்று கேட்பார். மகாராஜ்-ஜி எப்போதும் மிகுந்த அன்போடு பதில் சொல்லுவார். ஒருமுறை அவர், 'குருதேவ், உங்களிடமிருந்து என்னால் நேரிடையாக ஞானத்தைப் பெறும் வாய்ப்பு இருக்கும் போது நான் எதற்கு வேதங்களைத் தேட வேண்டும்!' என்று கூறினார்.

மகாராஜ்-ஜி, குழந்தைகளுக்கு அர்த்தமுள்ள பெயர்களை வைக்க வேண்டியதன் முக்கியத்துவம் பற்றிப் பேசுவார். மரணிக்கும் நேரத்தில், ஒருவர் இறைவனின் பெயரை நினைத்தால், அவர் நற்கதியை அடைவார் என்று சொன்னார். மக்கள் எப்போதும் தாங்கள் நேசிப்பவரையே நினைவு

வைத்துக் கொள்வார்கள். அதனால் அர்த்தமுள்ள பெயர்களை வைப்பது அவசியம் என்பார் அவர். 'மகராஜ்-ஜி, எனக்கு தினமும் பலரிடமிருந்து குழந்தைகளுக்குப் பெயர் வைக்கும்படி கோரிக்கைகள் வருகின்றன. நான் எல்லா அடையாளங்களையும் சின்னங்களையும் விலக்குவதற்காக வந்துள்ளேன். ஆனால் நான் இந்த வேலையும் செய்ய வேண்டியிருக்கிறது!' என்று குருதேவ் புன்னகைத்துக் கொண்டே கூறினார்.

அவர்கள் கங்கைக்கரையோரம் நடந்து செல்வார்கள் அல்லது மலைப்பிரதேசத்தில் வண்டியில் செல்வார்கள். சில நேரங்களில் அவர்களுடன் செல்லும் வாய்ப்பு எனக்கும் கிடைத்திருக்கிறது. அம்மாதிரி ஒரு முறை வண்டியில் செல்லும் போது, யாரோ ஒருவர் நாம் இதுவரையில் ஒரு மிருகத்தைக்கூட பார்க்கவில்லை என்று கூறினார். அதைத் தொடர்ந்து, நாங்கள் நிறுத்த, சில வினாடிகளிலேயே, எங்களுக்குச் சில குரல்கள் கேட்டன. அது மான்களின் கூட்டம் என்று குருதேவ் கூறினார். அவர் கூறிய சில நிமிடங்களிலேயே, ஒரு பெரிய மான்கள் கூட்டம் வந்து, மலைப்பாதையைத் தாண்டி, எங்கள் அருகில் சிறிது நேரம் நின்றுவிட்டு, பின் சென்றது. அடுத்து, குரங்குகள் கூட்டமாக வந்தன - அவைகளும் கூட்டமாக வந்து குருதேவ் மற்றும் மகராஜ்-ஜியை வணங்கிவிட்டுப் பின் சென்றன. அது பார்க்க வேண்டிய காட்சியாக இருந்தது! அதன் பிறகு ஒன்றன் பின் ஒன்றாகப் பல பறவைகள் வந்தன. அவர்களுக்கு அது தரிசனம் செய்யும் பணி போல் தோன்றியது. அவைகளுடைய மனதில் என்ன இருந்தது? அவைகள் எவ்வாறு உணர்ந்தன? சில நேரங்களில் உண்மையிலேயே நான் வியந்து யோசிப்பேன். விலங்குகள் இயற்கையினால் கட்டுப்படுத்தப்படுகின்றன, ஆனால் மனிதர்கள் தங்களுடைய ஆசைகள் மற்றும் வெறுப்புகளினால் கட்டுப்படுத்தப்படுகிறார்கள். நேர்மறையான உணர்வுகள் கூட அறியாமையினால் எதிர்மறை உணர்வுகளாக, நம்மை நசுக்குபவையாக, பந்தத்தில் தள்ளுபவையாக மாறும். ஆனால் அறிவுடன் கூடிய நேர்மறையான உணர்வுகள் நம்மை விடுவிக்கும். குருதேவ் ஒரு முறை சிரித்தபடி, 'நீ மகிழ்ச்சியைத் தேடிப் போனால் துன்பம் உன்னைத் தொடரும், நீ அறிவைத் தேடிப் போனால், மகிழ்ச்சி உன்னைத் தொடரும்,' என்றார்.

16

அகிலமே குருதேவின் நாடக மேடை

கலிபோர்னியாவில் நான் தங்கியிருந்த ஹோட்டலின் ஜன்னல் வழியாக மென்மையான கடல் அலைகளைப் பார்ப்பதும் அதன் அன்பான முணுமுணுப்பைக் கேட்பதும் இன்னொரு அமைதியான தருணம் ஆகும். அலைகள் எழும்புவதும் ஒரு திட்டம் தானோ? அவைகள் அந்த வினாடியில் நடக்கும் நிகழ்வா அல்லது இயற்கை அன்னையின் திட்டமிட்ட நாடகமா? குருதேவ் தான் செய்யும் விஷயங்களை எப்படித் திட்டமிடுகிறார், அவர் செல்ல வேண்டிய ஊர்களை எப்படி நிர்ணயிக்கிறார்?

ஒரு நாள் குருதேவ் குடிலுக்குள் நுழைந்த போது, 'பக்தர்கள் அபாயகரமானவர்கள்!' என்று கூறினார். அதே வாக்கியத்தைத் திரும்பக் கூறும் போது அவர் சிரித்துக் கொண்டிருந்தார். அவர் அப்போது தான் இரண்டு நாள் பயணமாகத் தமிழ்நாட்டுக்குச் சென்று வந்திருந்தார். அது ஒரு சாகசப் பயணமாக ஆகியிருந்தது. அவர் நெய்வேலிக்கு ஒரு நிகழ்விற்குச் சென்றுவிட்டு ஹெலிகாப்டர் மூலமாகத் திரும்புவதாகத்தான் திட்டம். ஆனால் மழை பெய்யத் துவங்கியிருந்ததால் ஹெலிகாப்டர் பாதி வழியிலேயே பெயர் தெரியாத ஓரிடத்தில் வயல்வெளியில் அவசரமாக இறங்கிவிட்டது. இந்த எதிர்பாராத வாகனத்தையும் அதிலிருந்த விருந்தினர்களையும் காண சில நூறு கிராமத்தார்கள் அந்த இடத்திற்கு ஓடி வந்தனர். அவர்கள் குருதேவை அருகிலிருந்த சிறிய தேவி கோவிலுக்கு அழைத்துச் சென்று தங்களுடைய பிரச்சினைகளை - குறிப்பாக மழை இல்லாமல் படும் சிரமங்களைச் சொன்னார்கள். அந்தக் கிராமத்தைச் சேர்ந்தவர்களிடம் குருதேவ் அவர்களுடைய பிரச்சினைகள் ஏற்கனவே கவனிக்கப்பட்டுவிட்டதாகக் கூறினார் (ஆரம்பக்கட்டமாக மழை வர ஆரம்பித்திருந்தது).

அதற்குள், வாழும் கலை ஆசிரியர் ஒருவர் தன்னுடைய காரை எடுத்துக்கொண்டு குருதேவை அழைத்துச் செல்வதற்காக அந்த இடத்திற்கு வந்துவிட்டார். அவர் அருகிலிருந்த ஓர் ஊரின் கிராம நிர்வாக அதிகாரியாக இருப்பவர். குருதேவ் அவரிடம் கிராமத்துக்காரர்களின் கஷ்டங்களைச் சொல்லி அவைகளுக்குத் தீர்வு காணும்படி கூறினார்.

அவர்கள் திருவண்ணாமலை போக முடிவு செய்தனர். அங்கே ஒரு உயர்நிலை தியான நிகழ்வு நடந்து கொண்டிருந்தது. குருதேவ் அங்கு சென்றவுடன், அந்த நிகழ்வில் பங்கு பெற்றவர்களால் தங்களுடைய அதிர்ஷ்டத்தை நம்பவே முடியவில்லை. அவர்கள் நெய்வேலிக்குப் போகும் வழியில் அவரைப் பார்த்ததும் அவருடைய ஹெலிகாப்டரைத் தங்களுடைய தியானம் நடக்கும் இடத்தில் நிறுத்தச் சொல்ல முடியுமா என்று தங்களுக்குள் பேசிக் கொண்டதாகக் கூறினார்கள். அவர்களுடன் அளவளாவி விட்டு, குருதேவ் அருகிலிருந்து சிவன் (அண்ணாமலையார்) கோவிலுக்குச் சென்றார். அந்தக் கோவிலில், சிவன் நெருப்பின் அம்சமாக வணங்கப்படுகிறார். அந்தக் கோவில் பூசாரிகள் சில மாதங்களுக்கு முன்பு பன்னிரெண்டு ஆண்டுகளுக்கு ஒரு முறை நடக்கும் கும்பாபிஷேகத்தைத் துவக்கி வைக்க வரும்படி இவருக்கு அழைப்பு விடுத்திருந்தனர். குருதேவின் அலுவலகத்தில் இருப்பவர்கள், அவருடைய பிரயாணங்கள் முழுமையாக திட்டமிடப்பட்டு விட்டதால் அவரால் அந்த நிகழ்ச்சிக்கு வர முடியாது என்று கூறிவிட்டனர். ஆனால் அதே நாளில் அதே நிகழ்வில் கலந்து கொள்ள அந்தக் கோவிலுக்கு குருதேவ் வந்திருக்கிறார்! அந்தக் கோவிலின் பாரம்பரியப்படி, கும்பாபிஷேகம் ஒரு குருவின் ஆசீர்வாதத்திற்குப் பிறகு தான் தொடங்க வேண்டும், இப்போது தெய்வமே அந்த மாதிரி நிகழ்த்திக் காட்டிவிட்டது. அந்த நிகழ்ச்சி முடிந்து, வெளியே வந்தபோது அங்கு கைவினைப் பொருட்கள் கடையை நடத்தி வந்த காஷ்மீரைச் சேர்ந்த முஸ்லீம் வாலிபர்கள் சிலரைச் சந்தித்தார். அவர்கள் குருதேவிடம் வந்து, நன்றி கூறினார்கள். 'நீங்கள் காஷ்மீருக்காக என்ன செய்கிறீர்கள் என்பதை நாங்கள் பார்த்துக் கொண்டுதான் இருக்கிறோம். உங்களைச் சந்தித்து நன்றி சொல்ல வேண்டும் என்ற ஆவல் எங்களுக்கு இருந்தது. நாங்கள் இந்த மாதிரி ஒரு வாய்ப்பு கிடைக்கும் என்று எதிர்பார்க்கவே இல்லை,' என்றும் கூறியிருக்கிறார்கள். அந்தச் சந்திப்பு முடிந்தபின், காரில் ஏறி ஆசிரமத்திற்குத் திரும்பி வரும் பிரயாணத்தைத் துவக்கினார். கூட வந்த தன்னார்வலர் குருதேவிடம் தான் அவருடன் இந்த மாதிரி சாலை மார்க்கமாகப் பயணம் செய்ய விரும்பியதாகவும் அது இப்போது நிறைவேறி விட்டதாகவும் கூறினார். இவைகள் அனைத்தும் திட்டமிடப்பட்டதா?

அதேபோல் குருதேவ் ஒருமுறை இமாச்சலப் பிரதேசத்திற்குத் திட்டமிடாத பயணமாகச் சென்றார். 'நான் போனதன் நோக்கம் அங்கு ஒரு மின் உற்பத்தி நிலையத்தைத் துவக்கி வைத்துவிட்டு, தில்லிக்கு ஹெலிகாப்டரில் திரும்பி வருவதுதான். ஆனால் ஏதோ காரணத்தால் ஹெலிகாப்டரில் பிரச்சினையாகி அது கிளம்பவேயில்லை. நாங்கள் காரில் கிளம்பி ஓரிடத்தில் நிறுத்தினோம் அங்கு கிட்டத்தட்ட ஐநூறு நபர்கள் எனக்காகக் காத்துக் கொண்டிருந்தனர். அவர்களால் பனிப்பொழிவினால் நிகழ்ச்சி நடந்த இடத்திற்கு வர முடியவில்லை அதனால், அவர்கள் மிகவும் ஏமாற்றமடைந்திருந்தார்கள். ஆனால், இப்போது நானே அவர்களுடன் இருந்தேன்! ஒரு பக்தரின் வீட்டிற்குக் காரில் சென்றோம். அந்த வீட்டில் ஓர் எண்பது வயது மூதாட்டி இருந்தார். அவருக்கு வருவதற்கு விருப்பம். ஆனால், உடல்நலக் குறைவால் அவரால் வர முடியவில்லை. அதோடு ஒரு மூன்று வயது குழந்தை, நான் மார்ச் மாதம் 2ஆம் தேதி அங்கு வருவேன் என்று கனவு கண்டதாம். யாரும் அந்தக் குழந்தை சொன்னதைப் பெரிதுபடுத்தவில்லை. ஆனால் அந்த நாளில் நான் அங்கிருந்தேன். பார்க்கப்போனால் இதுதான் உண்மையான திட்டமிடுதல்!' என்றார் குருதேவ்.

சில நேரங்களில் திட்டமிடாமல் குருதேவ் பிரயாணம் செய்யும் போது காரோட்டிக்கே கூட அடுத்து எங்கே போகிறோம் என்பது தெரியாது. அவ்வப்போது எந்த வழியில் செல்ல வேண்டும் என்ற கட்டளை அவருக்குக் கிடைக்கும். பெங்களூருவுக்கு வெளியில் ஏதாவது ஒரு சிறிய வீட்டிற்கு முன்னால் நிற்கச் சொல்லும் போது அவர் காரை நிறுத்துவார். அந்த மாதிரி ஒரு சந்தர்ப்பத்தில், அவ்வாறு நின்ற வீடு ஒரு விவசாயி வீடு. அவர் குருதேவைத் தன் வீட்டின் முன்னால் பார்த்து அசந்து போய்விட்டார். குருதேவின் கட்டுரைகள் தொடர்ந்து உள்ளூர் பத்திரிகையில் 'அமிர்தபிந்து' அதாவது 'தேன் துளிகள்' என்ற தலைப்பில் வெளிவந்து கொண்டிருந்தன. அந்த விவசாயி அந்தக் கட்டுரைகளைச் சேமித்து அவற்றைத் தன்னுடைய சிறிய வீட்டின் சுவற்றில் ஒட்டி வைத்திருந்தார். குருதேவைச் சந்திக்க வேண்டும் என்ற பெரிய ஆவல் அவரிடம் இருந்தது, ஆனால், அவரால் தன்னுடைய நிலத்தை விட்டு வரமுடியாததோடு நகரத்திற்கு வருவதற்கு வாகனவசதியும் இல்லை. இப்போது எதுவுமே முக்கியமல்ல. அவர் தன் வீட்டின் முன்னாலேயே தன் குருவை வரவேற்றார். அவர் மனம் நன்றியில் பெருக்கெடுத்தது. ஆனால் குருதேவைத் தெரிந்தவர்கள் மட்டும் தான் அவரைக் காணக் காத்திருந்தார்கள் என்று அர்த்தமில்லை.

1993 ஆம் ஆண்டு மே மாதம் குருதேவ் முதன்முதலாக ரஷ்யா சென்றபோது, நிகழ்ச்சிக்கு ஏற்பாடு செய்திருந்தவர்கள் அவருக்கு அங்கு 'வந்தவுடன் விசா' (Visa on Arrival) எப்படியும் கிடைத்துவிடும் என்று நம்பினார்கள். குடியேற்ற அதிகாரி அதுவரையில் இந்திய குரு எவரையும் பார்த்திராதவர். அவரிடம் குருதேவ் 'எனக்காக ஒரு குடும்பமே ரஷ்யாவில் காத்துக்கொண்டிருக்கிறது. நான் அவர்களைச் சந்திக்க வேண்டும்,' என்ற போது அந்த அதிகாரி உண்மையில் ஆச்சரியம் அடைந்தார். விசா கிடைத்து, சீக்கிரமே குருதேவ் ஒரு டாக்ஸியில் தன்னைக் காண வந்திருந்தவர்களைச் சந்திக்கச் சென்று கொண்டிருந்தார். சொற்பொழிவு நிகழும் இடத்தைச் சென்றடைந்த போது, அந்த அரங்கமே நிரம்பி வழிந்ததோடு நூற்றுக்கணக்கானோர் வெளியேயும் நின்று கொண்டிருந்தனர். கடைசியில், குருதேவ் அரங்கில் ஓர் உரையும் வெளியே ஓர் உரையும் நிகழ்த்தினார்.

ஸ்காட் ஹேக் (Scott Hague) என்ற வாழும் கலை ஆசிரியர் குருதேவிடம், 'இவ்வளவு பெரிய கூட்டத்தில் நீங்கள் எப்படிப் பேசுகிறீர்கள்?' என்று கேட்டார். குருதேவ் அதற்கு 'நான் பேசுவதில்லை. கூட்டத்தில் நான் பேசுவதே இல்லை. ஒவ்வொருவரிடமும் தனித்தனியாகவே பேசுகிறேன்,' என்றார்.

அன்று மாலை துலா என்ற நகரத்தில் நடக்க இருந்த சொற்பொழிவிற்கு ரேடியோ மூலம் சொன்னதேயன்றி வேறு விளம்பரமே இல்லாத போதும், சுமார் நூறு நபர்களுக்கு மேல் வந்திருந்தனர். குருதேவ் பேசத் தொடங்கி தியானம் என்ற சொல்லைக் குறிப்பிட்டார். உடனடியாக, அனைவரும் நேராக அமர்ந்து கொண்டனர். அவர்கள் அங்கு தியானத்திற்காக வந்திருந்தார்களே தவிர அறிமுகச் சொற்பொழிவிற்காக அல்ல. குருதேவ் இதைக் கண்டுபிடித்து உடனடியாக, 'நல்லது, நாம் இப்போது நேரிடையாக நிகழ்ச்சிக்கு சென்றுவிடுவோம்,' என்று கூறினார். கூட்டத்தில் இருந்த ஒரு கழைக்கூத்தாடிப் பெண் நிகழ்ச்சியின் முடிவில் குருதேவிடம் வந்து அவருடைய கையைப் பார்த்து ஜோதிடம் சொல்ல விரும்புவதாகக் கூறினாள். அவருடைய கைகளைப் பார்த்தவள், 'இது சாத்தியமேயில்லை, உங்களுக்கு ஆயிரக்கணக்கில் குழந்தைகள் உள்ளனர்!' என்றாள். குருதேவ் அவளிடம், 'ஆம். எனக்கு உலகின் எல்லாப் பகுதிகளிலும் குழந்தைகள் இருக்கிறார்கள்,' என்றார்.

ரஷ்யாவை அடுத்து குருதேவ் பெலாரூஸ் நாட்டின் மின்ஸ்க் நகருக்குச் சென்றார். அந்த ஊரிலிருந்த வாழும் கலை ஆசிரியரான இகார் சோரோகோ (Igor Soroko), ஒரு தன்னார்வலர் குழுவுடன் குருதேவை வரவேற்க விமான நிலையத்திற்கு வந்திருந்தார். மழை பெய்து கொண்டிருந்ததால், குருதேவ் விமான நிலையத்தை

விட்டு வெளியே வரும் போது கையில் குடையோடு வந்தார். அவர்களுடைய நாட்டின் பாரம்பரிய வழக்கப்படி, விருந்தோம்பலைக் காட்டும் விதமாக அவர்கள் ரொட்டியும் உப்பும் கொடுத்து குருதேவை வரவேற்றார்கள். குருதேவ் மரியாதையுடன் ரொட்டித்துண்டைக் கையில் எடுத்துக்கொண்டு சிறு துண்டை தான் எடுத்துக்கொண்டு மீதமுள்ள ரொட்டியை மற்றவர்களுக்குக் கொடுத்து அனைவரையும் பகிர்ந்து கொள்ளச் சொன்னார். மாலையில் ஒரு பெரிய அரங்கில் சொற்பொழிவுக்கு ஏற்பாடு செய்யப்பட்டிருந்தது. குருதேவ் வெள்ளை நிற நீண்ட அங்கியுடன் அந்த அரங்கில் நுழைந்தவுடன், கூட்டம் கைதட்டி அவரை வரவேற்றது. அவருடைய புன்னகை அவர்களுடைய முகத்தில் ஒளியை வரவழைத்தது. அவர்கள் குருதேவ் பேசுவதைக் கேட்க ஆவலாக இருந்தனர், அவரும் தன்னுடைய மென்மையான வருடிக் கொடுக்கும் சன்னக் குரலில் பேசினார்.

‘நாம் எப்படி வாழ்கிறோம் என்பதையும் வாழ்நாளை எப்படிச் செலவிடுகிறோம் என்பதையும் பார்ப்போம். சராசரியாக ஒரு மனிதர் எண்பது ஆண்டுகள் வாழ்கிறார். நாம் முப்பது ஆண்டுகள் தூக்கத்திலும், அதே அளவு நேரம் வேலை செய்வதிலும் மற்றும் பிரயாணம் செய்வதிலும் செலவிடுகிறோம். கிட்டத்தட்ட பத்தாண்டுகள் உண்பதிலும் ஐந்து ஆண்டுகள் கழிப்பறையிலும் கழிக்கிறோம். அப்படியானால், எவ்வளவு நேரம் அன்பைக் கொடுப்பதற்கும் புன்னகைப்பதற்கும் செலவிடுகிறோம்? ஒரு சில வருடங்களே. நம்முடைய மொத்த வாழ்க்கையில், இந்தப் பகுதி மட்டும் தான் நாம் உண்மையாக வாழ்கிறோம். பாக்கியுள்ள நேரத்தை நாம் வாழ்வதற்கு நம்மைத் தயார் செய்து கொள்வதிலேயே செலவிடுகிறோம்,’ என்று விளக்கினார். ஒவ்வொரு நபரும் குருதேவ் பேசுவதை மிகவும் கவனத்துடன் கேட்டு, தனக்குள் ஏதோ ஒரு மாற்றம் ஏற்பட்டுக் கொண்டிருந்ததை உணர்ந்தனர். ‘மீண்டும் மீண்டும் நம்மை நாமே கேட்டுக் கொள்ள வேண்டும்: உண்மையிலேயே வாழ்க்கையிலிருந்து நாம் என்ன எதிர்பார்க்கிறோம்? நமக்கு வெறும் உணவும், பணமும் வெற்றியும் மட்டுமே வேண்டுமா? நாம் யார்? எங்கிருந்து வருகிறோம்? வாழ்க்கையின் அர்த்தம் என்ன? இந்த மாதிரி கேள்விகள் எழுந்தாலே, சரியான நேரம் வந்துவிட்டது என்று அர்த்தம். அவர் வெளிப்படையான விஷயங்களோடு திருப்தி அடையாமல் வாழ்க்கையில் அதற்கு மேல் ஆழமாக ஏதோ ஒன்றை எதிர்பார்க்கிறார் என்று அர்த்தம். இந்த எண்ணம் வந்தவுடன் உங்கள் முதுகில் நீங்களே தட்டிக் கொள்ளுங்கள்.’

சொற்பொழிவின் முடிவில் அவர் எழுந்து நின்று ‘ஓம் *நமச்சிவாய*,’ என்று மந்திர உச்சாடனம் செய்தார். உடனடியாக,

அனைவரும் எழுந்து நின்று தாங்களும் அவரோடு இணைந்து கொண்டனர். குருதேவ் மேடையின் மேல் கையில் ஒரு பெரிய மலர்மாலையை வைத்துக்கொண்டு நடக்க ஆரம்பித்தார். அந்த மாலையிலிருந்து ஒவ்வொரு மலராக எடுத்து அதைக் கூட்டத்தில் இருந்தவர்களிடம் கொடுத்தார். பின்னர், அவர் மேடைக்குப் பின்புறம் செல்ல விரும்பினார், ஆனால் மக்கள் பாதி வழியில் நின்று கொண்டு நகர மறுத்தனர். சில வினாடிகள் கழித்து, குருதேவ் இருந்த அறையின் பின்னால் உள்ள தாழ்வாரத்தில் ஒரு பெரிய வரிசையிலேயே மக்கள் நின்று கொண்டிருந்தனர். குருதேவ் கிளம்புவதற்குத் திரும்பவும் அவர்கள் முன் தோன்றிய போது மக்கள் அவருடன் ஒட்டிக் கொண்டனர். குருதேவின் கார் அந்த இடத்தை விட்டுச் சென்ற பின்பும், மகிழ்ச்சி, அன்பு மற்றும் நன்றி ஆகிய உணர்வுகள் அவர்கள் முகங்களில் வெளிப்படையாகத் தெரிந்தன. எதிர்காலத்தில் என்ன வந்தாலும், தாங்கள் மகிழ்ச்சியாக இருப்போம் என்று அவர்களுக்கு உறுதியாக தெரிந்தது.

குருதேவுடன் பயணம் செய்யும் போது உற்சாகத்திற்குக் குறைவே இருக்காது. 1994 ஆம் ஆண்டு பாரீஸில் நடந்த பொதுச்சொற்பொழிவின்போது, முதல் வரிசையில் அமர்ந்திருந்த ஓர் இளைஞர் ரொம்பவும் பதற்றமாகக் காணப்பட்டார். குருதேவ் பேசிக் கொண்டிருக்கும் போதே நடுவில் அவர் திடீரென்று எழுந்து நின்று குருதேவைப் பார்த்து, 'நீங்கள் எப்படி அன்பு மற்றும் அமைதியைப் பற்றிப் பேசலாம்?' என்று உரக்கக் கத்திவிட்டு கோபத்தில் உடல் நடுங்க அந்த இடத்தை விட்டுச் சென்றுவிட்டார். அவர் வெளியே போனதால் அனைவரும் நிம்மதி அடைந்தாலும், குருதேவ் அந்த இளைஞர் பின்னால் ஒரு தன்னார்வலரை அனுப்பினார். 'அவருக்குச் சிறிது நேரம் கொடுங்கள். அவருடைய கோபம் தணிந்து சாந்தமானபிறகு மீண்டும் அவரை அழைத்து வாருங்கள்,' என்று கூறினார். அந்த மனிதர் மீண்டும் உள்ளே வந்தார், அதேபோல் மீண்டும் எழுந்து நின்று சத்தம் போட்டுவிட்டு வெளியே போய்விட்டார். மறுபடியும் குருதேவ் ஒரு தன்னார்வலரை அனுப்பி அவரை மீண்டும் வரவழைத்தார். மூன்றாவது தடவை, அந்த மனிதர் மேடையை நோக்கி நடக்க ஆரம்பித்தார். அதற்குள் அந்த அரங்கில் குழுமியிருந்த அனைவரும் பயந்துவிட்டனர். ஆனால் குருதேவ் வழக்கம் போல் அமைதியாக எவ்விதப் பதற்றமும் இல்லாமல் இருந்தார். அந்த மனிதர் குருதேவிற்கு அருகில் வந்து, மண்டியிட்டு அமர்ந்துகொண்டு, குருதேவின் மடியில் தலையை வைத்த போது அவர் கண்களிலிருந்து கண்ணீர் வழிந்து கொண்டிருந்தது. அவர் முழு அமைதியோடு காணப்பட்டார்.

ஒருமுறை பால்டிமோரில், குருதேவ் ஒரு பொது நிகழ்வில் பிரார்த்தனையின் முக்கியத்துவத்தைப் பற்றிப் பேசிக் கொண்டிருந்தார். திடீரென்று, கடைசி வரிசையில் அமர்ந்திருந்த சுமார் ஏழடி உயரமும் பருமனும் உள்ள மனிதர் ஒருவர் குருதேவின் பேச்சில் குறுக்கிடத் துவங்கினார். மக்கள் பிரார்த்தனை செய்வதைப் பார்த்தால் நகைப்புக்கிடமாக இருப்பதாகக் கூறி, உரக்கச் சிரிக்க ஆரம்பித்தார். உடனே குருதேவை நோக்கி முன்னேறவும் ஆரம்பித்தார். ஏதாவது வன்முறை நிகழ்ந்துவிடுமோ என்ற பயத்தில் நாங்கள் பதற்றமானோம், ஆனால் குருதேவ் எங்களைப் பொறுத்திருக்கும்படி ஜாடை காட்டினார். அவர் குருதேவை நெருங்கி, சாய்ந்து கொண்டு, 'உங்களுக்குப் பயமாக இல்லை?' என்று கேட்டார். குருதேவ் புன்னகைத்துக் கொண்டே அவருடைய நெற்றியில் தட்டிக் கொடுத்தார். அந்த மனிதர் அப்படியே கீழே சரிந்து அழத் துவங்கினார். அவர் பின்னர் அடிப்படை மற்றும் உயர்நிலைப் பயிற்சிகளில் பங்கேற்று குருதேவை பின்பற்றுபவரானார். மக்கள் அஹிம்சையில் முழுமையாக ஈடுபட்டால், அவர்கள் முன்னிலையில் வன்முறை இருக்கவே இருக்காது என்று யோக சூத்திரங்கள் சொல்கின்றன. இவை அனைத்தும் என் கண் முன்னால் நடப்பதை நான் பார்த்தேன்.

'குரு' என்ற விஷயமே அதிசயமானதாகும், அதைப் புரிந்து கொள்வதே கடினம், குறிப்பாக இந்தியாவிற்கு வெளியே உள்ளவர்கள் எளிதில் புரிந்து கொள்ளமாட்டார்கள். 1996ஆம் ஆண்டு ஜனவரி மாதம், குருதேவ் க்ரோயேஷியாவிலுள்ள ஜாக்ரெப் என்ற இடத்தில் மாலை தியானம் செய்வதற்காகச் சென்றிருந்தார். கத்ஜா கிரெகல் (Katja Gregl) மற்றும் கிரண் என்ற இரண்டு தன்னார்வலர்கள் அவருடன் இருந்தனர். க்ரோயேஷியாவின் சுதந்திரத்திற்கான போராட்டம் ஒரு வருடம் முன்னால் தான் முடிந்திருந்தது. ஆனால் அதன் வலியும் வேதனையும் துக்கமும் இன்னும் இருந்தன, மக்கள் அவற்றிலிருந்து தப்பிக்க வழி தேடுவது வெளிப்படையாகத் தெரிந்தது. வத்ரோஸ்லாவ் லிஸின்ஸ்கி (Vatroslav Lisinski) என்ற இடத்தில் எங்களுக்கு ஒதுக்கப்பட்டிருந்த அரங்கம் அங்கு குழுமியிருந்த எண்ணூறு நபர்களுக்குப் போதுமானதாக இல்லை. நிகழ்விற்குப் பிறகு, குருதேவ் அரங்கத்திற்கு வெளியே சென்று ஒவ்வொருவரையும் தனித்தனியாக அணைத்துக் கொண்டு ஆசீர்வதித்தார். சாதாரணமாக, குருதேவ் அவ்வாறு யாரையும் அணைப்பதில்லை. ஆனால், அன்று அந்த இடத்தில் அவருடைய ஸ்பரிசமே பலருக்கு மிகப் பெரிய ஆறுதலை அளித்தது என்று நம்பலாம். இதற்குப் பிறகு, அவர் ஸ்லோவேனியாவிற்குச் சென்றார். லுப்லியானா (Ljubljana) என்ற இடத்தில் உள்ள உலக வர்த்தக மையத்தில் 'குருவுடன்

பேசுங்கள்,' என்ற தலைப்பில் ஏற்பாடு செய்யப்பட்டிருந்த நிகழ்விற்கு நூற்றுக்கணக்கானோர் திரண்டு வந்திருந்தனர். அந்த நிகழ்வில் குருதேவ், 'ஒரு மாணவனின் வேலை குருவைத் திருப்தி செய்வது. ஆனால் ஏற்கனவே திருப்தியடைந்த ஒருவரை மீண்டும் திருப்தி செய்வது எப்படி? குரு திருப்தி அடைந்துவிட்டால், உங்களுடைய வளர்ச்சியும் நின்று போய்விடும். குரு திருப்தி அடையாவிட்டால், அவர் தன்னிலிருந்தே விலகி இருக்கிறார். ஒரு புறத்தில், குரு திருப்தி அடைந்து விட்டால் ஒரு மனிதர் வளர்வதற்கான உற்சாகம் எதுவும் கிடைக்காது. இன்னொரு புறம், ஒருவர் திருப்தி அடையாவிட்டால் அவர் குருவாகவே இருக்க முடியாது. சுருக்கமாகச் சொல்வதானால், ஒருவர் திருப்தி அடைந்தாலும் அதிருப்தி அடைந்தாலும் இரண்டு நிலைகளிலும் அவர் குருவாக முடியாது. ஆக இதற்கு எது தான் பதில்?' என்று குருதேவ் பேசினார். அவருடைய வார்த்தைகள் குழுமியிருந்த மக்களை வியப்பிலும், பிரமிப்பிலும் ஆழ்த்தின. அவர்கள் மலர்தூவித் தங்களுடைய நன்றியினைத் தெரிவித்தார்கள். ஸ்லோவேனியாவைச் சேர்ந்த வாழும் கலை ஆசிரியரான ஆண்ட்ரே டிராம்பஜ் (Andrej Trampuz), அந்த நேரத்துச் சூழல் முழுவதும் எப்படி நன்றி மற்றும் கொண்டாட்டத்தால் நிறைந்திருந்தது என்பதை நினைவு கூர்ந்தார்.

குருதேவின் பிரயாணங்கள் குழுக்களாகச் செல்லத் திட்டமிடப்பட்டதே இல்லை. இத்தாலியில் உள்ள இயற்கை எழில் மிகுந்த உம்ப்ரியா பகுதியிலுள்ள மலையின் மேலேறி அங்குள்ள தேவாலயத்திற்குச் செல்ல விரும்பினார் குருதேவ். அவர் அங்குச் சென்றவுடன் அந்தப் பாதிரியார் கண்ணீர் மல்கினார். தான் முந்திய இரவு தான் குருதேவைக் கனவில் பார்த்தாக அவர் கூறினார். அதற்கு முன்னால் அவர் பார்த்ததில்லை. தன்னுடைய தேவாலயத்திற்கு அனைத்து பாரம்பரியங்களைச் சேர்ந்த குருமார்களையும் தான் வரவேற்பதாகக் கூறினார்.

ஒருமுறை இத்தாலியில் இருந்த போது, குருதேவ் காரில் சென்று கொண்டிருக்கையில், திடீரென்று ஓட்டுநரை வண்டியை நிறுத்தச் சொன்னார். வண்டியிலிருந்து கீழே இறங்கி, அனைவரும் ஆச்சரியப்படும் வகையில், அருகிலிருந்த புதருக்குள் சென்று இன்னொரு மனிதருடன் வந்தார். பிறகு தான் தெரிந்தது அந்த மனிதர் தற்கொலை செய்யும் எண்ணத்தில் இருந்திருக்கிறார் என்று. அந்த மனிதர், தானொரு ஸ்கூபா டைவர் என்றும், சில நாட்களுக்கு முன்னர் அவர் ஆழ்கடலில் இருந்த போது சமாதி நிலை அதாவது தியான நிலையை அனுபவித்ததாகவும் கூறினார். அந்த அனுபவத்தை அவரால் மீண்டும் பெற முடியவில்லை அதோடு அதன் பிறகு, அவருக்கு எதுவுமே அர்த்தம் உள்ளதாகத்

தெரியவில்லை. கடவுள் என்று ஒருவர் உண்மையில் இருந்து அவர் கருணை உள்ளவராக இருந்தால் அவர் தன்னைக் காக்க வேண்டும் என்று பிரார்த்தனை செய்தார். சரியாக அந்த வினாடியில் தான், குருதேவ் அவரைக் கண்டுபிடித்தார்.

ஒருமுறை குருதேவ் பல்கேரியாவில் உள்ள சோஃபியா செல்வதற்கான தனது பயணத் திட்டத்தை நான்கு நாட்கள் முன்னதாக்கினார். ஆனால் முன்னர் நிச்சயித்திருந்த தேதியில் இருநூறுக்கும் மேற்பட்ட பேக்பைப் வாத்தியக்காரர்களின் (Bagpipers) இசைநிகழ்ச்சி ஏற்பாடு செய்யப்பட்டு அதற்கான டிக்கெட்டுகளும் விற்கப்பட்டுவிட்டன. இப்போது அனைத்தையும் மறுபடியும் மாற்றித் திட்டமிட வேண்டும். பல்கேரியாவில் உள்ள வாழும் கலையின் தன்னார்வலரான கான்ஸ்டான்டின் டிரகாவ் (Dragov) இதை நினைத்து மிகவும் கவலை அடைந்தார். அவர் என்னிடம் பல்கேரியா இந்தியா போலில்லை என்று கூறினார். ஐரோப்பாவில் இம்மாதிரி திடுதிப்பென்று திட்டங்களை மாற்றுவது கேள்விப்படாத விஷயம், என்றாலும், தேவையான மாற்றங்கள் செய்யப்பட்டன. அந்த நிகழ்ச்சிகள் அனைத்தும் மிகப் பெரிய வெற்றிகளாயின. குருவின் முன்னிலையில் மூன்று நாட்கள் நடந்த அந்த உயர்நிலைத் தியானப் பயிற்சியில் பங்கு பெற்ற அனைவரும் மிகவும் மகிழ்ச்சியடைந்தனர். குருதேவை விமான நிலையத்தில் விட்டுவிட்டு தன்னார்வலர்கள் திருப்தியுடன் வீடு திரும்பினார்கள். அதே இரவில் பல்கேரியாவின் சரித்திரத்திலேயே பெரிய நிலநடுக்கம் ஏற்பட்டது. ஏற்கனவே திட்டமிட்டபடி நிகழ்ச்சியை வைத்திருந்தால், அந்த நிகழ்ச்சி நடந்தேயிருக்காது. இதில் முக்கிய விஷயம் என்னவென்றால், நிலநடுக்கம் நடு இரவில் அனைவரும் உறங்கும் போது ஏற்பட்ட போதும் மரணம் எதுவும் நிகழ்ந்ததாகத் தகவல் இல்லை.

இன்னொரு சம்பவத்தில், குருதேவ் இந்தோனேசியாவிலுள்ள பாலியில் ஒரு யக்ஞத்தை நடத்த விரும்பினார். ஆனால் அதை ஏற்பாடு செய்பவர்கள் குருதேவ் சொன்ன தேதிகளிலிருந்து ஒரு வாரம் கழித்து வைத்துக் கொள்ளலாம் என்றார்கள். காரணம் அந்தத் தேதிகளில் உள்ளூர் பண்டிகைகள் இருந்ததே காரணம். ஆனால் குருதேவ் தான் சொன்ன தேதிகளிலேயே யக்ஞத்தை வைக்கும்படி வலியுறுத்தினார். ‘ஒளியின் அமைதி யக்ஞம்,’ என்றழைக்கப்பட்ட அந்த யக்ஞம் திறந்த வெளியில் நடத்தப்பட்டது. சுற்றி அனைவரும் அமர்வதற்கான ஏற்பாடு செய்யப்பட்டிருந்தது. அதனால் அனைவராலும் பூஜைகளைப் பார்க்க முடிந்தது. யக்ஞம் ஆரம்பித்தவுடன், மழை பெய்ய ஆரம்பித்தது. பாலி மக்கள் மழையை மங்களகரமானதாக நினைப்பவர்கள், அதோடு அந்த மழை வலுத்து பலமாகவும் பொழிய ஆரம்பித்தது. இதில் பெரிய

அதிசயம் என்ன என்றால், யக்ஞும் நடந்த இடம் மழையினால் சிறிதுகூட பாதிக்கப்படவில்லை. ரிஷி மார்க்கண்டேயர் இதே யக்ஞத்தை இரண்டாயிரம் ஆண்டுகளுக்கு முன்னதாக பாலியைத் தீயசக்திகளில் இருந்து காப்பதற்காகச் செய்தார் என்ற செய்தியைக் கூறினார் பாலியின் முக்கிய புரோகிதர். கிட்டத்தட்ட அதே நேரத்தில் சீனாவைச் சேர்ந்த குறிசொல்பவர் ஒருவர் குருதேவைச் சந்திக்க வந்தார். குறிப்பிட்ட நேரத்தில் ஒரு மனிதர் என்ன நினைத்துக் கொண்டிருக்கிறார் என்பதைக் கண்டுபிடிக்கும் ஆற்றல் அவரிடம் இருந்தது. சிலருக்கு அவரால் குருதேவின் மனத்தில் உள்ளதைக் கண்டுபிடிக்க முடியுமா என்ற ஆவல் ஏற்பட்டது. ஆனால் அவரால் அது முடியவில்லை. 'குருதேவ் அவ்வளவு சக்தி வாய்ந்த மனிதராக இருப்பதால் தான் உங்களால் அவர் மனதிற்குள் நுழைய முடியவில்லையா?' என்று கேட்டனர். அதற்கு அவர், 'இல்லை. எந்தத் தடைகளும் இல்லை. என்னால் அவர் மனதைப் படிக்க முடியாததன் காரணம் அவருக்கு மனமே இல்லை!' என்றார். ஆக, அவருக்கு மனமே இல்லையென்றால் அவருடைய திட்டங்கள் எல்லாம் எங்கு தீட்டப்படுகின்றன?

இது மிகவும் அதிசயமான ஒன்றாக இருந்தாலும், இந்த 'மனமே இல்லாதிருத்தல்' என்பது ஒருவரிடமிருந்து இன்னொருவருக்குத் தொற்றிக் கொள்ளக்கூடும். 2005ஆம் ஆண்டு ஆசிரமத்தில் நடந்த சர்வதேச பெண்கள் கருத்தரங்கில் கலந்து கொள்ள வந்திருந்த ஆஸ்திரேலியா நாட்டைச் சேர்ந்த மூத்த பத்திரிகையாளரும் வீடியோ தயாரிப்பாளருமான ரூத் ஆஸ்ட்ரோ என்பவர் ஓர் ஆஸ்திரேலிய பத்திரிகைக்காக குருதேவைப் பேட்டி காண விரும்பினார். அரசியல், இந்து மதம், மேற்கத்திய புத்தமத எழுச்சி, இந்திய வாழ்வில் பெண்களின் பங்கு, ஆன்மீகம் மற்றும் வாழ்க்கையின் அர்த்தம் ஆகியவற்றைப் பற்றி குருதேவின் கருத்துக்களைத் தெரிந்து கொள்ள விரும்பினார். அவர் முழுவதுமாகத் தன்னைத் தயார் செய்து கொண்டு வந்திருந்தார். ஆனால் குருதேவ் 'ரூத் நான் தயார், கேளுங்கள்,' என்று சொன்னதுமே ரூத்தின் மனம் காலியானது போல் தோன்றியது. குருதேவ் புன்னகைத்துக் கொண்டிருக்க, அந்த அறையே மௌனமாக இருந்தது. அவர் எந்த வினாடியும் பதற்றமடைந்து விடுவது போல் தோன்றிய போது, அமெரிக்காவைச் சேர்ந்த இன்னொரு பத்திரிகையாளர் அவருடைய உதவிக்கு வந்து நம்பிக்கை ஊட்டினார். 'அவர் நம் அனைவருக்குமே இதைச் செய்வார். நாம் கேள்விகளைத் தயார் செய்துகொண்டு வருவோம் ஆனால் அவர் நம் மனதை சுத்தமாகக் காலியாக்கி விட்டு நம்மை அனைத்தையும் மறக்கச் செய்து விடுவார்!' என்று கூறினார். அனைவரும் சிரித்தனர். ரூத் இதைச் சிரிக்க வேண்டிய விஷயமாக நினைத்தாரா என்று எனக்கு

தெரியவில்லை. நான் இந்த மாதிரி பலர் ஏராளமான கேள்விகளுடன் வந்து, அவரைச் சந்திக்கும் அந்த நேரத்தில் அனைத்தையும் மறந்து போவதைப் பார்த்திருக்கிறேன்! மறுநாள் ரூத் தன்னுடைய ஓர் அனுபவத்தை என்னுடன் பகிர்ந்து கொண்டார். 'அனைவரும் அவருக்கு மலர்கள் கொடுத்தனர், அவர் அந்த மலர்களை மக்களுக்குத் தன்னுடைய ஆசீர்வாதத்தோடு கொடுத்தார். நான் அவர் பார்த்துக் கொண்டிருந்த போது, என் மனத்தினுள் அவரைப் பற்றிய பேட்டி இன்னும் தயாராகவில்லையே என்ற கவலை இருந்தது. அவர் என்னருகில் வந்து, ஒரு மலரைக் கையில் எடுக்க, நான் அவர் அதை என்னிடம் கொடுக்கப் போகிறார் என்று நினைத்திருக்க, அவரோ அந்த மலரால் என் தலையில் தட்டினார். நான் ஆச்சரியத்தில் துள்ளிக் குதித்தேன். அவர் சிரிக்க, என்னாலும் சிரிப்பை அடக்க முடியவில்லை. அதைத் தொடர்ந்து அனைவரும் சிரித்தனர். குருவைப் போலவே எல்லாரும் குழந்தைகள் போல் அப்பாவித்தனமாகவும் மகிழ்ச்சியாகவும் சிரித்தனர். என்னுள் மகிழ்ச்சி பெருக்கெடுப்பதை என்னால் உணர முடிந்தது. என்னுடைய ஆத்மா எழுந்தவுடன், என்னுடைய மனம் கடைசியில் அமைதியானது. ''ரூத் இப்போது புரிகிறதா?'' புன்னகைத்தபடி அவர் கேட்டார். ''ஆம் குருதேவ்,'' என்று நான் பதில் சொன்னேன், அதிலிருந்து நான் மறப்பதில்லை.

சில வினாடிகளை மறக்கவே முடியாது. தில்லியில் ஒரு பக்தரின் வீட்டில் குருதேவ் தங்கியிருந்தார். அவர் குருதேவிற்காக ஆரஞ்சுப்பழங்களை உரித்துக் கொண்டிருக்க நான் அவரைப் பார்த்து அமர்ந்திருந்தேன். குருதேவ் அறையில் சிலருடன் பேசிக் கொண்டிருந்தார். அந்த பக்தை அவரைப் புன்னகையுடன் பார்த்துக்கொண்டே, ஆரஞ்சுகளை உரித்துத் தோலைத் தன் அருகிலிருந்த சிறு கிண்ணத்தில் போட்டார். பிறகு ஆழ்ந்த பக்தியுடன், அந்த ஆரஞ்சுத் தோல்களை குருதேவிடம் கொடுத்தார். நான் அதிர்ச்சியோடு குருதேவைப் பார்த்தேன். பின்னர் அந்த பக்தையைப் பார்த்தேன். அந்தப் பெண்மணிக்கு எதுவும் புரியவில்லை. எனக்கோ பேச்சே வரவில்லை! தனது கண்களில் சிரிப்பு மின்ன, அந்த பக்தை அன்புடன் கொடுத்த ஆரஞ்சுத் தோல்கள் எவ்வளவு இனிமையாக இருந்தன என்று கூறினார் குருதேவ்! அனைவரும் சிரித்தோம். அந்தப் பெண்மணி மன்னிப்பு கேட்ட அதே நேரம் குரு தன்னை அன்புடன் ஏற்றுக் கொண்டதற்காக நன்றி கூறினாள். எங்கே எப்போது ஒருவர் தன் குருவைச் சந்திப்பார் என்பது இறைவனின் திட்டத்தின் ஒரு பகுதியாக இருக்கலாம், ஆனால் ஆரஞ்சுத் தோல்களைச் சாப்பிடுவது கூட இந்தத் திட்டத்தின் ஒரு பகுதியா என்று எனக்கு வியப்பாக இருந்தது!

சுவையானதெல்லாம் குருவுக்கே கிடைக்கும் என்பதில்லை. நாங்கள் பிரிட்டோரியாவில், வாழும் கலை ஆசிரியர் நியத்தியின் தகப்பனார் வீட்டில் இருந்தோம். காலை உணவு நேரம். நாங்கள் ஏறத்தாழ முப்பது பேர் இருந்தோம். பழங்கள், பிரெட்கள், பல்வேறு ஊறுகாய்கள் என்று மேஜை மேல் வைக்கப்பட்டிருந்தன. தேநீர் அருந்துவது காலை உணவின் முக்கியமான பகுதியாகும். தென் ஆப்பிரிக்கர்கள், தங்களுடைய தேநீரின் மணம், சுவை பற்றி எப்போதுமே பெருமை கொள்வர். குருதேவ் முந்திய நாள்தான் அந்த நாட்டு அதிபரைச் சந்தித்திருந்தார். அங்கிருந்த உள்ளூர் தன்னார்வலரான ஹேமா அந்தச் சந்திப்புக்கு பின் நிகழ்ந்த விஷயங்களை குருதேவிடம் சொல்ல வேண்டும் என்று காத்திருந்தார். கோப்பை தேநீருடன் குருதேவின் அருகில் நின்று விளக்கிக் கொண்டிருந்த ஹேமா, தெரியாமல் ஒரு ஸ்பூன் ஊறுகாயை எடுத்துத் தன்னுடைய தேநீரில் கலந்துவிட்டார். அதனால் தேநீரின் மணம் அதிகரிக்க, அவர் இன்னொரு ஸ்பூன் ஊறுகாயையும் சேர்த்துவிட்டார். ‘குருதேவ் சொன்ன எல்லாவற்றையும் அவர்கள் ரசித்தார்கள். அந்த மாதிரியான ஓர் அனுபவத்தை அவர்கள் பெற்றதேயில்லை என்றும் மேலும் சில மணி நேரம் உங்களுடன் செலவிட விரும்புவதாகவும் கூறினார்கள்,’ என்று ஹேமா குருதேவிடம் கூறினார். சொல்லிக் கொண்டே ஹேமா மேலும் ஊறுகாய் எடுப்பதைப் பார்த்து என்னுடைய கண்கள் அகல விரிந்தன. நான் குருதேவைப் பார்க்க அவர் கண்களில் ஒரு மின்னலோடு புன்னகைத்துக் கொண்டிருந்தார். அவர் ஹேமாவிடம் ஏதோ கேள்விகள் கேட்க, ஹேமா தன்னுடைய தேநீரைப் பருகத் தொடங்கினார். நான் அவரை உன்னிப்பாகப் பார்த்தேன். இந்த வித்தியாசமான சுவையைப் பற்றி அவருடைய நாவிலிருந்து மூளைக்கு விஷயம் போயிருக்கும் என்று எதிர்பார்த்தேன். அவருக்கு ஏதோ சில சிரமங்கள் இருந்தாலும், அவர் குருதேவிடம் சொல்ல வேண்டிய விஷயத்திலேயே கவனமாக இருந்தார்! ஒருவர் தன் குருவுடன் இருக்கும் போது தன்னுடைய தேநீரின் சுவையைப் பற்றி என்ன கவலை. இருந்தாலும், அந்தக் கோப்பை தேநீரைக் குடித்து முடித்தாக வேண்டும். ஹேமா சொல்லி முடித்தவுடன் குருதேவ் அவரைப் பார்த்து, ‘உங்களுடைய தேநீர் எப்படி இருந்தது?’ என்று கேட்டார். ‘கொஞ்சம் காரமாக இருந்தது…’ என்று கூறியபடியே குருதேவிடமிருந்து கண்களை நகர்த்தி அவரையே பார்த்துக் கொண்டிருந்த எங்களைப் பார்த்தார். திடீரென்று, அந்த அறையில் இருந்த அனைவரும் சிரிக்கத் துவங்கினோம்.

நாங்கள் பிரிட்டோரியாவில் மூன்று நாட்கள் தங்கியிருந்தோம். கடைசி நாளன்று, குருதேவ் திடீரென்று எழுந்து, வினோத்

மேனனும் சுவாமி பிரம்மதேஜும் மற்றவர்களும் தங்கியிருந்த அடுத்த அறைக்குச் சென்றார். அங்கு மேஜையில் இருந்த ஒரு பொட்டலத்தை எடுத்து என்னிடம் கொடுத்து பத்திரமாக வைக்கச் சொன்னார். அந்த 'சிலோன் தேநீர்' பொட்டலம் குருதேவிற்கு வந்திருந்தது. குருதேவ் தேநீர் பருக மாட்டார் என்பதால் வினோத் அதை அவரிடம் தரவில்லை. அந்த விஷயம் அதைக் கொடுத்தவரான நியத்தியின் தகப்பனாருக்குத் தெரியாது. 'அவர் எனக்கு அதை மிகுந்த பக்தியுடன் கொடுத்தார் அதனால் அதைத் திருட வேண்டியதாகி விட்டது!' என்றார் குருதேவ். ஊறுகாய் கலந்த தேநீர், திருடப்பட்ட தேநீர்ப் பொட்டலம் இவைகளெல்லாம் பக்தர்களிடமிருந்து எங்களுக்குக் கிடைத்த சுவையான நினைவுகள்!

'பக்தி என்பது ஒரு பரிசு. அதைத்தான் தான் கொடுத்ததாக எவரும் கர்வப்பட முடியாது. ஒருவரிடம் பக்தியிருந்தால், அது அவருக்குக் கிடைத்த ஆசீர்வாதம் ஆகும்,' என்று குருதேவ் சொல்வார். மக்கள் அவரிடம் பல விஷயங்களுக்கு ஆசீர்வாதம் கோரி வருவார்கள். உடல் ஆரோக்கியம், வேலை, திருமணம், ஏன் ஒரு கடைத்தெருவிற்குப் போய்விட்டு வருவதற்குக்கூட ஆசீர்வாதம் கேட்டு வருவார்கள். ஆனால் மங்கோலியர்கள் முற்றிலும் வித்தியாசமானவர்கள். பெற்றோர்கள் நீண்ட வரிசையில் நின்று தங்கள் குழந்தைகளுக்கு வாழ்வில் ஆன்மீக ஒளி கிடைக்கும்படி ஆசீர்வாதம் கோரினார்கள்! எனவே மங்கோலிய ஜனத்தொகையில் சுமார் 60 சதவிகிதம் பேர் சுதர்ஷன் கிரியாவைக் கற்றதோடு முறையாக தியானமும் செய்கிறார்கள் என்பதில் ஆச்சரியமில்லை அல்லவா?

ஒருமுறை பெங்களூரு ஆசிரமத்தில் ஒரு உயர்நிலை தியான நிகழ்ச்சியின் போது மூன்று வயதுக் குழந்தையை கையில் வைத்துக்கொண்டு தரிசனத்துக்காக ஒரு தாயார் காத்துக்கொண்டிருந்தார். குழந்தை தன் தாயாரைப் பார்த்து 'குருதேவ் ஒருவரை அணைத்துக் கொண்டால் என்ன ஆகும்?' என்று கேட்டது. அதற்குத் தாயார், 'உனக்கு சீக்கிரமே அந்த வாய்ப்பு வரும், அப்புறம் உனக்கு என்ன ஆயிற்று என்று நீயே என்னிடம் சொல்,' என்றார். அந்தச் சிறுவன் அவனுடைய முறை வந்து முடிந்தவுடன் 'அம்மா, யாருமே இல்லை. என்னை நானே அணைத்துக் கொண்டதைப் போல் உணர்ந்தேன்,' என்று கூறினான்.

அந்தச் சிறுவனின் அனுபவம் எனக்கு குருதேவ் எழுதிய ஒரு கவிதையை நினைவூட்டியது.

உனக்கு நான் ஒரு வாக்குறுதி தர வேண்டுமென்றால், அது என்னவாக இருக்கும்?

நீ எப்போதும் சௌகரியமாக இருப்பாய் என்று வாக்களிக்க என்னால் முடியாது

காரணம் சௌகரியம் சீக்கிரமே சலிப்பையும் அசௌகரியத்தையும் கொண்டு வரும்.

உன்னுடைய எல்லா ஆசைகளும் நிறைவேறும் என்று என்னால் வாக்களிக்க முடியாது

காரணம் ஆசைகள் நிறைவேறினாலும் இல்லையென்றாலும் நிராசையையே கொண்டு வரும்.

எல்லா நேரமும் நல்ல நேரமாகவேயிருக்கும் என்று என்னால் வாக்களிக்க முடியாது

காரணம் கடினமான நேரங்கள் தான் நம்மை மகிழ்ச்சியை ரசிக்க வைக்கிறது.

உனக்குப் பணம், புகழ், ஆட்சி ஆகியவற்றைத் தருவதாக வாக்களிக்க முடியாது

காரணம் அவை அனைத்துமே துயரத்திற்கான பாதைகளாகலாம்

எப்போதும் சேர்ந்தே இருப்போம் என்று என்னால் வாக்களிக்க முடியாது

காரணம் பிரிவுதான் இணைவதை அற்புதமாக்குகிறது.

இருந்தாலும் நீ என்னோடு நடக்க விரும்பினால்

அனைத்துக்கும் மேலாக அன்பையே மதிக்க நினைத்தால்

இந்த வாழ்க்கையே மிகவும் வளமும் நிறைவும் கொண்டதாக இருக்கும் என்று வாக்குறுதி தருவேன்

உனது வாழ்க்கை முடிவில்லாத கொண்டாட்டமே என்று வாக்குறுதி தருவேன்

அரசன் தன் மணிமுடியை நேசிப்பதை விட அதிகமாக நான்

உன்னை நேசிப்பேன் என்று வாக்குறுதி தருவேன்

பிறந்த குழந்தையை நேசிக்கும் தாயினும் அதிகமாக உன்னை நான் நேசிப்பேன்.

நீ என்னுடைய கைகளில் வர விரும்பினால்,

நீ என் இதயத்தில் வாழ விரும்பினால்,

நீ யாருக்காகக் காத்திருந்தாயோ அவரை நீ சந்திப்பாய்

எனது கைகளில் உன்னையே நீ சந்திப்பாய்

இதுவே என் வாக்குறுதி.

குழந்தைகள் மிகவும் உணர்ச்சி வசப்படுபவர்கள். அனுபவத்தையும் மதிப்பீடுகளையும் வேகமாக உணர்பவர்கள். குருதேவ் என் குழந்தைகளுக்குக் கற்றுக்கொடுத்த மதிப்பீடு உண்டென்றால்

அது சுத்தம் தான். எங்கள் வீட்டிற்கு வரும் போதெல்லாம், அவர்களுடைய அறைகளுக்குச் சென்று, ஒவ்வொரு ஜன்னல் கம்பிகளில் தூசு இருக்கிறதா என்று பார்த்து, இல்லையென்றால் வீட்டைச் சுத்தமாக வைத்துக் கொண்டதற்காகப் பாராட்டுவார். சுத்தம் என்கிற விஷயத்தை அவர்களுக்குள் பதிய வைத்ததைக்கூட அவர் விளையாட்டுத்தனமாகவே செய்தார். என் பிள்ளைகளும் அதை மகிழ்ச்சியோடு கற்றுக் கொண்டனர்.

ஒருமுறை குருதேவ் வெளியே சென்றிருந்த போது நாங்கள் சக்தி குடிலை சுத்தம் செய்து கொண்டிருந்தோம். அவருடைய அறையில் இருந்த ஆயுர்வேதிக் மருந்துகள் மற்றும் க்ரீம்கள் காலாவதியாகி விட்டதா என்று சோதித்துக் கொண்டிருந்தேன். இரண்டு ஃபேர் அண்டு லவ்லி ட்யூப்கள் காலாவதியாகியிருந்தன. அவற்றைத் தூர எறிந்துவிட்டேன். குருதேவ் திரும்பியவுடன், தன் அறையைச் சுற்றி நோட்டம் விட்டவர், ஆசிரமத்தில் தன்னார்வலராக இருந்த ஜாவேர் படேலிடம், ‘இங்கு இரண்டு ட்யூப்கள் ஃபேர் அண்டு லவ்லி இருந்தனவே. அவற்றைத் தூக்கி எறிந்து விட்டீர்களா?’ என்று வினவினார். ஜாவேருக்கு அதைப் பற்றி எதுவும் தெரியாது. குருதேவிடம் நான் தான் அறையைச் சுத்தம் செய்ததாகச் சொன்னேன். ‘என்னைக் கேட்காமல் எந்தப் பொருளையும் தூர எறியாதே,’ என்று சொன்னார். அவர் அந்த க்ரீம்களை பயன்படுத்தவே இல்லை என்றாலும் தன் அறையில் வைத்திருந்தார். குருதேவ் சற்றே மாநிறமாக இருப்பார். ஒருமுறை அதைப்பற்றிப் பேச்சு வந்த போது, மும்பையிலிருந்து வந்திருந்த பக்தை ஒருவர் அவரிடம் இரண்டு ட்யூப்களை கொடுத்து, சிரித்தபடி, ‘குருதேவ் இப்போது நீங்கள் இருமடங்கு சிவப்பாகி விட்டீர்கள்!’ என்று சொல்லியிருக்கிறார். அந்தப் பெண்மணியின் நினைவாக அந்த ட்யூப்கள் அங்கு வைக்கப்பட்டிருந்தன. ஒருவேளை அந்த நேரத்தில் அந்தப் பெண்மணிக்குக் குருதேவின் கவனம் தேவைப்பட்டிருக்கலாம், அதாவது, அப்படித்தான் நான் அந்த விஷயத்தை புரிந்து கொண்டேன். நான் அந்தப் பெண்மணியை அழைத்து நடந்த விஷயத்தைச் சொல்லி அடுத்த முறை வரும் போது இரண்டு ட்யூப்கள் அதே க்ரீமை வாங்கி வரும்படி கூறினேன்!

திருமணம் ஆகவிருந்த தங்கள் மகளை ஆசீர்வதிக்கும்படி கேட்டுக்கொள்ள வட இந்தியாவிலிருந்து ஒரு குடும்பம் வந்திருந்தது. அவர்கள் இரண்டு பெரிய பெட்டிகள் நிறைய உலர்ந்த பழங்களை குருதேவிற்கு கொண்டு வந்திருந்தனர். அவர்கள் சென்றவுடன், குருதேவ் மதிய உணவிற்காக எழுந்தார். ஜாவேரும், நானும் ஆளுக்கு ஒரு பெட்டியை கையில் எடுத்துக் கொண்டு அவரைப் பின்தொடர்ந்து சென்றோம். ஜாவேர்

திடீரென்று தன் கையிலிருந்த பெட்டியையும் என்னிடம் கொடுத்துவிட்டு, ‘ஒன்று வாங்கினால் ஒன்று இலவசம்,’ என்று கூறினார். எங்களிடமிருந்த சில அடிகளே முன்னால் இருந்த குருதேவ், திரும்பி எங்களைப் பார்த்துச் சிரித்துக்கொண்டே ‘நீங்கள் ‘அந்த’ ஒன்றோடு இருந்தால் அனைவருமே இலவசம் (Free) தான் (சுதந்திரமானவர்கள் தான்)!’ என்றார். அவர் எங்களுக்காக வைத்திருந்த திட்டம் இதுதான்- நாங்கள் அனைவரும் சுதந்திரமாக இருக்க, காய்ந்த பழங்களின் உலகிலிருந்து மனித வாழ்க்கையின் பழங்களுக்கு மகிழ்ச்சியுடன் மாற வேண்டும் என்பது தான் அவருடைய விருப்பம்.

பழங்களைப் பற்றிப் பேசும் போது, நான் சாப்பிட்ட மிக மிக ருசியான புலாவ் என் நினைவிற்கு வருகிறது. நாங்கள் ஒருமுறை உயர்நிலைத் தியானத்திற்காக சியாரா நெவாடாவிலுள்ள லேக் டாஹோவிற்கு (Lake Tahoe in Sierra Nevada) சென்றிருந்தோம். திட்டமிட்டிருந்ததை விடவும் கூடுதலாக ஒரு நாள் தங்க குருதேவ் முடிவு செய்தார். பங்கு பெற்றவர்களும் அதேபோல் தங்கள் முடிவுகளை மாற்றிக்கொண்டு அவருடன் இருக்க முடிவு செய்தனர். எங்கள் முகாம் பிரதான நகரிலிருந்து தொலைவில் இருந்ததால் தேவையான மளிகை சாமான்களை வாங்குவது கடினமாக இருந்தது. மதிய உணவு வேளை வந்திட, நாங்கள் அனைவருக்கும் உணவு தயார் செய்ய வேண்டிய நிலையில் இருந்தோம். நிகழ்ச்சியை ஏற்பாடு செய்திருந்தவர்கள், அனைவருக்கும் பிட்ஸா வாங்கலாம் என்று முடிவு செய்தனர். ஆனால் அது வந்து சேரவும் குறைந்தது மூன்று மணி நேரம் ஆகும். அந்தக் கட்டத்தில், குருதேவ் சமையலறைக்கு வந்து, என்ன பொருட்கள் இருக்கின்றன என்று பார்த்தார். இருப்பதிலேயே பெரிய பாத்திரத்தைக் கேட்டு வாங்கி அதில் இருக்கும் அத்தனை அரிசியையும் கொட்டினார். எங்கள் கைவசம் என்ன காய்கறிகள் கனிகள் இருக்கின்றனவோ அவை அனைத்தையும் வெட்டும்படி சொன்னார். அவரிடம் மசாலா டப்பாவை நீட்டினோம் - மஞ்சள், பட்டை, மிளகு - ஒவ்வொன்றிலும் ஒரு கையளவு எடுத்து அந்தக் கலவையில் சேர்த்தார். பின் அதில் தண்ணீரும் உப்பும் சேர்த்துவிட்டு, பாத்திரத்தை மூடிவிட்டு ‘வாருங்கள் நாம் தியானம் செய்யலாம்,’ என்றார். சிறிது நேரத்தில், ஒரு நல்ல மணம் காற்றின் வழியாக அந்த அரங்கினுள் வந்தது. குருதேவ் சமையலறைக்குச் சென்று, பாத்திரம் நிறைய புலாவை எடுத்துக்கொண்டு வந்து அனைவருக்கும் பரிமாற ஆரம்பித்தார். அது பிரமாதமாகச் சுவைத்தது! மக்கள் இரண்டாவது மூன்றாவது முறை கேட்டு வாங்கிச் சாப்பிட்டதோடு, சிலர் அதை பிரசாதமாக வீட்டிற்கும் எடுத்துச் சென்றனர். அந்த புலாவ் சுவையாக இருந்தது

மட்டுமல்ல, அனைவருக்கும் போதுமானதாகவும் இருந்தது! 'என்னோடு இருக்கும்போது உங்களுக்குக் குறைவே இருக்காது,' என்று குருதேவ் சொன்னது நினைவிற்கு வந்தது.

பல ஆண்டுகளாக முற்றுகையில் சிக்கித் தவிக்கும் ஈராக் நாட்டில், எங்களுடைய சில ஆசிரியர்கள் தொடர்ந்து சிரமத்தோடு பணியாற்றி வருவதை நான் அறிவேன். அவர்கள் எதைக் கண்டும் பயம் கொள்ளவில்லை, அவர்களுக்கு எந்தக் குறைவும் இல்லை. காரணம் குருவோடு இணைந்திருப்பது அவர்களுக்கு முடிவில்லாத பலமாக இருக்கிறது. இதுவரையில் குருதேவ் ஈராக்கிற்கு மூன்று முறைகள் சென்றிருக்கிறார். அதிபர்களின் அழைப்பினை ஏற்று சில நாடுகளுக்கு அவர் செல்வார். ஆனால், அதிபர்களைச் சந்திப்பதோடு நின்றுவிட மாட்டார். பிரச்சினைகள் நிரம்பிய இடங்களுக்குச் சென்று, பாதிக்கப்பட்ட மக்களைச் சந்தித்து, அவர்களுக்கு ஆறுதலும் நம்பிக்கையும் வழங்குவார். அம்மாதிரிப் பயணங்களை அவர் மேற்கொண்டதே அப்பயணங்கள் முடிந்த பிறகுதான் எங்களுக்கே தெரியவரும். அதுவும் செய்தி சானல்கள் மூலமாகத்தான். பின்னால் நேரில் ஆசிரமத்திற்கு வந்த பிறகு குருதேவ் சொல்லுவார். ஒருவேளை எங்களுக்கு எதையும் முன்னரே சொல்லாததன் காரணம், அவருடைய பாதுகாப்பைக் குறித்து நாங்கள் கவலை கொள்வோம் என்பதனால் இருக்கலாம். ஈராக் சென்றுவிட்டு வந்த பிறகு சிஎன்என் செய்தி சானலுக்கு அவர் அளித்த பேட்டியில், 'மற்ற பாகங்களில் மக்கள் இயற்கை பேரழவினால் துன்புறுகிறார்கள். இங்கே மக்கள் அவர்களுடைய கோபம் மற்றும் ஏமாற்றத்தினால் அவதியுறுகிறார்கள். இது மனிதனால் உருவாக்கப்பட்ட பேரழிவு,' என்று கூறினார். அவர் ஈராக்கியர்களுக்குப் போரின் தாக்கத்திலிருந்து வெளியே வர தியானம் மற்றும் மூச்சுப்பயிற்சி கற்றுக் கொடுத்தார்.

அரசாங்கத் தடையுத்தரவு இருந்ததனால், அவர் தலைவர்களை இரவுநேரங்களில் சந்தித்து அவர்களின் அவநம்பிக்கையைப் போக்குவதற்குச் சிறந்த வழி பேச்சுவார்த்தை தான் என்பதை வலியுறுத்தினார். 'நீங்கள் எப்படி இருக்கிறீர்கள் என்றுகூட என்னால் கேட்க முடியாது, காரணம் நீங்கள் படும் துன்பங்களை நான் பார்த்து விட்டேன். ஈராக்கின் தேவை அமைதி. அதனால் தான் அனைத்தையும் விட்டுவிட்டு நான் இங்கு வந்திருக்கிறேன்,' என்று கூறினார். குருதேவை கிரீன் ஜோனில் அதாவது பாதுகாப்பான இடத்தில் அரசாங்கம் அளித்த ராணுவ பாதுகாப்புடன் வரவேற்று உபசரித்தனர். ஆனால் அவர் ரெட் ஜோனுக்குப் போகவே விரும்பினார், எந்த மக்களுக்கு அத்தியாவசியத் தேவையோ அவர்களையே சந்தித்துப் பேச விரும்பினார். உள்ளூர் அமைப்பாளர்கள் இந்த எண்ணத்தை வரவேற்கவில்லை. 'நான்

இங்கு ஹோட்டலின் பாதுகாப்பில் உட்கார்ந்திருக்க வரவில்லை. நான் இங்கு இருக்கும் ஒவ்வொருவரிடமும் அமைதியின் முக்கியத்துவத்தைப் பற்றிப் பேச வந்திருக்கிறேன்,' என்றார். அடுத்தநாள் காலை, அவர் ரெட் ஜோனில் இருந்த மாநிலமான நஜாஃப் (Najaf) பிறகு புறப்பட்டு விட்டார். பாதுகாப்புக் காரணங்களுக்காக அவர் கார்களை இரண்டு முறை மாற்ற வேண்டியிருந்தது. துப்பாக்கி சூடு நடந்து கொண்டிருந்ததால், ஒரே வழியில் போக முடியாது. குருதேவ் மதரஸாக்களுக்குச் சென்று, அங்கு மகாத்மா காந்தியின் கொள்கைகளை விளக்கினார். அவர் இமாம்களைச் சந்தித்து அமைதிக்கு ஒரு வாய்ப்பு அளிக்கும்படி கேட்டுக்கொண்டார். அவருடன் அந்தப் பயணம் முழுவதும் உடன் சென்ற ரெட் கிரெஸெண்ட் அதிகாரி, 'இதுவரையில் மரணம் என்ற கலை தான் எங்களுக்குத் தெரிந்திருந்தது. நீங்கள் ஈராக்கியர்களுக்கு வாழும் கலையைக் கொண்டு வந்திருக்கிறீர்கள்!' என்றார்.

குருதேவின் பேச்சினால் உந்தப்பட்டு, ஐம்பது இளம் ஈராக்கி ஆண்களும் பெண்களும் பெங்களூரு ஆசிரமத்திற்கு வந்து, யோகா ஆசிரியர்களுக்கான பயிற்சியைப் பெற்றுச் சென்றனர். தங்கள் நாட்டிற்குப்போய் அமைதிக்கான நடவடிக்கைகளில் இறங்கப்போவதாக அறிவித்தனர். அடுத்த இரண்டு ஆண்டுகளில் மீண்டும் ஈராக்கிற்குச் சென்றார் குருதேவ். மூன்றாவது தடவை, அவர் வன்முறையால் தாக்கப்பட்ட குர்திஸ்தானில் எர்பில் என்ற இடத்தில் ஓர் அமைதி மாநாட்டைநடத்தினார். 'அமைதி நிலவும் இடங்களில்தான் அமைதி மாநாடு நடப்பதுண்டு. ஆனால் நானோ, இந்த மாநாட்டை எங்கு போராட்டங்கள் நிலவுகிறதோ, எங்கு இதன் தேவை அதிகமோ, அங்குதான் நடத்த விரும்புகிறேன்,' என்று கூறினார். அவர் சின்ஜார் (Sinjar) மலைகளில் யஜிடி (Yazidi) முகாம்களில் இருந்த குர்துகள், கிறிஸ்தவர்கள் மற்றும் அராபியர்களைச் சந்தித்தார். தங்கள் பெற்றோர்களில் ஒருவரையோ அல்லது இருவரையுமோ இழந்துவிட்ட குழந்தைகளின் முகாமிற்கு அவர் சென்றார். அந்தக் குழந்தைகள் ஓடி வந்து அவரைச் சூழ்ந்து கொண்டனர். அந்தக் குழந்தைகள் இத்தனை மாதங்களில் இப்போது தான் முதன்முறையாகச் சிரிப்பதாக உள்ளூர் மக்கள் கூறினர். அவர்கள் வந்து அவரை அணைத்துக் கொண்டனர். அந்தக் குழந்தைகள் ஒவ்வொருவரையும் அவர் ஆசிர்வதித்து, அவர்களுக்கு நல்ல வீடு கிடைக்கும், அவர்கள் நல்லபடியாக பார்த்துக்கொள்ளப்படுவார்கள் என்று சொன்னார். அவருடைய வழிகாட்டுதலில், உணவுப் பொட்டலங்கள் வான் வழியே மலைப்பகுதிகளில் போடப்பட்டன. இருநூறுக்கும் மேற்பட்ட பெண்கள் கடத்தப்படுவதிலிருந்து காப்பாற்றப்பட்டனர். ஈராக்கின் முன்னாள் பிரதம மந்திரியான நூர்ரிஅல் மாலிக்கி (Nouri al &

Maliki) ‘அதிகாரத்தைக் கையில் வைத்திருக்கும் பெரிய சக்திகள் இருக்கின்றன, ஆனால் அவர்களால் மக்களின் இதயங்களை ஒன்று சேர்க்க முடியவில்லை. இந்த வேலை ஓர் ஆன்மீகத் தலைவரால் மட்டுமே முடியும்,’ என்று சொன்னார்.

2001ஆம் ஆண்டு பிராங்க்ஃபர்ட்டில் நடந்த இவாஞ்செலிக்கல் சர்ச் தினத்தில் தலைமை உரை ஆற்ற அழைக்கப்பட்டார் குருதேவ். அங்கு பேசிய போது ‘மதம் என்பது வாழைப்பழத் தோல் போன்றது, ஆன்மீகம் என்பது அதனுள் இருக்கும் பழம் மதி போன்றது. இன்று நாம் பழத்தைத் தூர எறிந்துவிட்டு, வெறும் தோலைக் கையில் வைத்துக் கொண்டிருக்கிறோம். நாம் அனைவரும் பொதுவான மதிப்பீடுகளின் மீது கவனம் செலுத்த வேண்டும். அப்போது தான் எல்லோரும் ஒன்று என்ற உணர்வு நமக்குள் வரும்,’ என்று பேசினார். இத்தனை ஆண்டுகளில் குருதேவ் அனைத்து இனம் மற்றும் மதங்களின் தலைவர்களைச் சந்தித்து பேச்சுவார்த்தை நடத்தியிருக்கிறார். அதன் மூலம் மதங்களுக்கு இடையே நல்லிணக்கத்தை ஏற்படுத்தப் பாடுபட்டார்.

குருதேவ் முதன்முறையாக ஜப்பானுக்குச் சென்ற போது, டோக்கியோ தீவிலுள்ள ஒரு புத்த மடாலயத்தில் தங்கினார். அவருடன் ஸ்காட் ஹேக் சென்றிருந்தார். மிக நேர்த்தியாக இருந்த அந்த மடாலயத்தில் பாடும் பறவைகள் நிரம்பிய அழகான தோட்டங்கள் இருந்தன. அறைகள் மெல்லிய பேப்பரினால் பிரிக்கப்பட்டிருந்தன. அனைவரும் ஜப்பானிய முறைப்படி தரையில் பாய் விரித்துப் படுத்துறங்கினார்கள். குருதேவைச் சந்திக்க வந்த ஒரு குழுவை ரெயில்வே ஸ்டேஷனுக்கே சென்று வரவேற்றார் ஸ்காட். அந்த ஊரின் கூட்டம் நிறைந்த சிறிய தெருக்களில் செல்லும் போது ஸ்காட் குருதேவுடனான தன் அனுபவங்களைப் பகிர்ந்து கொண்டார். அந்தக் குழு வந்த போது குருதேவ் மௌனம் மேற்கொண்டுவிட்டார். ஸ்காட் ஒவ்வொருவரையும் அறிமுகம் செய்து வைத்து அதன் மூலம் பேச்சுவார்த்தைக்கு வழிவகுக்க நினைத்தார். ஆனால், குருதேவ் ஆனந்த நிலையில் புன்னகைக்க மட்டுமே செய்தார். கடைசியில், குழுவினரில் ஒருவர் அழ ஆரம்பிக்க அவரைத் தொடர்ந்து இன்னொருவரும் அழுதார். ஒருவரும் பேசவில்லை. அறை முழுவதும் அதீதமான நல்லிணக்க உணர்வினால் நிரம்பி வழிந்தது. சிறிது நேரம் கழித்து, குருதேவ் அந்த இடத்தைவிட்டுக் கிளம்பினார். அந்தக் குழு திரும்ப ரெயில்வே ஸ்டேஷனுக்குச் செல்லும் போது, ‘இந்த மாதிரியான ஓர் உணர்வை நாங்கள் இதுவரை அனுபவித்ததே இல்லை. நாங்கள் நாளைக்கு மீண்டும் வரலாமா?’ என்று கேட்டனர். குருதேவின் அமைதியையும் அவரைச்

சுற்றியுள்ள கருணையையும் அவர்கள் மிகவும் விரும்பினார்கள். அடுத்தநாள் மாலை அவர்கள் தங்கள் நண்பர்களுடன் வந்தார்கள். இப்போது குருதேவ் அவர்களோடு பேசியது மட்டுமல்லாது ஒரு சொற்பொழிவும் ஆற்றினார். குருதேவ் கிளம்ப வேண்டிய அன்று புத்த பிக்ஷுக்ளுடன் சேர்ந்து காலை மந்திர உச்சாடனத்தில் கலந்து கொள்வதற்காக அவர் சீக்கிரமே எழுந்துவிட்டார். மந்திர உச்சாடனங்கள் முடிந்த பிறகு புத்த பிக்ஷுக்கள் வழக்கமாக புத்தர் சிலைக்கு முன்னால் பாரம்பரியமாக வணங்குவார்கள். ஆனால், அந்தக் காலைப்பொழுதில் அனைவரும் குருதேவ் இருக்கும் பக்கம் திரும்பினார்கள். 'நாங்கள் தெய்வீகத்தின் முன்னால் எப்போதும் தலை வணங்குவோம், இன்றைய காலைப் பொழுதில் நாங்கள் தெய்வீகத்தை புத்தர் சிலையில் மட்டுமல்ல எங்கள் முன்னாலும் பார்க்கிறோம்,' என்று சொன்னார்கள். அனைவரும் மரியாதையுடன் குருதேவை வணங்கினார்கள்.

நிறைய அரசுகளும் தலைவர்களும் குருதேவிற்கு மரியாதை செலுத்தியிருக்கிறார்கள். அவர் செய்திருக்கும் பணியைப் பார்த்து எனக்குப் பெருமையாக இருக்கிறது. நான் இதை அவரிடம் சொன்னால் அவர் மிகச் சாதாரணமாக 'உலகம் ஞானத்தை மதிக்கிறது,' என்றார். ஞானத்தின் பிறப்பிடம் தான் குரு தத்துவம் ஆகும். 'உங்களுடைய சொந்த வாழ்க்கையே உங்களுடைய குரு தான். குரு என்பவர் ஏதோ பள்ளிக்கூட ஆசிரியர் இல்லை, கற்றுக்கொண்டு பின்னால் பிரிந்து விடுவதற்கு. வாழ்க்கையும் குருவும் பிரிக்க முடியாதவை,' என்று சொல்வார். ஒரு சத்சங்கின் போது பங்கு பெற்றவர் 'நான் உங்களுடன் தொடர்பில் இருக்கிறேனா?' என்று கேட்டார். குருதேவ் அதற்கு, 'இல்லை, நான் உங்களுடன் தொடர்பில் இல்லை. உங்களிடமிருந்து பிரிந்து இருந்தால் தானே இணைவதற்கு?' என்று பதில் கூறினார்.

ஒருவேளை பக்தர்களோடு அவருக்குள்ள இந்த இணைப்பு தான் அவர்பால் பக்தர்களையும், பக்தர்கள்பால் அவரையும் ஈர்க்கிறதோ என்னவோ. குருதேவ் வட கொரியாவிற்குச் சென்றிருந்த போது அந் நாட்டுப் பத்திரிகைகள் அவருடைய நிகழ்ச்சியின் நேரத்தைத் தவறாக வெளியிட்டு விட்டன. நிகழ்வினை ஏற்பாடு செய்தவரான செசிலியா ஏஞ்ஜலினி (Cecilia Angelini) நிகழ்விற்குச் சில மணி நேரம் முன்பு தான் அந்த தவற்றை கண்டுபிடித்தார். நிகழ்ச்சி அரங்கைத் தொடர்பு கொண்ட போது, ஐம்பது நபர்கள் மட்டுமே வந்திருப்பதாகத் தெரிந்தது. இருந்தாலும் குருதேவ் நிகழ்ச்சிக்குச் செல்லத் தயாராகவே இருந்தார். செசிலியா எப்படி அதை முன்பே கவனிக்காமல் இருந்தார்? அவர்கள் அரங்கின் அருகாமையில் வந்த போது, குருதேவ் அந்தப் பெண்மணியிடம் அரங்கிற்குள் நுழைவதற்கு முன்னால் மீண்டும் ஒருமுறை அந்தக் கட்டிடத்தைச்

சுற்றிப் பார்க்கச் சொன்னார். ஐந்து நிமிடம் காரில் பயணித்து அவர்கள் அரங்கத்தை அடைந்த போது ஏற்கனவே ஐநூறு பேர் உள்ளே இருந்ததோடு இன்னும் பலர் உள்ளே நுழைய முயன்று கொண்டிருப்பதைக் கண்டனர்.

அவர் முதன்முறையாக அர்ஜெண்டினா சென்ற போது பலத்த மழை பொழிந்தது. அது ஒரு கத்தோலிக்க நாடு, அங்கு குரு என்ற கருத்தாக்கத்தைப் பற்றி அவர்கள் கேள்விப்பட்டது கூட கிடையாது. நிகழ்ச்சி அமைப்பாளர்கள் அரங்கத்தை முன்பதிவு செய்து விட்டனர். ஆனால் யாரும் வர மாட்டார்களோ என்ற கவலை அவர்களை அரித்தது. சொற்பொழிவு தொடங்குவதற்குச் சில வினாடிகளே இருக்கையில் அனைத்து இருக்கைகளும் நிரம்பிவிட்டன. குரு என்றால் என்னவென்றே தெரியாத நிலையில் அர்ஜெண்டினா மக்கள் ஆவலால் உந்தப்பட்டு ஆன்மீக குருவை சந்திக்க விரும்பி வந்திருந்தார்கள். சொற்பொழிவு முடிந்தவுடன் அவர்கள், 'ஒளியின் மனிதர்' குருதேவை அழைத்து அவருடைய அணைப்பிற்காக வரிசையில் நின்றனர். அதேபோல், 2000-ஆம் ஆண்டு, உலக அமைதிக்கான ஐ.நா. உச்சி மாநாட்டில், (ஆவிகளோடு பேசும்) 'ஷாமன்' குருமார்களின் குழு, குருதேவ் தங்கியிருந்த ஹோட்டல் வருகையறையில் அவரைச் சூழ்ந்து கொண்டு அவரை 'ஒளியின் மனிதர்,' என்று கொண்டாடியது.

இந்த 'ஒளியின் மனிதர்' ஒரு முறை இலங்கையின் 'யாருக்கும் சொந்தமில்லாத தீவு'க்குச் செல்ல முடிவு செய்தார். (இலங்கை இராணுவத்தின் வசமிருந்த பகுதிக்கும், விடுதலைப்புலிகள் வசமிருந்த பகுதிக்கும் இடையில் இருந்த பகுதி அது. 2006 ஆம் ஆண்டு இலங்கை அரசு அப்போதைய அதிபர் மகிந்தா ராஜபக்ஷேவிற்கும் விடுதலைப்புலிகள் தலைவர் வேலுப்பிள்ளை பிரபாகரனுக்கும் இடையே அமைதிப் பேச்சுவார்த்தையைத் துவக்குமாறு குருதேவைக் கேட்டுக் கொண்டது. சந்திப்பிற்காக குருதேவ் அதிகாலை 4 மணிக்குக் கொழும்பு சென்றார். அரசு அதிகாரிகள் குருதேவுடன் எல்டிடிஈயின் எல்லைவரை வந்தார்கள். அதன்பிறகு, 'யாருக்கும் சொந்தமில்லாத' இடத்தில், தன்னார்வலர் மற்றும் இரண்டு வாழும் கலை ஆசிரியர்களுடன் காரில் சென்றார். அந்த நிலம் வெட்டவெளியாக, காய்ந்து, தொடர்ந்து எல்டிடிஈயின் நேரடி பார்வையில் இருந்தது. அந்த நிலத்தில் மழையை விடவும் குண்டுகளே அதிகம் பொழிந்திருக்கும் போல் தோன்றியது. அந்தப் பகுதியைக் கடந்த பிறகு, குருதேவ் ஐ.நா. செக்போஸ்ட் அருகே நின்று கொண்டு கதவுகளைத் திறக்குமாறு சொல்லி அனுப்பினார். ஒரு மணி நேரத்திற்குப் பின், அவர்களுடைய பாஸ்போர்ட்டுகளை பரிசோதனை செய்த பிறகு, அவர்கள் எல்டிடிஈயின் நிர்வாகத் தலைமையிடமான கிளிநொச்சியை

நோக்கிச் சென்றனர். சோதனை கோபுரத்தில் இருந்த காவலர்கள், ஆவணங்களைச் சரி பார்த்த எல்டிடிஈ அதிகாரிகள் மற்றும் விருந்தினர் மாளிகையில் இருந்த ராணுவ வீரர்கள் அனைவருமே இளைஞர்கள். இருபது முதல் முப்பது வயதுகளில் இருந்தவர்கள். நகரம் முழுவதும் உயிர்நீத்த எல்டிடிஈ வீரர்களின் போஸ்டர்களால் நிரம்பி வழிந்தது. குருதேவ் கிளிநொச்சியை அடைந்தவுடன், குண்டுகள் இல்லாமல் வரவேற்கப்பட்ட மிகக் குறைந்த நபர்களில் குருதேவும் ஒருவர் என்று அவரிடம் கூறினார்கள். அதன்பிறகு எல்டிடிஈ தலைவரின் வீட்டிலிருந்து ஒரு கிலோமீட்டர் தொலைவில் காத்திருக்கச் சொன்னார்கள். ஆனால் வருவதற்கு முதலில் ஒப்புக் கொண்ட பிரபாகரன் பின்னர் தனக்குப் பதிலாகத் தன்னுடைய உதவியாளர்களை அனுப்பிவைத்தார்.

குருதேவ் எல்டிடிஈ தன்னுடைய இலக்கை அடைய வேறு வழிகளில் முயற்சி செய்ய வேண்டியதன் அவசியத்தை வலியுறுத்திவிட்டு இந்தியாவிலிருந்து அவர் கொண்டு போயிருந்த துணிகளையும் மருந்துகளையும் அவர்களிடம் கொடுத்தார். இந்தச் சந்திப்பிற்கு ஏற்பாடு செய்திருந்தவர்கள் குருதேவிடம் மன்னிப்பு கேட்டு விட்டு, விடுதலைப்புலிகளுக்குத் தரப்பட்ட கடைசி வாய்ப்பு அது என்றும், (அதைத் தவறவிட்டதால்) பேரழிவு விரைவில் ஏற்படலாம் என்றும் தங்கள் கவலையைத் தெரிவித்தனர். ‘பிரபாகரன் மட்டும் வந்திருந்தால் ஆயிரக்கணக்கான உயிர்கள் காப்பாற்றப்பட்டிருக்கும்,’ என்று குருதேவ் பின்னர் கூறினார். குருதேவ் அமைதி திரும்புவதற்காக எத்தனை விதமான முயற்சி கள் உண்டோ அனைத்தையும் செய்து பார்ப்பார். 2008ஆம் ஆண்டு இலங்கை தனது போர் நிறுத்த ஒப்பந்தத்தை ரத்து செய்து விட்டு எல்டிடிஈக்கு எதிராக ராணுவத் தாக்குதலைத் துவக்கியது. 2009ஆம் ஆண்டு, போர் உச்சக்கட்டத்தில் இருக்கும் போது, குருதேவ் மறுபடியும் இலங்கைக்குச் சென்று அங்கு போரினால் இடம் பெயர்க்கப்பட்ட மக்களைச் சந்தித்தார். போருக்குப் பின், இலங்கை அரசாங்கம் நிவாரணப் பணிகளுக்காக அழைத்த ஒரு சில என்ஜிஓக்களில் வாழும் கலை அமைப்பும் ஒன்றாகும். எங்களுடைய ஆசிரியர்களும் தன்னார்வலர்களும் அங்குள்ள நிவாரண முகாம்களில் தங்கியிருந்த பல்லாயிரக்கணக்கான அகதிகளுடன் பல நாட்கள் செலவிட்டனர்.

2012 ஆம் ஆண்டு குருதேவ் ஜெருசலம் சென்றிருந்த போது, இஸ்ரேல் நாட்டைச் சேர்ந்த தொலைக்காட்சி தயாரிப்பாளர் டான் ஷிலான் (Dan Shilon) குருதேவிடம் ‘உங்களுக்கு ஏமாற்றமாக இருந்திருக்கும். இந்த உலகம் நீங்கள் நினைக்கும் திசையில் செல்லவில்லை என்பதால்,’ என்று கேட்டார். குருதேவ் அதற்கு ‘என்னைப் பார்த்தால் ஏமாற்றம் அடைந்தவர் போலத் தெரிகிறதா?

எனக்குப் பொறுமையும் விடாமல் தொடர்ந்து முயற்சி செய்யும் மனப்பான்மையும் இருக்கிறது,' என்று பதிலுரைத்தார். ஷிலான் மேலும், 'வெற்றியைப் புன்னகையின் மூலமாகத்தான் அளக்க முடியும். நீங்கள் எப்போதும் புன்னகைக்கிறீர்கள் ஆனால் உலகம் புன்னகைக்கவில்லையே,' என்று தொடர்ந்தார். குருதேவ் அதற்கு 'மருத்துவர்களின் வேலை நோயாளிகளுக்கு மருத்துவம் பார்ப்பது. மருத்துவர்களே நோயாளிகளாகி விட்டால், நோயாளிகளுக்கு எந்த நம்பிக்கையும் இருக்காது. மாற்றத்தைக் கொண்டு வருபவர்களான நாங்களே, எங்கள் புன்னகையைத் தொலைத்துவிட்டால் எங்களால் மற்றவர்களின் முகத்தில் புன்னகையை எப்படிக் கொண்டுவர முடியும்?' என்றார்.

இஸ்ரேல் பயணத்தின் போது அவர், டோம் ஆஃப் தி ராக் (Dome of the Rock) பள்ளிவாசலுக்குச் சென்றார். குருதேவ் மரியாதை அளிக்கும் விதமாக தன் தலையை மூடிக் கொண்டு பள்ளிவாசலின் மையத்தில் இருக்கும் அடிக்கல்லின் முன்னால் மண்டியிட்டு வணங்கினார். அவருடன் சென்றிருந்த ஹஸன் தஃப்தி (Hasan Tafti) என்பவர், குருதேவின் இந்தச் செய்கையினால் மனம் கவரப்பட்டவராக, ஏன் அவ்வாறு செய்தீர்கள் என்று வினவினார். 'ஒரு கல் ஒரு மனிதரின் மனதில் நம்பிக்கையை ஊட்ட முடியும் என்றால் அந்தக் கல் நம்முடைய வணக்கத்திற்குரியதே,' என்று குருதேவ் பதிலுரைத்தார். இந்த பதில் ஹஸன் மனத்தில் உருவ வழிபாடு குறித்து எழுந்த சந்தேகங்களை விலக்கியது. ஹஸன் இதோடு இன்னொரு விஷயத்தையும் சொன்னார். 'குருதேவ் புலம்பும் சுவர் (Wailing Wall) முன்னால் கூடத் தன்னுடைய மரியாதையைச் செலுத்தினார். அவர் எந்தளவு ஈடுபாட்டுடன் அந்த வணக்கத்தைச் செய்தார் என்றால் அவரைப் பார்த்தால் வேறு மத நம்பிக்கையைச் சேர்ந்தவர் போலவே இல்லை. குருதேவ் அனைத்து மதங்களையும் சமமாக மதிக்கிறார். இது என் மனத்தைத் தொட்டது,' என்று ஹஸன் கூறினார்.

2009ஆம் ஆண்டில் 'நாளையை எதிர்கொள்ளுதல்,' என்ற தலைப்பில் ஒரு நிகழ்ச்சி ஜெருசலத்தில் நடக்கவிருந்த அதிபரின் கருத்தரங்கில் ஏற்பாடு செய்யப்பட்டிருந்தது. அதில் பேசுவதற்காக குருதேவிற்கு அழைப்பு விடுத்திருந்தார்கள். அந்தக் கூட்டத்தில் பதின்மூன்று நாடுகளின் தலைவர்களும் ஐநூறு பிரதிநிகளும் கலந்து கொண்டனர். இஸ்ரேல் நாட்டின் அறுபதாம் ஆண்டுவிழாக் கொண்டாட்டங்களின் ஒரு பகுதியாக இந்தக் கருத்தரங்கம் நடைபெற்றது. அந்த நிகழ்வில் குருதேவ் 'நான் இஸ்ரேலுக்கு வந்த போது என்னிடம் உங்களுடைய பாஸ்போர்ட்டில் இஸ்ரேல் நாட்டு ஸ்டாம்ப் வேண்டுமா என்று கேட்டார்கள். நான் 'ஆம்' என்று சொன்னேன். அவர்கள் விடாமல், உங்களுடைய பாஸ்போர்ட்டில்

ஸ்டாம்ப் குத்தாதீர்கள். தனியாக ஒரு ஷீட்டை எடுத்துக் கொள்ளுங்கள். அது தூதரகத்தில் கூட செய்து தருவார்கள். உங்களுடைய விசாவைக்கூட தனித்தாளில் முத்திரை வாங்கிக் கொள்ளலாம். இல்லாவிட்டால் அராபிய நாடுகளுக்கு செல்வதில் உங்களுக்கு பிரச்சினைகள் ஏற்படும் - என்று விளக்கினார்கள். நான் என்னுடைய பாஸ்போர்ட்டில் தான் முத்திரை வேண்டும் என்று அழுத்திச் சொன்னேன். இந்த உலகம் என்னுடைய குடும்பம். இஸ்ரேலுடன் எனக்கு உள்ள உறவை நான் மதிக்கிறேன். எந்தளவு நான் ஈரான், ஈராக் மற்றும் பாகிஸ்தான் நாட்டு மக்களுடன் தொடர்பு கொண்டுள்ளேனோ அதே அளவு யூதர்களுடனும் தொடர்பு கொண்டுள்ளேன். இந்தக் குறுகிய மனப்பான்மையைத் தகர்த்தெறிந்துவிட்டு, நாம் அனைவரும் ஓர் உலகக் குடும்பம் என்பதை உணர வேண்டும்,' என்று குருதேவ் கூறினார்.

ரஷ்யாவிற்கு ஒருமுறை சென்ற போது, அந்நாட்டின் பதினோரு வித்தியாசமான நேர மண்டலங்களில் அடங்கியிருந்த நகரங்களுக்குச் செல்ல நேர்ந்தது. ஆனால் எல்லா இடங்களுக்கும் சரியான நேரத்தில் சென்றார்! விமானத்தில் வந்த களைப்பு எதுவுமில்லாமல் தனக்காகக் - காத்திருந்த மக்களைச் சந்திக்க உடனடியாகத் தயாரானார். அம்மாதிரியான ஒரு பயணத்தின் போது, கடைசி நிமிடத்தில் மாஸ்கோ செல்வதாகத் தெரிவிக்கப்பட்டது. அடுத்தநாள் காலை 9 மணி நிகழ்விற்கு, நிகழ்ச்சி ஏற்பாடு செய்தவர்கள் முதல் நாள் இரவு தான் ஒரு அரங்கை ஒப்பந்தம் செய்திருந்தனர். கடுமையான பனிப்பொழிவில், கடும் குளிரிலும் மக்கள் அந்த அரங்கினுள் நுழைவதற்கு வரிசையில் காத்து நின்றனர். ரஷ்யாவிலிருந்த தன்னார்வலரான ஸ்டானிஸ்லாவ் க்யூம்ஸ் (Stanislav Guemes) என்பவர், ரஷ்ய மக்கள் தங்களுடைய பிரபலமான ராக்ஸ்டாரின் நிகழ்ச்சிக்குக்கூட இப்படிக் காத்துக்கிடக்க மாட்டார்கள் என்று தெரிவித்தார். அவர் மேலும், 'நான் எப்போதும் மக்களிடம் சொல்வதுண்டு. ஒருமுறை குருதேவுடன் பிரயாணம் செய்து பாருங்கள், அசாதாரணமான ஏதோ ஒன்று அவரிடம் இருப்பதை உணருவீர்கள்,' என்று கூறினார். ஒரு ஆர்வமான பக்தர் ஒரு முறை குருதேவிடம் 'எங்கு போக வேண்டும் என்பதை எப்படி நீங்கள் முடிவு செய்கிறீர்கள்?' என்று கேட்டார். குருதேவ் அதற்கு 'என் பக்தர்கள் என்னை எங்கே அழைக்கிறார்களோ அங்கே சென்று விடுவேன்,' என்றார். இன்னொருவர் கேட்டார்: 'நீங்கள் இவ்வளவு வேலை செய்கிறீர்கள். எப்போது ஓய்வு எடுக்கிறீர்கள்?' குருதேவ் அதற்கு 'வாழ்க்கைகளுக்கு நடுவே,' என்று பதிலுரைத்தார்.

17

காலை உணவிற்கு ஞானம்

ஊஞ்சலில் அமர்ந்து சூடான இட்லியை சட்னி சாம்பாருடன் காலை உணவாகச் சாப்பிட்டுக் கொண்டிருக்கிறேன். பெருவாரியான காலை நேரங்களில் வீட்டில் இட்லியே தயாரிக்கப்படும். அதனுடைய சுவையும் மென்மையும, வாயிலிட்டவுடனே கரையும் தன்மையும், மெத்தென்றிருக்கும் வட்ட வடிவமும் எப்போதும் ஒரே மாதிரி இருந்தாலும் எனக்கு என்னவோ நேற்றையது போலவே இன்றும் இருக்கிறது என்று தோன்றியதே இல்லை. இரண்டு சூரியோதயங்கள் ஒன்று போல் இருப்பதில்லை; கிளை ஒன்றானாலும் இலைகள் ஒவ்வொன்றும் வித்தியாசமானதாகவே இருக்கும். நம்முடைய உணர்வு புதுமையை விரும்புகிறது. ஒவ்வொரு தடவை நான் தியானம் செய்யும் போதும் புது அனுபவமாகத்தான் இருக்கும். 'இன்னொரு இட்லி வைக்கவா?' சமையல்காரரின் குரல் என் நினைவுகளுக்குத் தடை போடுகிறது. 'ஆம். இன்னும் ஒன்று வேண்டும்.' யாரோ சமீபத்தில் என்னிடம் மிகவும் சத்தான முழுமையான உணவுகளில் முக்கியமான ஒன்று இட்லி தான் என்று கூறினார்கள். 'ஒருவர் உலகம் முழுவதிலிருந்தும் வரும் உணவையும் இசையையும் ஏற்றுக்கொள்ளும் போது ஞானத்தை ஏற்றுக் கொள்வதில் என்ன தடை?' என்று அடிக்கடி கேட்பார் குருதேவ்.

ஆயதொல்லா கோமேனியின் உதவியாளரான எழுபத்தெட்டு வயது முதியவர் ஒருநாள் ஆசிரமத்திற்கு வருகை தந்தார். அவர் குருதேவிடம், 'எனக்கு ஒரு முக்கியமான கேள்வி, ஒரு முக்கியமான சந்தேகம் இருக்கிறது. நான் இந்தக் கேள்வியை வாழ்க்கை முழுவதும் கேட்டுக் கொண்டிருக்கிறேன் ஆனால், விடை தான் கிடைக்கவில்லை. நீங்கள் எனக்கு உதவலாம் என்று நம்புகிறேன்,' என்று கூறினார். குருதேவ் அவரிடம், 'ஆம். தயவு செய்து கேளுங்கள்,' என்றார். அவர், 'ஒரே கேள்விக்கு எப்படிப்

பல சரியான பதில்கள் இருக்க முடியும்? உண்மை ஒன்று தான் என்றால், பதிலும் ஒன்றாகத் தானே இருக்க வேண்டும். இரண்டு சரியான பதில்கள் இருக்கவே முடியாது. ஒரே ஒரு பதில் தான் இருக்க முடியும் என்றால், இத்தனை மதங்கள் இருப்பது அர்த்தமற்றதாகிறது. ஒரே ஒரு, சரியான மதம் தான் இருக்க முடியும். எல்லாப் பாதைகளும் எப்படிச் சரியானவையாக இருக்க முடியும்? உண்மை ஒன்று தான் என்றால், எல்லா வேதங்களும் சரியாக இருக்க முடியாது,' என்று கூறினார். இது ஏற்றுக் கொள்ளக்கூடிய ஒரு விவாதம் தான். குருதேவ், 'ஓர் இடத்தை அடையப் பல வழிகள் இருக்கின்றன. ஒருவர் நேராகச் சென்று அந்த இடத்தை அடையலாம். ஒருவர் நேராகச் சென்று பின் வலது பக்கம் திரும்பலாம் அல்லது நேராகச் சென்று இடது பக்கம் திரும்பி அந்த இடத்தை அடையலாம். நீங்கள் எங்கிருக்கிறீர்கள் என்பதைப் பொறுத்தே இருக்கிறது,' என்று பதிலுரைத்தார். அவர் மேலும் தொடர்ந்தார், 'இந்தியாவில் ஒரு பண்டைய எண்ணம் இருக்கிறது. ''அறிவு அனைத்து திசைகளிலிருந்தும் ஓடி வரட்டும்,'' என்று சொல்கிறது. உண்மை என்பது ஒன்று தான் ஆனால் அதைப் பார்க்கும் விதங்கள் தான் வெவ்வேறாக இருக்கின்றன. *ஏகம் சத் விப்ர பஹூதா வதந்தி*, அதாவது - உண்மை என்பது ஒன்று தான், ஆனால் புத்திசாலிகள் வெவ்வேறு விதமாக அதை வெளிப்படுத்துகிறார்கள்.' அந்த முதியவர் குருதேவின் பதிலினால் திருப்தி அடைந்தவராக அவருக்கு நன்றி சொன்னார்.

இதுபோன்ற பதிலை நாடிக் கேள்வி கேட்டு வந்தவர் அவர் ஒருவர் மட்டுமல்ல. உண்மை என்பது பல பரிமாணங்களைக் கொண்டது என்று புரிந்து கொள்வதே பலரது பார்வையை மாற்றியுள்ளது. யுனெஸ்கோ சார்பாக பாரீஸில் நடைபெற்ற இமாம்கள் மற்றும் ரப்பைகளின் (Rabbi -யூத குருமார்கள்) மூன்றாவது உலக காங்கிரஸில் பேசுவதற்காக குருதேவ் அழைக்கப்பட்டார். அந்தக் கருத்தரங்கில், இமாம்களுக்கும் ரப்பைகளுக்கும் கருத்து வேறுபாடு தோன்றிய போது அதை அவர்கள் வெளியே சொல்வதற்குத் தயங்கவில்லை. அந்தப் பகுதி இஸ்ரேல் - பாலஸ்தீனுக்கு இடையே உள்ள உறவை மேம்படுத்துவதற்கான அரங்கமாகவும் அமைந்தது. குருதேவ் பேசிய பிறகு, மக்கள் அந்தப் பேச்சை ஆன்மீக அமைதிக்கான குரலாகப் புகழ்ந்தார்கள். அவர் தன்னுடைய கனவான பல நூற்றாண்டுகளுக்கு முன்பே இந்தியாவில் இருந்த 'உலகமே ஓர் குடும்பம்,' என்ற தத்துவத்தைச் சார்ந்து தனது கருத்தைப் பகிர்ந்துகொண்டார். 'அறிவில் சிறந்தவர்கள் மதங்களுக்கிடையே உள்ள ஒற்றுமையைக் காண்பதோடு அவற்றில் இருக்கும் பேதங்களையும் மதிக்கிறார்கள். தீவிரவாதம் உலகின் ஏதாவது

ஒரு பாகத்தில் இருந்தால் கூட இந்த உலகம் பத்திரமான இடமல்ல. எந்த மக்கள் தங்களுடைய மதம் மட்டுமே தங்களை சொர்க்கத்துக்கு அழைத்துச் செல்லும் என்று நினைக்கிறார்களோ அவர்கள் மற்றவர்களின் வாழ்க்கையை நரகமாக்குகிறார்கள். முதன் முதலாக, நாம் அனைவரும் தெய்வீகம் மற்றும் வாழ்க்கையின் ஒரு பகுதியாவோம். அதன் பிறகு தான், நாம் ஒரு குறிப்பிட்ட நாடு அல்லது மதத்தைச் சேர்ந்தவர்களாகிறோம். மனிதத்தன்மை என்ற அடையாளம் தான் மற்ற அனைத்து அடையாளங்களையும் விட மேலோங்கி இருக்க வேண்டும். நாம் நம்முடைய குழந்தைகளுக்கு மற்ற மதங்களைப் பற்றியும் சிறிதாவது சொல்லிக் கொடுக்க வேண்டும். அப்போது தான் அவர்கள் பரந்த மனப்பான்மையுடனும் கலாச்சார ஈடுபாட்டுடனும் வளருவார்கள். பன்முகக் கலாச்சாரம் மற்றும் பன்முக மதங்களைப் பற்றிய கல்வி மிக மிக அவசியமானது. அப்போது உலகின் எந்த இடத்திலும் நீங்கள் மத வெறியைக் காண மாட்டீர்கள்,' என்று பேசினார்.

2012ஆம் ஆண்டு மார்ச் மாதம் *த டெய்லி பீஸ்ட்* (The Daily Beast) பத்திரிகைக்காக குருதேவ் பேட்டி எடுக்கப்பட்டார். தலிபான் அமெரிக்காவுடன் தனது பேச்சுவார்த்தையை முறித்துக்கொண்டு விட்டதாக அறிவித்த பின்னணியில் குருதேவை பேட்டி கேட்டிருந்தார்கள். குருதேவ் பாகிஸ்தானுக்கும் தலிபானுக்கும் இடையே அமைதிப் பேச்சுவார்த்தையைத் துவக்க விரும்புவதாகக் கூறினார். அந்த நேரத்தில், நடுநிலையாளராக இருந்து பேச்சைத் துவக்க யாரும் விரும்பாத போது குருதேவ் மட்டும் தயாராக இருந்தார். அவர், 'நாம் அங்கே திறந்த மனதோடு செல்வோம். அவர்கள் யார், அவர்களுடைய தேவை என்ன, அவர்களுடைய நோக்கங்கள் என்ன இவைகளைக் கண்டுபிடிப்போம்- எப்போதுமே இதுதான் என்னுடைய வழியாக இருந்திருக்கிறது. சண்டை போடுபவர்கள் அனைவருக்கும் ஏதோ ஒரு பயம், ஒரு கவலை இருக்கிறது; தங்களுடைய மதிப்பை மற்றவர்கள் உணர வேண்டும் என்று விரும்புகிறார்கள். முதலில் தனி நபரின் மூளையில் தான் மோதல் உருவாகிறது. அதன்பின் தான் அது சமுதாயத்தில் பரவுகிறது. அதிகாரிகளால் நடத்தப்படும் தூதரகப் பேச்சுவார்த்தைள் தோல்வி அடையும் போது, மனிதாபிமானம் மிக்க தனிப்பட்ட அணுகுமுறை பலன் தரும்,' என்றார்.

2014ஆம் ஆண்டு வியன்னாவில் ஐம்பது நாடுகளின் முன்னாள் அதிபர்கள் கலந்து கொண்ட இன்டர்ஃபெயித் கவுன்சில் கூட்டத்தில் பேசுவதற்காக அழைக்கப்பட்ட குருதேவை அறிமுகம் செய்தபோது அவர் தியானத்தில் மட்டுமல்ல, தீர்வுகள் காண்பதிலும் வல்லவர் என்று கூறினார்கள். அதே வருடம் வாட்டிகனுக்கும் வருவதற்கான அழைப்பு குருதேவிற்கு வந்தது. பிஷப்கள்

குருதேவை மிகுந்த மரியாதையுடன் வரவேற்றனர். அவரிடம் அனைத்து நம்பிக்கைகளையும் ஒன்றிணைத்து ஏழ்மைக்கும் குறிப்பாக குழந்தைகளின் கடத்தல்களுக்கும் எதிராகப் பாடுபட வேண்டும் என்ற கோரிக்கையை வைத்தனர். வாட்டிகனுக்கு குருதேவ் செல்வது இரண்டாவது தடவை. 1984ஆம் ஆண்டு அவர் முதன்முதலாக சென்ற அந்தக் காலக்கட்டத்தில் யோகா மற்றும் தியானம் ஆகியவற்றுக்கு அங்கே பலமான எதிர்ப்பு இருந்தது. ஆனால் குருதேவின் விடா முயற்சி பிரமாதமான மாற்றங்களைக் கொண்டு வந்ததோடு, இப்போது தியானம் போன்ற விஷயங்கள் எப்படி உலகம் எங்கிலும் பார்க்கப்படுகிறது என்பதிலும் மாற்றம் ஏற்பட்டுள்ளது.

2014ஆம் ஆண்டு டிசம்பர் மாதம், ஐ.நா. சபை ஜூன் மாதம் 21ஆம் தேதியை சர்வதேச யோகா தினமாக அறிவித்தது. அதைத் தொடர்ந்து, குருதேவிற்கு ஐரோப்பிய பாராளுமன்றத்தில் ‘தி யோகா வே’ பற்றிப் பேசுவதற்காக சிறப்பு விருந்தினராக அழைப்பு வந்தது. அதில் கலந்து கொண்ட பிரமுகர்களில் ஒருவர், அன்று வந்த ஐநூறு நபர்களில், பாராளுமன்றம் இந்த மாதிரி முழுமையாக நிரம்பியதில்லை என்று கூறினார். ‘கிராஸ் டொமஸ்டிக் பிராடெக்டிலிருந்து(GDP), நாம் இப்போது கிராஸ் டொமஸ்டிக் ஹாப்பினெஸை(GDH) நோக்கிச் சென்றிருக்கிறோம். இந்த மாற்றத்தை உருவாக்க யோகா உதவி செய்யும்,’ என்றார் குருதேவ். 2015ஆம் ஆண்டு ஜூன் மாதம் 21ஆம் தேதி நியூயார்க்கில் ஐ.நா.சபையின் தலைமைச் செயலகத்தில் யோகா பயிற்சியை நடத்துவதற்காகச் சென்றிருந்தார். அதைத் தொடர்ந்து ‘டைம்ஸ் ஸ்கொயரு’க்குச் சென்றார். அங்கு ஆயிரக்கணக்கான மக்கள் அவருக்காகக் காத்திருந்தனர். அந்தப் பண்டைய பழக்கத்தை பெங்களூரு ஜெயநகரின் ஒரு சிறிய வீட்டிலிருந்து ஐரோப்பிய பாராளுமன்றம், ஐ.நா.சபை மற்றும் கோடிக்கணக்கான மக்கள் வரை எடுத்துச் சென்றுள்ளார். ‘*த வால் ஸ்டிரீட் ஜர்னல்*’ பத்திரிகையாளர் ஒருவரை குருதேவ் நியூயார்க்கின் லிங்கன் சென்டரில் சந்தித்த போது, அவரிடம் ‘யோகாவை கடைப்பிடிப்பது மதத் தொடர்பான விஷயமா?’ என்ற கேள்வி கேட்கப்பட்டது. அதற்கு குருதேவ், ‘யோகா, ஆயுர்வேதா, கணிதம், ஆங்கிலத்தின் சில மாதங்கள்... இவை அனைத்தும் வேத பாரம்பரியத்திலிருந்து தான் பிறந்துள்ளன. ஆனால் இவை அனைத்துடனும், எந்த மதக் கோட்பாடும் இணைக்கப்படவில்லை; அது உங்களை ஒரு குறிப்பிட்ட கடவுளை நம்புவதிலிருந்து தடுப்பதும் இல்லை அல்லது உன்னை கடவுளை நம்பித்தான் ஆக வேண்டும் என்று கட்டாயப்படுத்துவதும் இல்லை. நியூட்டன் புவியிர்ப்பு சக்தியைப் பற்றிக் கண்டுபிடித்தார். ஆனால், அது கிறிஸ்துவ சட்டமாகக்

கருதப்படுவதில்லையே,' என்று விளக்கினார். மிகப் பெரிய கூட்டத்தினரை நோக்கிப் பேசிய குருதேவ், 'இன்றைய வேகமான உலகிற்கு யோகா மிகப் பெரிய அளவில் பொருத்தமாக இருக்கிறது. காரணம் நமக்குச் சில விஷயங்களைக் கடைப்பிடிக்க நேரமில்லை. ஆனால் நாம் சிறந்த பலன்களை எதிர்பார்க்கிறோம்,' என்று கூடுதலாக விளக்கிச் சொன்னார்.

யோகா என்பது வெறும் ஆசனங்களோ அல்லது உடற்பயிற்சியோ மட்டும் அல்ல, அது ஒருவிதமான 'இணைதல்' ஆகும். 'அது அலையானது தன்னுடைய ஆழத்துடன் இணைவது போன்றதாகும்,' என்றார் குருதேவ். அவரின் வழிகாட்டுதல்களுடன் ஆசனங்களைச் செய்வது என்பது ஒரு தனி அனுபவத்தைத் தரும். என்னுடைய இளமைப் பருவத்திலும் திருமணத்திற்குப் பிறகும், நான் அருகிலிருந்த யோகா பள்ளிக்குத்தான் சென்று யோகா பயிற்சி செய்துகொண்டிருந்தேன். ஆனால், நான் குருதேவின் வழிகாட்டுதலின் கீழ் யோகாவைப் பயிற்சி செய்த போது அந்த அனுபவமே பல மடங்கு உயர்நிலையில் இருந்தது. ஒவ்வொரு பயிற்சியின்போதும் உடலின் பாகத்தை நீட்டும் போது, அந்தப் பாகத்தைப் பற்றி நம்முள் ஒரு விழிப்புணர்வை ஏற்படுத்துவார். சாதாரணமாக, யோகா செய்யும்போது ஒருவர் மூச்சுப் பயிற்சி பற்றித் தெரிந்து வைத்திருப்பார்கள் அல்லது அந்த நீட்டலினால் ஏற்படும் உணர்வைப் பற்றித் தெரிந்து வைத்திருப்பார்கள். ஆனால் ஒருவர் தன்னுடைய நாடித் துடிப்பையும், வயிற்றின் நீட்சியையும், அல்லது கல்லீரல் அமுக்கப்படுவதையும் அறிந்து கொள்வது எப்படி? நான் கல்லீரலைப் பற்றிச் சிந்தித்தது கூட இல்லை! அடிக்கடி, தியானத்தின் முடிவில், உடலின்பால் கவனம் செலுத்த வேண்டியதன் முக்கியத்துவத்தைப் பற்றி ஒரு பொதுவான கட்டளை வழங்கப்படும். ஆனால் குருதேவ் ஏற்படுத்தும் விழிப்புணர்வின் அளவு ஒரு புதிய கோணத்தையே உருவாக்கும். அனைத்து யோகாசனங்களும் முனிவர்களால் அவர்கள் ஆழமான தியானத்தில் இருந்த போது அவர்களுக்குள் திடீரென்று தோன்றியவையேயாகும் என்று குருதேவ் சொல்லுவார். எந்த ஆசனத்தில் இருக்கும் போதும் ஒருவரால் தியான சமாதி நிலைக்குச் செல்ல முடியுமா? சிரசாசனம் (தலை கீழாக நிற்கும் நிலை), அல்லது புஜங்காசனம் (பாம்பு போன்ற நிலை) செய்யும் போது தியான சமாதியில் போவது என்பது நம்மால் சிந்திக்கக்கூட முடியாது. ஆனால் அது நிச்சயம் முடியும். குருதேவ் ஒவ்வொரு ஆசனத்தையும் இயற்கையின் தூண்டுதலால் உருவானதாக எடுத்துக்கொள்வார். சுருக்கமாகச் சொல்வதானால், மிக எளிமையான மார்ஜரியாசனா (பூனை போல் உடம்பை நீட்டித்தல்) கூட ஒருவரை இந்த ஒட்டு மொத்த உலகத்தோடு

தொடர்பு கொள்ள வைப்பதோடு நம்முடைய மனத்தை அண்டத்தில் இருந்து பிரிய வைத்து விடவும் செய்யும்.

ஒரு மகிழ்ச்சியான மனிதரின் இயற்கை குணம் பகிர்ந்து கொள்ளுதல், அது சேவை மூலம் சாத்தியமாகிறது. 2012 ஆம் ஆண்டு, நெதர்லாந்தில் உள்ள நையன்ரோடு பிஸினெஸ் பல்கலைக்கழகம் தன்னுடைய அறுபத்தைந்தாவது ஆண்டுவிழாவை முன்னிட்டு குருதேவிற்கு டாக்டர் பட்டம் வழங்கி கௌரவித்தது. அந்தப் பல்கலைக்கழகம் குருதேவை இந்த உலகின் மிகவும் செல்வாக்கு மிகுந்த ஆன்மீகத் தலைவர்களில் ஒருவராகக் கருதி, 'அவருடைய ஆன்மீக அறிவு, மனித குலத்திற்கு அவர் ஆற்றியுள்ள தொண்டு மற்றும் செய்துள்ள போதனைகள் பல கண்டங்களைத் தாண்டி கோடிக்கணக்கான மாணவர்களை இணைத்துள்ளது. ஆன்மீகத்தைப் பற்றிய அவருடைய யதார்த்தமான அணுகுமுறை உலகெங்கிலும் உள்ள சிறிய மற்றும் பெரிய நிறுவனங்களில் பெரிய விழிப்புணர்வை ஏற்படுத்தியுள்ளது,' என்று பாராட்டியது. பரிசளிப்பு விழாவின் போது, குருதேவ், 'இன்றைய வர்த்தக உலகில் நிலையற்றத்தன்மை இருக்கிறது, வர்த்தகமானது சமுதாயம் மற்றும் அரசியல் மதிப்பீடுகளை நம்பியிருந்தாலும், அதனுடன் ஆன்மீகம் சேரும் போது அதற்குக் கூடுதலான பலத்தைக் கொடுக்கிறது,' என்று பேசினார். வாழும் கலை தன்னார்வலர்கள் குருதேவை பாராட்டிய போது, புன்னகைத்துக் கொண்டே, 'இது கொண்டாடப்பட வேண்டிய தருணம், ஆனால் இந்த மரியாதை, நாம் வாழும் உலகை இன்னும் மேம்பட்ட இடமாக மாற்றுவதற்கான நமது பொறுப்பை மேலும் அதிகமாக்குகிறது,' என்று கூறினார்.

சில ஆண்டுகளுக்கு முன்னர் தான், குருதேவை டேவாஸில் நடைபெற்ற உலக பொருளாதார மன்றத்தில் பேசுவதற்காக அழைத்தனர். அந்த மன்றத்தில், ஒரு வட்ட மேஜை மாநாடு நடைபெற்றது, அதில் பன்னாட்டுத் தலைவர்களும் பிரம்மாண்ட வர்த்தக சாம்ராஜ்ஜியங்களின் சிஈஓ-க்களும் கலந்து கொண்டனர். பங்கேற்றவர்கள் பல குழுக்களாகப் பிரிக்கப்பட்டு, ஒவ்வொரு குழுவிலும் சராசரியாகப் பத்துத் தலைவர்கள் தங்களுடைய எண்ணங்களை வெளிப்படுத்தினார்கள். தன்னுடைய குழுவில் பேசிய ஒவ்வொருவரின் பேச்சசையும் குருதேவ் பொறுமையாகக் கேட்டுவிட்டு, பின்னர் தான் கடைசியாகப் பேசினார். குருதேவ் மகிழ்ச்சியான வாழ்க்கையின் ஐந்து கொள்கைகளைப் பற்றிப் பேசினார். இந்த விஷயத்தைப் பற்றி வாழும் கலையினால் ஏற்பாடு செய்யப்பட்ட பல்வேறு மகிழ்ச்சி நிகழ்ச்சிகளில் பேசியிருக்கிறார். குழுவினரின் எண்ணம் என்னவென்றால் குருதேவ் பகிர்ந்து கொண்ட விஷயம் வரும் காலங்களுக்கு வெற்றிக்கான மந்திரம்

என்று கூறினார்கள். குழுவினரின் எண்ணங்களை ஒட்டு மொத்த கூட்டத்தினருக்கும் சொல்வதற்காக குருதேவையே தங்களுடைய பிரதிநிதியாகத் தேர்வு செய்தனர். அதே போல் அவர் தன்னுடைய காட்சியுரையை முடித்தவுடன் அறை முழுவதும் எழுந்து நின்று கைதட்டியது.

'நம்பிக்கை தான் வர்த்தகத்தின் மூச்சு; நெறிமுறைகள் அதனுடைய கை கால்கள், மனித ஆன்மாவை மேம்படுத்துவது அதனுடைய இலக்கு,' என்று குருதேவ் கூறினார். 2006 ஆம் ஆண்டு மே மாதம், குருதேவின் ஐம்பதாவது பிறந்தநாளின் போது, ஐரோப்பிய பாராளுமன்றத்தின் உறுப்பினரான நீரஜ் தேவா என்பவர், குருதேவை அணுகி 2003ஆம் ஆண்டிலிருந்து பெங்களூருவில் நடந்து வரும் 'கார்ப்பரேட் கல்சர் மற்றும் ஸ்பிரிசுவாலிட்டி' கருத்தரங்குகளை ஐரோப்பிய பாராளுமன்றத்தில் நடத்த முடியுமா என்று கேட்டார். இந்த யோசனையை குருதேவ் ஏற்றுக் கொண்டார். தன்னார்வலர்கள் அவரிடம் இந்தக் கருத்தரங்கின் அம்சங்களைப் பற்றிக் கேட்ட போது, அவர், 'வர்த்தகமும் நெறிமுறைகளும் ஒன்றுக்கொன்று முரண்பட்டதா அல்லது இணைந்ததா,' என்பதைப் பற்றி பிரதிநிதிகளைப் பேசச் சொல்லலாம் என்றார்.

நாங்கள் அனைவரும் அந்தக் கருத்தரங்கத்தை ஏற்பாடு செய்ய உதவ வேண்டும் என்று விரும்பினாலும், அத்தனை பிரம்மாண்டமான கருத்தரங்கை ஏற்பாடு செய்வதென்பது ஐரோப்பாவில் இருந்த எங்களுடைய சிறிய குழுவிற்கு கடினமான செயலாக இருந்தது. இம்மாதிரிக் கருத்தரங்குகளை ஏற்பாடு செய்வதில் சிறந்து விளங்குகின்ற ஜெர்மனியில் இருக்கும் ஒரு நிறுவனத்தை அணுகிய போது, அவர்கள் அந்தப் பணியைச் செய்வதற்கு ஒன்பது மாதங்கள் கால அவகாசமும் 700,000 யூரோக்களும் கேட்டனர். எங்களிடம் அவ்வளவு நேரமும் பணமும் இல்லாததால் குருதேவின் வழிகாட்டுதலை நாடியது எங்கள் குழு. அவர் வழக்கம் போல் தன்னுடைய பாணியில், 'வேலையைத் துவங்குங்கள், எல்லாம் சரியாக அமையும்,' என்றார். நான்கு மாதங்கள் கழித்து, நாங்கள் ஐரோப்பிய பாராளுமன்றத்தில் வர்த்தகத்தில் நெறிமுறைகள் பற்றிய முதல் உலக மன்றத்தை நிகழ்த்தினோம். இதில் 300 பிரதிநிதிகள் கலந்து கொண்டனர்.

2014ஆம் ஆண்டு குருதேவ் வாஷிங்டன் டி.சி. சென்று அங்குள்ள அமெரிக்கன் என்டர்பிரைஸ் இன்ஸ்டிட்யூட்டில் சிந்தனையாளர்கள் கூட்டத்தில் மனித வளர்ச்சியைப் பற்றிப் பேசினார். இன்ஸ்டிட்யூட்டின் பிரசிடென்டான ஆர்தர் ப்ரூக்ஸ் குருதேவிடம், 'கருணையும் அரசு தலையிடாத வர்த்தகமும்

ஒன்றோடொன்று பின்னிப்பிணைந்து ஒன்று மற்றொன்று வளர உதவுகிறது என்பது உண்மையா?' என்று கேட்டார். குருதேவ் அதற்கு, 'முதலாளித்துவமோ, கம்யூனிஸமோ, சமுத்துவமோ அல்லது எந்தவிதமான இஸமாக இருந்தாலும் மனிதத்தன்மை இல்லையென்றால் வெற்றி அடைய முடியாது,' என்று பதிலுரைத்தார். அவர் கூடவே 'முதலாளித்துவத்துக்கும் கருணைக்கும் இடையே எந்த மோதலும் இருப்பதாக எனக்குத் தோன்றவில்லை. இன்னும் சொல்லப்போனால், கருணை இருக்கும் இடத்தில் முதலாளித்துவம் இன்னும் தழைத்து மேலோங்கும், மற்றும் கருணை எங்கு சாத்தியம் என்றால், எந்த இடத்தில் கருணை காட்டுவதற்கான வசதியும் அதைச் செயல்படுத்தும் திறனும் உள்ள மக்கள் இருக்கிறார்களோ அங்கேயே முதலாளித்துவம் சாத்தியமாகிறது,' என்றும் கூறினார்.

குருதேவ் தன்னுடைய கருத்துக்களை வர்த்தகத்தோடு மட்டும் நிறுத்திக் கொள்ளாமல், விளையாட்டு போன்ற விஷயங்களிலும் சொல்லியுள்ளார். ஒருமுறை போர்ச்சுகலில், தன்னார்வலர் ஒருவர், குருதேவை ஒரு நிகழ்வுக்கு காரில் அழைத்தச் சென்று கொண்டிருந்தார். அன்று போர்ச்சுகல் ஒரு முக்கியமான கால்பந்து போட்டியில் விளையாடுவதால் அவர் பதற்றமாகக் காணப்பட்டார். அவர் குருதேவிடம் தான் ரேடியோவை ஆன் செய்து விளையாட்டின் நேர்முக வர்ணனையைக் கேட்கலாமா என்று கேட்டார். ஆனால் ரேடியோவில் அவர் பல நிமிடங்களுக்கு வெறும் விளையாட்டின் சப்தத்தை மட்டுமே கேட்க முடிந்தது. எதுவும் முக்கியமாக நிகழாததால், தன்னார்வலர் ரேடியோவை நிறுத்தினார். ஆனால் குருதேவ் ரேடியோவை வைக்கச் சொல்லி அந்த வர்ணனையை கவனமாகக் கேட்டார். போர்ச்சுகலில் நிகழ்வு சூரியஸ்தமன நேரத்தில் அட்லாண்டிக் பெருங்கடலின் அருகில் நடந்து கொண்டிருந்தது. குருதேவ் அன்றைய பேச்சை லேசான துள்ளலோடு ஆரம்பித்தார். 'நாம் வாழ்க்கையில் போரை விளையாட்டைப் போலவும், விளையாட்டைப் போரைப் போலவும் செய்கிறோம்,' என்றார்.

இரண்டு ஆண்டுகள் கழித்து, ஃபிஃபாவில் (உலகக் கால்பந்து கூட்டமைப்பு) குற்றச்சாட்டுகள் எழுந்த போது, குருதேவ் 'விளையாட்டுகளில் நெறிமுறைகளைப் பற்றிய உலக மாநாட்டை' ஃபிஃபா தலைமை நிலையமான ஜூரிக்கில் 2014ஆம் ஆண்டு நிகழ்த்தினார். அந்த மாநாட்டில் பேசுகையில், அவர் விளையாட்டு தான் இளைஞர்களின் அபாரமான சக்தியைச் சரியான வழியில் செலுத்த முடியும் என்று சொன்னார். துப்பாக்கிகள் இருக்கும் கைகளில் அதற்குப் பதிலாக கால்பந்தையோ, கிரிக்கெட் மட்டையையோ கொடுத்தால் அது உலக அமைதியை நோக்கி

நாம் எடுத்து வைக்கும ஓர் அடியாகும் என்று கூறினார். தன்னுடைய சொந்த அனுபவத்தைப் பகிர்ந்து கொண்டதோடு விளையாட்டின் உற்சாகத்தைப் பற்றியும் பேசினார். 'ஒருமுறை ஒரு சிறுவன் ஒரு விளையாட்டில் தோற்றுவிட்டதற்காக மிகவும் சோகமாக இருந்தான். நான் அவனிடம், ''நீ விளையாட்டில் தோற்றுவிட்டாய் சரி, ஆனால் ஜெயித்தவன் உன்னுடையை நண்பன் அல்லவா? உன்னுடைய நண்பன் ஜெயித்ததில் உனக்கு மகிழ்ச்சி இலலையா? ஒருவேளை நீ விளையாட்டில் ஜெயித்து, உன்னுடைய நண்பர்கள் நீ வென்றதை நினைத்து மகிழ்ச்சி அடையவில்லை என்றால், உனக்கு அது பிடிக்குமா?'' என்று கேட்டேன். இந்தக் கேள்வி அந்தச் சிறுவனைத் தன்னுடைய தோல்வியை வேறு கோணத்திலிருந்து பார்க்கத் தூண்டியது. ஒரு விளையாட்டில் யாராவது ஒருவர் தான் ஜெயிக்க முடியும், ஆனால் அந்த வெற்றியைக் கண்டு அனைவருக்கும் மகிழ்ச்சியும் கொண்டாட்டமும் இருக்க வேண்டும். அந்த உற்சாக உணர்வு இல்லையென்றால், அது விளையாட்டே அல்ல, மாறாக அது ஒரு போராக அல்லது போட்டியிடும் வர்த்தகமாக மாறி விடுகிறது. விளையாட்டில் இந்த உணர்வை ஊட்டுவது மனிதர்களின் உணர்வு நிலையை மேம்படுத்துவதற்கு மிக முக்கியமான விஷயமாகிறது,' என்று விளக்கினார்.

ஒருவர் வெற்றி அடைகிறாரோ அல்லது மற்றவரை வெற்றி அடையச் செய்கிறாரோ, இரண்டு நிலைகளிலும் ஒருவர் வெற்றி பெற்றவரே அன்றி தோற்றவர் அல்ல என்று குருதேவ் சொல்லுவார். அவர் அனைத்து இடங்களிலும் வெற்றிக்கான சூழல்களையே உருவாக்கியிருக்கிறார். ஒருவேளை மனிதர்கள் எதையாவது இழக்கக்கூடுமேயானால் அது அவர்களுடைய பிரச்சினைகளையும் கவலைகளையும் தான் எனலாம்.

18

உலகம் ஒரு குடும்பம்

மழைக்காலம் வந்துவிட்டது. ஜன்னல் வழியாகப் பார்க்கும் போது, மாவிலைகளின் மீது மழைத்துளிகள் விழும் காட்சியைப் பார்க்க ரம்மியமாக இருக்கிறது. அதோடு படபடவென்று மழைத்துளி கூரையின் மேல் விழும் சப்தத்தைக் கேட்பது மகிழ்ச்சியைக் கொடுக்கிறது. மிகத் தொலைவில் இருக்கும் வானத்திருந்து வரும் மழை இப்போது கையால் தொடும் தூரத்தில் வந்துவிட்டதோடு நம்முடன் மிக நெருக்கமாக இருப்பது போன்ற உணர்வை ஏற்படுத்துகிறது. இந்த மழையின் மூலமாக வானத்தில் இருக்கும் மேகங்களோடு நமக்குத் தொடர்பு இருப்பது போன்ற எண்ணத்தையும் ஏற்படுத்துகிறது. இந்த உணர்வில் நம்மை முழுமையாக நனைத்துக் கொள்வதன் மூலம், நாம் மேகங்களால் சூழப்பட்டது போன்றிருக்கும் மனத்தை விட்டு மேகங்கள் இடையே வாழ்வது போன்ற எண்ணம் ஏற்படும்.

2010ஆம் ஆண்டு வசந்த காலத்தில் நெதர்லாந்தில் ஒரு பொதுக் கூட்டத்தில், குருதேவ் அங்கு குழுமியிருந்த மக்களிடம் 'வாழும் கலையின் முப்பதாவது ஆண்டு விழாவை எங்கு எப்படிக் கொண்டாட வேண்டும்?' என்ற கேள்வியைக் கேட்டார். அவரவர் எண்ணங்களைத் தடங்கலில்லாமல் சொல்லிக் கொண்டேயிருந்தனர். அதில் சில தன்னார்வலர்கள் கொடுத்த யோசனைகளைக் கேட்ட போது அது மாதிரி நடத்துவது கொஞ்சமும் முடியாத செயலாகவே தோன்றியது. அவர்கள் அந்தச் சிறந்த நாளை ஐரோப்பாவில் உள்ள ஒரு ஸ்டேடியத்தில் கொண்டாட விரும்பினார்கள். எப்போதும் போல் குருதேவும் இதற்கு மறுப்பேதும் சொல்லாமல் 'ஆம், நாம் இப்படித்தான் செய்ய வேண்டும்,' என்று கூறினார். பெர்லினுள்ள சரித்திர புகழ் வாய்ந்த ஒலிம்பிக் அரங்கத்தில் நிகழ்ச்சியை நடத்துவதற்கு ஏற்பாடுகள் முழு வீச்சில் துவங்கின.

இந்த நிகழ்ச்சியை ஜூலையில் நடத்துவது என்று முடிவானது. அந்த நாள் ஜூலை 2011ல் நடக்கவிருந்த உலக கலாச்சார விழாவிற்குச் சில நாட்களுக்கு முன்னதாக வந்தது. குருதேவ், வாழும் கலையின் ஸ்விட்சர்லாந்து நாட்டின் தன்னார்வலரான ஸ்டீபன் சோபார்டிடம் (Stephan Chopard) அனைவருக்கும் தேவையான சால்வைகள் வாங்கும்படி சொல்லியிருந்தாலும் நிகழ்ச்சியின் நாளன்று வெயில் அடிக்கும் என்று நாங்கள் எதிர்பார்த்தோம். ஆனால் அன்று வழக்கத்திற்கு மாறாக மழைக் காலமே இல்லாத நேரத்தில் மழை கொட்டிக் குளிரெடுத்ததால் அந்த சால்வை அனைவருக்கும் உதவியாக இருந்தது. மழை கொட்டிக் கொண்டிருந்த போதும், குழுமியிருந்த 70,000 மக்களில் ஒருவர் கூட பாதியில் எழுந்து வெளியே செல்லவில்லை. நூற்றுக்கணக்கில் திறந்து வைக்கப்பட்ட குடைகள் அரங்கத்தையே மூடியது போலிருந்தது. சாதாரணமாக மழை நேரத்தில் வீட்டுக்குள் இருக்கவே நினைப்போம். ஆனால், அன்றுமட்டும் நான் வெட்டவெளியில் மழையில் நனைத்தபடி நின்றுகொண்டிருந்தேன். வானிலிருந்து மேகங்கள் மழை பொழிந்து எங்களை ஆசீர்வதிப்பதைப் பார்க்கவே அற்புதமாக இருந்தது. சூழல் குளிராக இருந்தாலும், 150 நாடுகளில் இருந்து வந்திருந்த மக்களுடன் எனக்குத் தொடர்பு ஏற்பட்டதால் என்னைச் சுற்றிலும் வெதுவெதுப்பாக உணர்ந்தேன். கலைஞர்கள் மிக்க மகிழ்ச்சியுடன் எந்த மனத்தடைகளும் இல்லாமல் மழை தந்த உற்சாகத்தில் ஆடிக் கொண்டிருந்தனர். குட்டை போல் தேங்கியிருந்த தண்ணீரில் ரஷ்யாவிலிருந்து வந்திருந்தவர்கள் 'ஸ்வான் லேக்' என்ற நாட்டிய நாடகத்திற்கு ஆடிக் கொண்டிருந்தனர். அவர்கள் முகத்தில் இருந்த மழைத்துளிகள் அவர்கள் அணிந்திருந்த ஆடைகளைப் போல் மினுமினுத்தன. அவர்கள் நடன அசைவுகளைச் செய்து கொண்டிருந்த போது, அவர்களுடைய விரல் நுனிகளிலிருந்து நீர்த்துளிகள் சிந்தின. அந்தக் காட்சி நாட்டியத்தை மேலும் மெருகேற்றியது. பல்கேரியா நாட்டிலிருந்து வந்திருந்த நாட்டியக் கலைஞர்கள் மழையில் நனைந்து வழுக்கலாக இருந்த புல் தரையில் மழைத்துளிகள் விழும் இசைக்கேற்ப ஆடினர். அந்த ஆட்டத்திற்கான பாடலை தண்ணீரில் நின்றுகொண்டு பாடினார் ஒரு பாடகி. அவள் டிரம்கள் வாசிப்பதிலும் தேர்ந்தவராக இருந்ததால், அவளுடைய டிரம்ஸ் குச்சியிலிருந்து மின்னல் போன்று மழைத்துளிகள் தெறித்து விழுந்தன. கடைசியாக '*கலர்ஸ் ஆஃப் த ரெயின்போ,*' என்ற பாடலைப் பாடினார்கள்.

தன்னார்வலர்கள் ஏன் மழை காத்திருக்கவில்லை என்று அதிசயித்தபோது குருதேவ் தான் தண்ணீருக்காக சங்கல்பம் செய்து கொண்டதைச் சொன்னார் - அதேபோல் அன்று வழங்கப்பட்ட

அனைத்து நடனங்களும் ஏதோ ஒரு விதத்தில் தண்ணீரோடு தொடர்புள்ளதாகவே இருந்தன. குரு ஆசைகளைப் பூர்த்தி செய்யும் மரத்தை போன்றவர். அவருடைய முன்னிலையில் நாம் என்ன சங்கல்பம் எடுத்துக் கொள்கிறோம் என்பது முக்கியமான ஒன்றாகும், காரணம் இயற்கை முழுமையாகத் தன்னுடைய ஆதரவைத் தெரிவித்து நிறைவேற்றித் தந்துவிடும். இயற்கையின் மீது அவருக்கிருந்த அன்பு மற்றும் ஈடுபாடு இரண்டும் அளவற்றதாகும். நதிகளை மீண்டும் உயிர்ப்பிப்பது, பல்லாயிரக்கணக்கான மரக்கன்றுகளை நடுவது, நதிகள் மற்றும் ஏரிகளைச் சுத்தம் செய்வது, நம் நாட்டு விதை வகைகளைக் காப்பது, மிருகங்களிடம் கருணை காட்டுவது - இந்த விஷயங்களை குருதேவ் தொடர்ந்து இடைவெளியில்லாமல் செய்து வந்தார். மக்கள் அவரிடம் பலமுறை அவர் எப்போதாவது சோர்வாக உணர்ந்திருக்கிறாரா என்று கேட்ட போது 'சூரியன் தான் ஒளிருவதாலோ அல்லது நதி பாய்வதாலோ எப்போதாவது சோர்ந்திருக்கின்றதா? ஒருவருக்கு இயற்கையிலேயே ஆர்வம் இருக்கும் செய்கையைச் செய்யும் போது அவர்கள் அதனால் அழுத்தமோ சோர்வோ அடைவது இல்லை,' என்று பதிலுரைத்தார்.

பெர்லினில் நடைபெற்ற உலக கலாச்சார மன்றத்திற்காக ஒரு பாடல் இயற்றப்பட்டது. அதன் சில வரிகளை குருதேவே எழுதியிருந்தார் - 'நான் அழைப்பது உங்கள் காதுகளில் விழுகின்றதா? பண்டைய அன்பின் அழைப்பு...' அவர் அழைத்தது காதில் விழுந்து அங்கு வந்து குழுமியிருந்த ஆயிரக்கணக்கானவர்கள் இடையில் நின்று கொண்டிருந்த நான் முற்றிலும் அதே மாதிரி தான் உணர்ந்தேன். அன்பின் அசாதாரணமான சக்தியைப் பற்றி முதல் பார்வையிலேயே தெரியும். நிறைய சந்தர்ப்பங்களில் என்ன நிகழ்கிறது என்றால், இந்த அன்பு எனும் உணர்வு குறைந்து, மறைந்து போவதோடு சில நேரங்களில் வெறுப்பாகவோ அலட்சியமாகவோ மாறிவிடுகிறது. 'இதே அன்பை அறிவு என்னும் உரம் போட்டு மரமாக வளர்த்தால், அது பண்டைய அன்பாக மாறி அப்படியே பிறவிகள் தோறும் மாறி மாறி வந்து நம்முடைய உணர்வின் ஒரு பகுதியாகவே ஆகிவிடுகிறது. உங்களுடைய இப்போதைய உடல், இப்போதைய பெயர், இப்போதைய சொந்தங்களால் உங்கள் செயல்பாடு முடக்கப்படாது. உங்களுடைய முற்பிறவியோ அல்லது பழமையோ தெரியாவிட்டாலும் நீங்கள் பண்டைய மரபைச் சேர்ந்தவர் என்ற எண்ணம் உங்களுக்கு இருந்தால், அதுவே போதும்!' என்று சொல்வார் குருதேவ்.

பிறவிகள் தோறும் தொடர்ந்து வரும் அழைப்பை ஏற்று, இந்தப் பண்டைய தொடர்பு பற்றி அறிந்து கொண்டதை என்னுடைய

பாக்கியமாகக் கருதுகிறேன், இந்த அழைப்பு தான், எவ்வளவோ தடவை, மனித குலத்தைக் கடலெனத் திரண்டு வந்து வாழ்க்கையை மதிக்கவும் கொண்டாடவும் வைத்திருக்கிறது. முன்பே கூறியது போல், 1990களின் ஆரம்பத்தில் குருதேவ் நம்முடைய தியான மண்டபத்தைக் கருத்தாக்கம் செய்த போது, வாழும் கலையின் ஆரம்ப கால ஆசிரியர்களில் ஒருவரான ராஜஸ்ரீ படேல் 'எனக்கு இதைப் பார்த்தால் ஒரு கல்யாண கேக் போல் தோன்றுகிறது,' என்றார். குருதேவ் புன்னகைத்தபடி வரைந்த வடிவத்தின் மேல்பக்கத்தைக் காண்பித்து, 'நான் இங்கே அமர்ந்திருப்பேன். ஆயிரக்கணக்கானோர் பிரதான வாயில் வரையில் இருப்பார்கள்,' என்றார். அவருடைய அசைவுகள் எப்படியிருந்தன என்றால் அந்த முழுக்கட்டிடத்தையும் அவர் பார்க்க முடிந்தது போலிருந்தது. 'ஆங்காங்கே பெரிய திரைகள் இருக்கும், அவற்றின் மூலம் மக்கள் என்னைக் காணலாம்.' அப்போது எல்ஈடி திரைகள் வராத காலமாதலால், நான் சினிமா தியேட்டரில் இருப்பது போன்ற புரொஜக்டர் திரைகளையே கற்பனை செய்து கொண்டேன். அவர் மேலும் தொடர்ந்தார், 'நாம் மிகப் பெரிய நிகழ்ச்சியை நடத்துவோம். அதில் உலகம் முழுவதும் பங்கு பெறும்.' உலகின் ஒவ்வொரு பகுதியிலிருந்தும் கலாச்சார நிகழ்ச்சிகள் நடைபெறும். ஆரம்ப காலங்களில், சத்சங்கிற்கு சாதாரணமாக முப்பது பேர் வருவார்கள்; 300 நபர்கள் என்பது பெரிய எண்ணிக்கை; 3000 நபர்கள் என்பது மிகப்பெரிய கூட்டமாகக் கருதப்பட்டது; மற்றும் 30,000 என்பது கனவு நனவானது போன்றதாகும். குருதேவ் மட்டும் தான் மூன்று மில்லியன் மக்களைப் பார்த்தார்.

'நல்ல மனிதர்கள் எல்லாம் ஒன்றாக இணைவார்கள். முத்துக்களை ஒன்றாக இணைக்க ஒரு நூல் தான் தேவை' என்று எங்களுடைய வெள்ளிவிழாக் கொண்டாட்ட நிகழ்ச்சிகளில் இரண்டரை மில்லியன் பேர்கள் கலந்து கொண்ட போது குருதேவ் கூறினார். ஒரே மேடையில் இத்தனை தூதர்களை இதற்கு முன்பு நான் பார்த்ததில்லை. முன்னாள் பிரதம மந்திரிகள், அதிபர்கள், பல்வேறு மத நம்பிக்கைகளைச் சேர்ந்த ஆயிரத்திற்கும் மேற்பட்ட ஆன்மீகத் தலைவர்கள், கலைஞர்கள் மற்றும் பாடகர்கள் - என்று, அமைக்கப்பட்ட நிகழ்ச்சிகளின் அளவு பிரம்மாண்டமாக இருந்தது. இவ்வளவு பெரிய நிகழ்வை எப்படி ஒருவரால் ஒன்றிணைக்கவும், கட்டுப்பாடு செய்யவும் முடிந்தது என்று நினைக்கவே மலைப்பாக இருக்கிறது. நம்மைச் சுற்றி இயங்கும் எல்லா ஆற்றல்களையும் ஒன்றாகப் பார்ப்பது போலிருந்தது. வந்திருந்த புகழ்பெற்ற பேச்சாளர்கள் இந்த நிகழ்வின் பிரம்மாண்டத்தை வியந்து பேசினார். அந்த நிகழ்வில் அனைவருக்கும் பேச வாய்ப்புக் கிடைக்கும்படி சிறப்பாகப் பார்த்துக் கொள்ளப்பட்டது. மூன்று

நாட்கள் நிகழ்வு முடிந்த பின்பு தான் எங்களுக்கே தெரிந்தது இதில் பேசுவதற்கு குருதேவிற்கே வாய்ப்பு கிடைக்கவில்லை என்று! ஆனால் அவர் மூன்று நாட்களும் தியானங்களை முன்னின்று நடத்தினார். கிட்டத்தட்ட இரண்டரை மில்லியன் மனங்கள் ஒன்று கலந்ததைப் பார்ப்பது இணையில்லா அனுபவமே.

உத்தரப்பிரதேச மாநிலத்தில் இருந்து இதுவரையில் தங்கள் கிராமத்தை விட்டு வெளியே செல்லாதவர்கள், முதன்முதலாக ஒரு குழுவாகக் கிளம்பி பெங்களூரு வந்தனர். அவர்கள் குருதேவின் மகா யக்ஞத்திற்காக 120 கிலோ நெய்யுடன் வந்தனர். அந்த வெள்ளிவிழாவே ஒரு யக்ஞமாகக் கருதப்பட்டது. தங்களுடைய பங்களிப்பை ராமர் பாலம் கட்டுவதற்கு அணில் செய்த உதவியைப் போன்றது என்று பக்தர்கள் கூறினார்கள். நிகழ்விற்கு முதல்நாள், குருதேவ் தானே வந்து மேடையில் எல்லாத் தயாரிப்புகளையும் மேற்பார்வையிட்டார். அவர் மேடையில் இருந்தபோது, ஒரு தொழிலாளி மிகுந்த கூச்சத்துடன் குருதேவை அணுகித் தன்னுடைய பங்களிப்பாக 5000 ரூபாயை அளித்தார். அந்தப் பணம் அவருடைய பல மாத உழைப்பின் சேமிப்பாக இருக்கலாம். குருதேவ் அதிலிருந்து வெறும் நூறு ருபாயை எடுத்துக் கொண்டு மற்றதை அவரிடமே கொடுத்துவிட்டார். கொடுக்க வேண்டும் என்ற நோக்கமும் உணர்வுமே பணத்தை விட முக்கியமானது என்றார் குருதேவ். வாகன ஓட்டுநர்கள், காய்கறி விற்பவர்கள், விவசாயிகள், என்று எல்லாத் தரப்பினரும் தங்கள் வீட்டு விசேஷம் போல் உற்சாகத்துடன் பங்களித்தனர்.

விமான நிலையங்களும், ரெயில்வே ஸ்டேஷன்களும் நிரம்பி வழிந்தன. பல்வேறு நாடுகளிலிருந்து மக்கள் தங்கள் நாட்டுக் கொடிகளை கைகளில் ஏந்திக் கொண்டு உற்சாகம் பொங்கி வழியக் கொண்டாட்ட உணர்வோடு வந்தனர். பெங்களூருவில் இருந்த வாழும் கலையின் தன்னார்வலர்கள் அவர்கள் அனைவரையும் வரவேற்று உரிய இடங்களில் தங்கவைக்கும் ஏற்பாடுகளைச் செய்தனர். எங்கே தங்கப் போகிறோம் என்ற எண்ணம் துளிக்கூட இல்லாமல் இன்னொரு நாட்டிற்கு வருவதென்பது எப்படி இருக்கும் என்று நீங்களே யோசியுங்கள்! எங்களுடைய தன்னார்வலர்களைப் பொறுத்தவரையில், அவர்களுடைய குடும்பம் என்பது சிறிய வட்டமான சகோதர சகோதரிகள், சொந்தக்காரர்கள் அல்லது நண்பர்களைத் தாண்டி இருந்தது. எனக்கு இன்றும் நினைவிலிருக்கிறது, என் தாயாரிடம் பலர், 'உங்களுடைய மகன் சன்னியாசியாகி, குடும்பத்தைவிட்டுப் போய்விட்டார்,' என்று சொன்னபோது என் தாயார், 'இல்லை, என் மகன் குடும்பத்தை விடவில்லை. மாறாக இந்த உலகம் முழுவதையும் தன்னுடைய குடும்பமாக மாற்றிக் கொண்டுவிட்டார்!' என்று சொல்வார்.

ஆசிரமம் உயிரோட்டத்துடன் இருந்தது. தன்னார்வலர்களின் ஒரே நோக்கம் வந்திருக்கும் ஒவ்வொருவரையும் கவனித்துக் கொள்ள வேண்டும் என்பது தான். எல்லோருமே விருந்தளிப்பவர்கள் போல் நடந்து கொண்டார்களே தவிர யாருமே விருந்தினர்கள் போல் நடந்து கொள்ளவில்லை. அந்த வாரம் முழுவதும் எங்கெங்கு நோக்கினும் மக்கள் கூட்டமே. தங்குவதற்கென தற்காலிகக் கட்டிடங்கள் இரவோடு இரவாக அமைக்கப்பட்டன. அவைகள் உருவாக உருவாக நிரம்பிக் கொண்டே இருந்தன. எஸ்டோனியா, தென் ஆப்ரிக்கா, அர்ஜென்டினா, மங்கோலியா, கனடா, இஸ்ரேல் என்று பல நாட்டவர்கள் ஒன்றாக இணைந்து காய்கறி நறுக்கினார்கள், பாத்திரம் கழுவினார்கள். அவர்கள் தத்தம் நாட்டு உடையில் வந்ததோடு தங்கள் நாட்டுக் கொடிகளையும் கையில் கொண்டு வந்தனர். நிகழ்ச்சியில் 'பஸ்திரிகா பிரணாயாமா' செய்யுமாறு கூறியவுடன் இரண்டரை மில்லியன் மக்களும் ஒரே நேரத்தில் மூச்சை உள்ளே இழுத்து வெளியே விட்டனர். நாம் உள்ளிழுக்கும் மூச்சுக்கும் வெளி விடும் மூச்சுக்கும் இடையே தடுப்புச்சுவர் இல்லை. எந்த இடத்தில் காற்று இருந்ததோ, அதே இடத்தில் நாமும் இருந்தோம். இந்தத் தொடர்பினை உணர்ந்தபடியே நான் வீடு திரும்பினேன்.

மறுநாள் நான் காலை உணவில் இருந்த போது, பிதாஜியை மேடையில் ஏற அனுமதிக்கவில்லை என்ற செய்தி கிடைத்தது. தன்னார்வலர்கள் புதியவர்கள். அவர்களுக்கு இவரைத் தெரிந்திருக்கவில்லை. அதனால் இனிமேல் அவர் நிகழ்ச்சிகளைத் தொலைக்காட்சி மூலம் பார்ப்பதென்று முடிவு செய்தார். அடுத்தநாள், பிதாஜி ஊருகஹள்ளி என்ற கிராமத்திற்குப் போய்விட்டிருந்தார். அங்கு தான் அவர் பெண்களுக்கு அதிகாரமளித்தல் தொடர்பான திட்டங்களில் பணியாற்றிக் கொண்டிருந்தார். பிதாஜியைச் சமாதானப்படுத்தி அழைத்து வரும்படி குருதேவ் என்னிடம் கூறினார். நான் போய், பிதாஜியிடம் நிகழ்ச்சி மேடையில் பாதுகாப்புக் காரணங்களினால் ஏகப்பட்ட குழப்பம் நிலவுவதைக் கூறினேன். எப்படியோ அவரைத் திரும்பிவர ஒப்புக்கொள்ள வைத்தேன். அவரும் என்னுடன் ஆசிரமத்திற்கு வந்தார். குருதேவ் பிதாஜியை ஹெலிகாப்டரில் திடலுக்கு அழைத்துச் சென்றதோடு தனக்கருகில் மேடையில் அமர வைத்தார். அப்போது ஜனாதிபதியாக இருந்த ஏ.பி.ஜே. அப்துல் கலாம் அவர்கள் சில வினாடிகளில் அங்கு வந்து சேர, குருதேவ் பிதாஜியை விட்டு அவரை வரவேற்கச் சொன்னார். என் தகப்பனார் எப்போதுமே காங்கிரஸின் தீவிர ஆதரவாளர். தலைவர்கள் மீது ஆழ்ந்த மரியாதை கொண்டவர். ஜனாதிபதியை வரவேற்று உபசரிக்கும் வாய்ப்பைத் தனக்கு அளித்ததை எண்ணி

அவர் மிகவும் பெருமை அடைந்தார். அதே கணம், மறைந்துவிட்ட என் தாயாரை நினைத்துக் கொண்டேன். இருந்திருந்தால் அவரும் நிச்சயம் பெருமைப்பட்டிருப்பார்.

அதே இரவில், நிகழ்விடத்தில் தீவிரவாதிகள் தாக்குதல் நடத்தக்கூடும் என்று பக்தர்கள் சிலருக்குத் தொலைபேசி மூலம் தகவல் வந்தது. காலையில் குருதேவ் முக்கிய விருந்தினர்களை வரவேற்று கவனிப்பதில் முனைப்பாக ஈடுபட்டிருந்ததால், இதைப் பற்றி அவரிடம் சொல்வதா வேண்டாமா என்று எனக்குப் புரியவில்லை. அதற்குள் நிகழ்ச்சி தொடங்கும் நேரமும் வந்தது. திடல்கள் முழுவதும் மக்களாலும், மேடை முழுவதும் கலைஞர்களாலும், தூதர்களாலும், தன்னார்வலர்களாலும் நிரம்பியிருந்த போது என் மனம் மட்டும் கவலையில் நிரம்பி இருந்தது. நான் பிரார்த்தனை செய்தேன். பிரார்த்தனை பலிக்கும் என்றும் நம்பினேன். அந்த வினாடி குருதேவும் 'ஓம்' என்ற மந்திரத்தை முழங்கி நிகழ்ச்சியைத் துவக்கி வைத்தார். அந்த ஆதி ஒலி, திடல் முழுவதும் எதிரொலித்தது. அனைவரின் சக்தியும் ஒன்றாகி அந்த ஒலியில் கலந்தது. பிறகு இரண்டாவது 'ஓம்' தொடர்ந்தது. மூன்றாவது 'ஓம்'மிற்கு பிறகு நான் கண்களைத் திறந்த போது, சூரியன் அஸ்தமனம் ஆகிக் கொண்டிருந்ததோடு என்னைச் சுற்றியிருந்த அனைத்தும் பளபளத்துக் கொண்டிருந்தன. என் கண்கள் குருதேவைத் தேடின. நான் அவரைப் பார்த்த போது, அவரைச் சுற்றி ஒரு தங்கநிற ஒளிவட்டம் இருப்பது போலிருந்தது. அதோடு ஜெயின் துறவிகள் புத்த பிக்ஷுக்கள் தலைகளின் மேலும் அதேமாதிரி ஒளிவட்டம் இருந்தது. சொல்லப் போனால், நிகழ்வில் பங்கு கொண்ட ஆண், பெண், குழந்தை என்று வேறுபாடில்லாமல் அனைவரும் ஒளிவெள்ளத்தில் காட்சியளித்தார்கள். என்னுள் காயத்ரி மந்திரம் ஒலித்துக்கொண்டே இருந்தது. பூஜையின் போது விக்கிரகத்தைப் பார்க்கையில், தங்கநிற ஒளிவட்டமாகவே நான் உணர்ந்திருக்கிறேன். ஆனால் அதே தேவி இன்று குருவின் அழைப்பை ஏற்று பூமிக்கு வந்திருப்பது போல் தோன்றியது. குருதேவிடம் இருந்து வரும் ஒளி அவரைச் சுற்றியுள்ள அனைவரையும் ஒளிப்பிழம்பாக்கியது, ஒட்டுமொத்த திடலையும் ஒளியில் மூடியது. அந்தத் தெய்வீக அனுபவத்திற்குப் பிறகு நான் தீவிரவாத பயமுறுத்தலைப் பற்றி மறந்தே போனேன். வீட்டிற்கு நிம்மதியான மனத்துடன் சென்றேன். என்ன விஷயம் என்றால், மறுநாள் காலை நான் எழுந்த போது அந்த நினைவு மீண்டும் திரும்பி வந்தது. ஆனால் அது இப்போது கடந்த காலமாகிவிட்டது.

பத்து வருடங்கள் கழித்து, 2016 ஆம் ஆண்டு, மார்ச் மாதம், சரித்திரத்தின் மிகப் பெரிய கலாச்சார ஒலிம்பிக்ஸிற்காக மேடை

மீண்டும் அமைக்கப்பட்டது. வெள்ளிவிழாக் கொண்டாட்டங்கள் என் நினைவில் பசுமையாக இருந்தது, ஆனால் இப்போது இன்னொரு பிரம்மாண்ட நிகழ்வில் கலந்து கொள்கிறேன். இம்முறை மேடை மிதக்கும் விதத்தில் அமைக்கப்பட்டதோடு யமுனை நதிக்கரை ஓரத்தில் புது தில்லியில் ஏழு ஏக்கர் நிலப்பரப்பில் அமைக்கப்பட்டிருந்தது. மேடை எங்கே ஆரம்பித்து எங்கே முடிந்தது என்று கண்டுபிடிப்பதே கடினமாக இருக்கும் அளவிற்கு அது பிரம்மாண்டமாக இருந்தது. மேடையின் மேல் 35000 கலைஞர்கள் இருந்தனர். உலக கலாச்சார மன்றம் மாலையில் தான் என்ற போதும், பல மணி நேரம் முன்னதாகவே மக்கள் வரத் தொடங்கி விட்டார்கள். சரியாக நிகழ்ச்சி தொடங்கும் நேரத்தில், வானம் இருட்டிக் கொண்டு மழை கொட்டியது. நிலம் முழுவதும் சேறும் சகதியுமாக மாறியது. அனைவருக்கும் போதுமான குடைகளும் இல்லை. விஐபிக்கள், கிராமவாசிகள், குழந்தைகள் என்று அனைவரும் மழையில் முழுவதுமாக நனைந்ததோடு சூழலும் சில்லென்று ஆகிவிட்டது. மில்லியன் கணக்கான கண்கள் வானத்தைக் கேள்விக்குறியோடு பார்த்தன. சில நொடிகளுக்கு மழை நின்றாலும், மீண்டும் இருமடங்கு வேகத்துடனும் பலத்த காற்றுடனும் வந்தது. வாத்தியங்கள் மழையில் ஈரமாயின, காற்றும் அதிகமாயிற்று. நான் குருதேவைத் தேடினேன். அந்த மக்கள் கடலில் அதுவும் மழை பெய்து கொண்டிருக்கும் போது யாராவது ஒருவரைத் தேடுவது என்பது அர்த்தமற்ற செய்கை என்றாலும், குருதேவைக் கண்டுபிடிப்பது என்பது கடினமாக இல்லை. அவர் தன்னுடைய இடத்திலிருந்து எழுந்து பெவிலியன் வழியாக நடந்து பிரதம மந்திரிக்காக ஏற்பாடு செய்திருந்த இருக்கையை நோக்கிப் போய்க்கொண்டிருந்தார். தன்னார்வலர்கள் அவரை நோக்கிக் குடையுடன் விரைய, அவர்களை எல்லாம் ஒதுக்கிவிட்டார். தனியாகக் கொட்டும் மழையில் நடந்துசென்றார். அவர் முழுவதுமாக நனைந்துவிட்டார். அவர் மேடையின் புறத்தில் வந்தவுடன், மழை சற்றே நின்று ஒரு பிரமாதமான வானவில் தோன்றியது. நான் அந்தத் திடலில் நின்று கொண்டு பிரார்த்தனை செய்தவர்களைப் பற்றி நினைத்துக் கொண்டேன். இந்த மழையில் பாதி நபர்களாவது அந்த இடத்தைவிட்டுச் சென்று விடுவார்கள் என்றுதான் நினைப்போம். ஆனால், இன்னும் அதிகமான மக்கள் தேங்கியிருந்த தண்ணீரையும் சேற்றையும் தாண்டி வந்து கொண்டேயிருந்தனர். மழையோ வெயிலோ யாரும் அந்த வினாடியை விடவில்லை. இந்த மழையினால் எல்ஈடி திரைகள் ஷார்ட் சர்க்கியூட் ஆயின. மீண்டும் எனது குருவைப் பார்த்தேன். அவர் மூன்றே முக்கால் மில்லியன் மக்களின் மனங்களை ஆட்சி செய்து கொண்டிருந்தார்.

வேத முழக்கங்களோடும், டிரம்களின் ஒலியோடும் ஆயிரத்துக்கும் மேற்பட்ட இசைக்கருவிகள் ஒலிக்க நிகழ்ச்சி துவங்கியது. நிகழ்ச்சிகளில் பங்கு பெற்றவர்கள் உலகின் பல பாகங்களிலிருந்தும் வந்திருந்தார்கள். அவர்கள் ஸ்கைப் மூலமாக மட்டுமே ஒருவரையொருவர் தெரிந்து கொண்டு பயிற்சியில் ஈடுபட்டிருந்த போதிலும் அவர்களுடைய நடனம் பிழையில்லாமல் சிறப்பாக அமைந்தது. மேடையில் நிகழ்ந்து கொண்டிருக்கும் அனைத்துக் குழப்பங்களுக்கு மத்தியில் கண்களுக்கு புலப்படாத ஏதோ ஒன்று நிகழ்ந்து கொண்டிருப்பது போல் எனக்குத் தோன்றியது. நான் தூதர்களை கவனித்துக் கொண்டிருந்த போது, என் மனம் அப்படியே நின்றுவிட்டதோடு மேடையில் நிகழ்ந்த பிரமிப்பான நிகழ்ச்சிகளையும் ரசித்துக் கொண்டிருந்தேன். முன்னரே குறித்த வரிசைப்படி அல்லாமல் நிகழ்ச்சிகள் வினாடிக்கு வினாடி மாறிக் கொண்டேயிருந்தன. ஒருவேளை அப்படித்தான் திட்டமிடப்பட்டிருந்தது போலிருந்தது. மூன்று மணி நேரம் அப்படியே பறந்து சென்றது.

முக்கியமான தலைவர்கள் பலரும் நிகழ்விற்கு வந்திருந்தாலும் ஒரு சில அரசியல் அமைப்புகளிடமிருந்தும், ஆன்மீக அமைப்பு களிடமிருந்தும் எதிர்ப்பும் கிளம்பியிருந்தது. நிகழ்ச்சிக்கு யாரையும் ஏற்றிவர வேண்டாம் என்று டாக்ஸி, ஆட்டோ ஓட்டுநர்களுக்கு லஞ்சம் கொடுக்கப்பட்டது. நிகழ்வுக்கு வரும் வழியில் வேண்டுமென்றே போக்குவரத்து நெரிசல் ஏற்படுத்தப்பட்டது; அடிப்படையில்லாத குற்றச்சாட்டுகள் கூறப்பட்டதோடு சுற்றுச்சூழலை மாசுபடுத்தியதாக வழக்குகள் பதிவு செய்யப்பட்டன. குருதேவ் இந்த இடத்தில் தான் நிகழ்ச்சி நடத்த வேண்டும் என்று முடிவு செய்த போதே ஒரு வருடத்திற்கு முன்பே நாங்கள் அந்த இடத்தைச் சென்று பார்த்தோம். அந்த இடத்தில் துர்நாற்றம் வீசியது. ஒருவரால் ஐந்து நிமிடம் கூட நிற்க முடியாத இடத்தில் மூன்று நாள் நிகழ்வை எப்படி நடத்துவது? ‘துர்நாற்றத்தை நீக்கி இந்த இடத்தை மணம் வீசச் செய்வதே நம்முடைய வேலை,’ என்று குருதேவ் கூறினார். அந்த இடம் குப்பை கொட்டும் இடமாகப் பல ஆண்டுகளாக இருந்து வந்திருக்கிறது, அந்த இடத்தை மிகவும் சிரமத்துடன் தன்னார்வலர்கள் சுத்தம் செய்தனர். சில சுற்றுச் சூழல் அறிக்கைகள் யமுனை நதியை இறந்த நதியாகக் கருதின. இந்தச் சுத்தம் செய்த முயற்சிகளினால், 500 டன்களுக்கு மேலான குப்பைகளை நதியிலிருந்தும் சுற்றுமுற்றிலுமிருந்தும் எடுத்தனர். அவர்களுடைய முயற்சிகளின் பலனாகப் பறவைகளும் மிருகங்களும் பல ஆண்டுகளுக்குப் பிறகு அங்கு வரத் தொடங்கின. இருந்தாலும், சுற்றுச்சூழலை மாசுபடுத்தியதாக அதிக அளவில் அபராதம் விதிக்கப்பட்டது. 155 நாடுகளிலிருந்து

மக்கள் கலந்து கொண்ட இந்த நிகழ்வைப் பற்றி ஊடகங்கள் பெரிதாக எழுதின. நல்லவிதமாக எழுதியதோ இல்லையோ, நாடு முழுவதும் இந்த விழாவைப் பற்றித் தெரிந்து கொண்டுவிட்டது. கோடானு கோடி பேர்கள் இந்த விழாவை நேரலையாகப் பார்த்தனர். புராணகாலத்தில் வசிஷ்ட முனிவருக்கு எதிராக ராணுவம் படைதிரண்டு வந்த விஷயந்தான் நினைவுக்கு வந்தது. சற்றும் கவலைப்படாமல் அவர் தனது பிரம்ம தண்டத்தை ஆசிரமத்திற்கு வெளியே வைத்துவிட்டு தியானம் செய்ய ஆரம்பித்து விட்டார். படைகளால் ஒன்றும் செய்ய முடியவில்லை.

இரண்டாவது நாளும் நிகழ்ச்சி தொடங்கவிருந்த சமயத்தில், கருமேகங்கள் சூழ்ந்தன. குருதேவின் கண்கள் வானில் இருந்தன, என்னுடைய கண்கள் அவர் மேல் இருந்தன. அவர் என்னை குருபூஜையைத் துவக்கும்படி ஜாடை காட்டினார். பலத்த காற்று வீச ஆரம்பித்தது. தொங்கிக் கொண்டிருந்த கொத்துவிளக்குகள் பயங்கரமாக ஆடத்தொடங்கின. நான் கண்களை மூடிக்கொண்டு பூஜையைத் துவக்கினேன். என்னுடன் 15000 பண்டிதர்கள் இணைந்துகொண்டதோடு புனிதப் பாசுரங்களின் ஒலியில் அந்த இடம் முழுவதும் மூழ்கியது. எண்ணங்கள் மேகங்கள் போன்றவை. வரும், போகும். வானம் தான் அதற்கு சாட்சி. மில்லியன்கணக்கான மக்கள் யமுனை நதிக்கரையில் திரள, புனிதமான பாசுரங்களின் ஒலியில் அண்டங்களோடு தொடர்பு ஏற்பட, பயங்கரமாக இருந்த மேகங்கள் வானிலிருந்தும் எமது மனங்களிலிருந்தும் விலகின.

'மாநிலங்களிலிருந்து தேசியம் அதிலிருந்து உலகம், அம்மாதிரி உலகளாவிய உணர்வு நிலையின் வளர்ச்சியைத்தான் மனிதகுலம் எதிர்பார்த்துக் காத்திருந்தது. நாம் பல்வேறு நாடுகளிலிருந்து வந்திருக்கிறோம். வித்தியாசமான மொழிகளைப் பேசுகிறோம், வித்தியாசமான நம்பிக்கைகளைப் பின்பற்றுகிறோம் ஆனால் அன்பையும் நல்லிணக்கத்தையும் கொண்டு வரவே இங்கு குழுமியுள்ளோம். சமுதாயங்களுக்குள் இறுக்கமோ, மதங்களுக்குள் போராட்டமோ இருந்தால் மனிதன் அமைதி இழப்பதோடு தொலைந்தும் போகிறான். அப்படிப்பட்ட சூழலில் மனிதன் அதைச் செய்யலாமா, இதைச் செய்யலாமா என்று எதையெல்லாமோ முயன்று அங்குமிங்கும் அலைகிறான். ஆனால் எந்தப் பயனும் இல்லை. மில்லியன்கணக்கான மக்கள் உலகெங்கும் மன அழுத்தத்தில் தவிக்கும் போது, அவர்கள் அனைவரின் இதயங்களிலிருந்தும் எழுந்து ஒலிக்கும் குரல் ஒன்றே தான்: *சர்வே ஜனா சுகினோ பவந்து* - எல்லோரும் மகிழ்ச்சியாக இருக்க வேண்டும். இந்த எண்ணம் எல்லோருடைய மனத்திலும் ஏற்கெனவே இருக்கிறது. அதைச் சிறிது தூண்டிவிட வேண்டும், அவ்வளவு தான்,' என்று பேசினார் குருதேவ்.

அவருடைய தலைமையில் நடந்த தியானத்தின் போது அங்கு பூரண அமைதி நிலவியது. பத்து நபர்கள் இருக்கும் அறையிலேயே அமைதியைக் கொண்டு வருவது கடினமான விஷயமாக இருக்கும் போது, மில்லியன் கணக்கான மக்கள் இருக்கும் இடத்தில் பூரண அமைதியைக் காண்பதென்றால் எப்படியிருக்கும்! அப்போது எடுத்த புகைப்படங்களைப் பின்னால் பார்த்த போது தான் தெரிந்தது, சிறு குழந்தைகள் கூட மிகவும் ஒழுங்குடன் தியானத்தில் இருந்திருக்கிறார்கள்! நிகழ்விற்குப்பின், அந்த இடம் முழுவதும் சுத்தமாக்கப்பட்டதோடு, ஒரே வாரத்தில் பசுமையாகவும் ஆகிவிட்டது. அரசாங்கம் அமைத்த விசாரணை கமிஷன் ஆராய்ந்ததில் நதிக்கரையில் மண்ணிற்கு மாசு எதுவும் ஏற்படுத்தப்படவில்லை என்பது தெளிவாகத் தெரிந்தது. நான் பார்த்த பலரும் இம்மாதிரியான பிரம்மாண்டமான ஒரு நிகழ்வில் அவர்களைப் பங்கு பெற அழைத்ததற்காக நன்றி தெரிவித்தனர். அதற்குப் பதிலாக குருதேவ் அனைவருக்கும் ஒரு குறிப்பு அனுப்பினார்:

எப்படி நன்றி சொல்வேன் உங்களுக்கு?
என்னில் ஓர் அங்கம் அன்றோ நீங்கள்!
ஒவ்வொரு நொடியிலும்
ஒவ்வொரு அடியிலும் என்னுடன் நீங்கள்

மனமெனும் மேடையில்
கலக்கமின்றி நடனமிடுகிறது உள்ளுணர்வு
உருவமற்றது உருவம் பெறுகிறது
அண்டமே பார்த்து வியக்கிறது

ஆடுபவனும் ஆடுகளமும் ஒன்றாகிறது -அதேபோல்
காண்பவனும் காட்சியும்
பேசுபவனும் கேட்பவனும்
குருவும் பக்தனும்

ஒன்றாகிறார்கள் ஒரே உண்மை இதுவே.
மற்றதெல்லாம் மாயை
யாருக்குச் சொல்வது நன்றி?
என்னையன்றி யாருமில்லையே!

முடிவுரை

மக்கள், கடலைப் பல்வேறு விதங்களில் அனுபவிக்கிறார்கள். சிலர் அதிலிருந்து வரும் சில்லென்ற காற்றில் திருப்தி அடைந்து விடுகிறார்கள். சிலர் கடலோரம் அலைந்து சிப்பிகளைச் சேகரிக்கிறார்கள். சிலர் அலைகளின் மீது நடக்கிறார்கள், சிலர் நீச்சலடிக்கிறார்கள், சிலர் ஆழத்தில் சென்று முத்தெடுக்கிறார்கள். உங்களுடைய விருப்பம் எதுவானாலும் கடல் உங்களை எடை போடுவதில்லை. உங்களுக்குப் பணி செய்யவே அது இருக்கிறது. கடல் யாரையும் முத்தெடுக்கும்படி வலியுறுத்துவதில்லை. அதேபோல் குரு என்பவர், ஞானக்கடல். ஆழ்ந்த அன்பின் கடல். அவர் யாரையும் வற்புறுத்துவதில்லை. ஆனால் தேவைப்படும் யாருக்கும் அவர் சேவை செய்யக் காத்திருக்கிறார்.

2016ஆம் ஆண்டு அக்டோபர் 2ஆம் தேதி நிகழ்ந்த மக்கள் வாக்கெடுப்பில் கொலம்பியா நாட்டிற்கும் FARC -புரட்சிகர மக்கள் படைக்கும் இடையே செய்து கொள்ளப்பட்ட அமைதி ஒப்பந்தம் நிராகரிக்கப்பட்டது. கிட்டத்தட்ட 50.2 சதவிகித மக்கள் ஒப்பந்தத்திற்கு எதிராக வாக்களித்திருந்தனர். அந்த ஒப்பந்தம் தவறு செய்தவர்களைத் தப்பிக்கவிடுவதாக நினைத்தார்கள். வாழ்க்கை எந்த வினாடியும் எப்படி வேண்டுமானாலும் திரும்பலாம். எனவே நாம் எப்போதும் எச்சரிக்கையாக இருக்க வேண்டும். சூழ்நிலை எப்போதுமே இனிமையானதாக இருக்காது என்பதோடு சவால்கள் முன்னெச்சரிக்கை இல்லாமலே வந்து தாக்கும். ஆன்மீகம் என்பது இம் மாதிரிச் சூழல்களை எப்படிச் சமாளிக்கிறோம் என்பது தான். தற்போதைய நிலையை அது எப்படி இருக்கிறதோ அப்படியே ஏற்றுக்கொள்ளும் தன்மையிருந்தால், எப்போதுமே எல்லோரும் ஏற்றுக் கொள்ளக்கூடிய ஒரு முடிவை நாம் எட்ட முடியும். கொலம்பியாவில் ஏற்பட்டுள்ள இந்தத் தேக்கத்தை விடுவிக்க, FARC யும் நம்முடைய தன்னார்வலர்களும் குருதேவை அணுகினார்கள். மாற்றத்தை ஏற்றுக் கொள்ளும்படி கொலம்பியா நாட்டு மக்களை ஒப்புக்கொள்ள வைப்பது எப்படி? குருதேவ் FARC யிடம் மக்களின் மனதை வெல்லும்படி கூறினார். ஒரு நிகழ்ச்சிக்கு ஏற்பாடு செய்யப்பட்டு அதில் FARC உறுப்பினர்களும்,

பலியானவர்களின் குடும்ப உறுப்பினர்களும் கலந்துகொண்டனர். அந்த நிகழ்வில் அவர்கள் இருவரும் தங்கள் மனதில் இருந்த எண்ணங்களை வெளிப்படுத்தினார்கள். தண்டிப்பதைவிட மன்னிப்பதையே அவர்கள் விரும்பினார்கள். குருதேவின் யோசனையை ஏற்று FARC உறுப்பினர்கள் தொலைக்காட்சியில் தோன்றி வன்முறையில் பலியான நபர்களுக்காக வெளிப்படையாக வருத்தம் தெரிவித்ததோடு பொதுமன்னிப்பும் கோரினார்கள். அவர்கள் மன்னிப்பு கோரும் போது பலியானவர்களின் பெயர்களை ஒவ்வொன்றாகச் சொன்னதோடு அவர்கள் குடும்பத்தினரிடம் மன்னிப்புக் கேட்டு, அமைதிக்கு ஒரு வாய்ப்புத் தரும்படி கேட்டுக் கொண்டனர்.

சில வாரங்கள் கழித்து, அந்த ஒப்பந்தம் சில மாற்றங்களுடன் ஏற்றுக் கொள்ளப்பட்டது. நம் வாழ்க்கைப் பயணத்தில் நிறைய ஏற்றங்களும் இறக்கங்களும் இருக்கும். நம்மைச் சுற்றியுள்ள அனைத்தைப் பற்றியும் நம்மை நாமே அடிக்கடிக் கேள்விகள் கேட்டுக்கொள்கிறோம். ஆனால் உண்மையான மகிழ்ச்சி எப்போது பிறக்கும் என்றால் இந்தக் கேள்விகளை நாம் ஆச்சரியங்களாக மாற்றும் போது தான். குருதேவை என்னுடைய சகோதரராகவா, இல்லை குருவாகவா, இரண்டில் எதுவாக ஏற்றுக்கொள்வது என்று என் மனம் பல நேரங்களில் ஊசலாடியிருக்கிறது. அவருடைய சொற்பொழிவைக் கேட்கும் போதெல்லாம் 'இவர் உண்மையிலேயே என்னுடைய சகோதரர் தானா?' என்ற வியப்பு எழும். சகோதரத்துவம் என்பதை மீறி எனக்குள் இருக்கும் அவருடைய அளவற்ற அணுக்கத்தை வார்த்தைகளால் வர்ணிக்க இயலாது. ஸ்ரீமத் பாகவதத்தில் கிருஷ்ணரின் தாயாரான யசோதாவின் வார்த்தைகள் தான் என் நினைவிற்கு வரும். 'அவன் என்னுடைய மகன் என்பது எனக்குத் தெரியும். ஆனால், அந்த உணர்வு எப்படியிருக்கிறது என்றால் காற்றை என் சேலைத் தலைப்பிற்குள் வைத்துக்கொள்ள முயற்சிப்பது போன்றுள்ளது,' என்று யசோதா சொன்னதே என் நினைவுக்கு வரும். அது எப்படி முடியும்?

என் சகோதரர். என் குரு. இந்த இரண்டு வடிவங்களுக்கும் இடையே என் இதயம் ஊசலாடும் போது, 'என்' என்ற, சொந்தம் கொண்டாடும் உணர்வு ஒன்று தான் பொதுவானதாக இருக்கிறது. அது ஒருவிதமான அகநிலை தொடர்பாகும். வாழ்க்கையின் முழு அர்த்தமே தெய்வீகத்தோடு நேரடியான தொடர்பை ஏற்படுத்திக் கொள்வது தான், ஆனால் என்னால் குடும்ப உறவைத் தாண்டி அவரை என் குருவாகப் பார்க்க முடிந்ததை எண்ணி மகிழ்ச்சி அடைகிறேன். இந்த குரு-தத்துவத்தை உணர்ந்தது தான் என் வாழ்வில் ஏற்பட்ட மிகப் பெரிய விஷயமாக நான் கருதுகிறேன்.

வாழ்க்கையின் உச்சமான அனுபவம் அதுவே. ‘தெய்வீக ஒளியை உணர்ந்தவர்கள் உச்சத்தில் இருப்பதில்லை. மாறாக, உச்சம் தான் அவர்களுக்குக் கீழே இருக்கும். உச்சத்திற்குச் செல்பவர்கள் கீழே வந்துதான் ஆக வேண்டும், ஆனால் உள்ளுணர்வின் சமவெளியில் நிதானத்துடன் இருப்பவர்களை உச்சம் தேடி வரும்,’ என்று குருதேவ் சொல்லுவார்.

சகோதரி என்ற சம்ஸ்கிருத சொல்லுக்கு ‘கருப்பையைப் பகிர்ந்து கொண்டவள்,’ என்று பொருள். அளவேயில்லாத ஒன்றை ஒரு கருப்பையினால் எப்படிச் சிறைபிடித்து வைக்க முடிந்தது என்று நான் வியந்திருக்கிறேன். தன்னுடைய கருணையினால், குருதேவ் அந்த இடத்தை என்னுடன் பகிர்ந்து கொள்ளத் தேர்வு செய்திருக்கிறார். அளவற்றவரான அவர் தன்னை ஒரு சிறிய உடலுக்குள் அடக்கிக் கொள்வதாக இருந்தால் கூட, என் இதயத்தின் ஓர் மூலையில் அந்தத் தொடர்பு உணரப்படும் என்பது உறுதி. அனந்தம் என்பது உண்மையானது, ஆனால் காணமுடியாதது. ‘குரு’ என்பவரோ கண்ணில் தெரியும் அனந்தம் ஆவார். என்னுள்ளிருக்கும் இடம் பரந்து விரியும் ஒவ்வொரு முறையும், என் ஜீவனின் சிறிய அடையாளம் மறைந்து அண்டத்துடன் ஒன்றாகி விடுகிறது. சரணடைதல் என்பது இதுதானோ? வாழ்வின் விலைமதிப்பான தருணங்களில் மீண்டும் பயணித்து தெய்வீகத்தை ஒவ்வொரு மூச்சிலும் உணர்ந்து, மீண்டும் மீண்டும் சரணடைகிறேன் நான். நிரந்தரத்தை நோக்கிய பயணத்தில் நான் எடுத்து வைக்கும் ஒவ்வொரு அடியும் தன்னில் அதுவே ஓர் இலக்காகி விடுகிறது.